நாயக்கர் காலச்
சமூகப் பண்பாட்டு வரலாறு

தடாகம்

நாயக்கர் காலச்
சமூகப் பண்பாட்டு வரலாறு

முனைவர் கோ.உத்திராடம்

தடாகம்

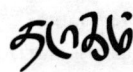

தடாகம்

நாயக்கர் காலச் சமூகப் பண்பாட்டு வரலாறு

◆ ஆசிரியர் : முனைவர் **கோ. உத்திராடம்** ◆ உரிமை: ஆசிரியருக்கு ◆ முதற்பதிப்பு : ஜனவரி 2019 ◆ வெளியீடு: தடாகம், 112, திருவள்ளுவர் சாலை, திருவான்மியூர்,சென்னை-600041 ◆ பேசி: 044-43100442 । 89399 67179 ◆ இணையதளம்: www.thadagam.com ◆ மின்னஞ்சல்: editor.thadagam@gmail.com ◆ வடிவமைப்பு: பாலாஜி

Nayakar Kaala Samooga Panpaattu Varalaaru

◆ *Author G. Uthradam* ◆ Copyright with Author
◆ First Edition - January 2019

Published by Thadagam, 112,Thiruvalluvar Salai, Thiruvanmiyur, Chennai 600041

Phone : +91- 44 - 4310 0442 | +91 - 89399 67179
www.thadagam.com ◆ info@thadagam.com
ISBN: 978-81-932691-6-9
INR : 250.00

தமிழம்

நாயக்கர் காலச் சமூகப் பண்பாட்டு வரலாறு

கோ.உத்திராடம்

முனைவர் கோ.உத்திராடம் திண்டிவனத்திற்கு அருகிலுள்ள அன்னம்பாக்கம் கிராமத்தில் பிறந்தவர். பெற்றோர் திரு கு.கோபால், திருமதி கோ.தனம்மாள். சென்னைப் பல்கலைக்கழகத்தில் 'நாயக்கர் காலச் சமுதாயம், பொருளாதாரம், சமயப்பண்பாட்டு நிலைகள் — ஆவணங்கள் வழி ஓர் ஆய்வு' எனும் தலைப்பில் ஆய்வு செய்து முனைவர் பட்டம் பெற்றுள்ளார். உலகத் தமிழாராய்ச்சி நிறுவனத்தில் சுவடியியல் பட்டயமும், தமிழ்நாடு அரசு தொல்லியல் துறையில் கல்வெட்டியல் மற்றும் தொல்லியல் முதுகலைப்பட்டயமும், கணினிப்பட்டயமும் பயின்றுள்ளார்.

ஆசியவியல் நிறுவனத்தின் சுவடியியல் துறையில் இளநிலை விரிவுரையாளராகவும் யோக சித்தர் ஆய்வு மையத்தில் சுவடியியல் ஆய்வாளராகவும் சென்னை தாவரங்கள், மக்கள் மற்றும் சூழலிய மையத்தில் நாயக்கர் காலச் சுவரோவிய ஆவணத்திட்டத்தில் ஆய்வாளராகவும் தமிழ் இணையப் பல்கலைக்கழகத்தில் சுவடி வாசிப்பாளராகவும் பணியாற்றியவர். செம்மொழித் தமிழாராய்வு மத்திய நிறுவனச் சுவடியியல் துறையில் ஆய்வாளராகப் பணியாற்றியக் காலத்தில் திருவாவடுதுறை ஆதீனம், தருமபுர ஆதீனம், பேரூர் ஆதீனம், தஞ்சை சரசுவதி மகால் நூலகம், தமிழ்ப் பல்கலைக்கழகம், டாக்டர் உ.வே.சாமிநாதையர் நூல்நிலையம் ஆகிய நிறுவனங்களில் இருந்த செவ்வியல் இலக்கண இலக்கிய ஓலைச்சுவடிகளையும் தாட்சுவடிகளையும் ஆவணப்படுத்தியவர். தற்போது தமிழ்த்தாத்தா டாக்டர் உ.வே.சாமிநாதையர் நூல்நிலையத்தில் புலவர் மற்றும் கூடுதல் பொறுப்பு காப்பாட்சியராகப் பணியாற்றி வருகிறார்.

முன்னூர் ஆடவல்லீசுவரர் திருக்கோயில் தல வரலாறு, சின்னணஞ்சான் கதை, வைகை வளநாடன் கதை, முன்னூர் ஆடவல்லீசுவரர் அருளாளப்பெருமாள் திருக்கோயில் வரலாறு, சங்கீத வித்துவான்கள் சரித்திரம், தில்லை உலா, ஆதிச்சநல்லூர் — கீழடி அகழாய்வுகள் காட்டும் தமிழர் தொன்மை, சுவடியயில், திருவிடைகழி முருகர் பிள்ளைத்தமிழ், திருவிடைமருதூர் உலா நூற்றெட்டுத் திருப்பதி வண்ண விருத்தம் ஆகியவை இவர் களப்பணியாற்றியும் ஆய்வுசெய்தும் வெளிவந்துள்ள அரிய நூல்கள்.

பொருளடக்கம்

அணிந்துரை	07
என்னுரை	10
சுருக்கக் குறியீட்டு விளக்கம்	14
1. நாயக்கர் காலம்: ஒரு வரலாற்றுப் பார்வை	17
2. நாயக்கர் கால ஆவணங்கள்: அளவு, அமைப்பு மற்றும் உள்ளடக்கங்கள்	40
3. அரசு மற்றும் ஆட்சிமுறை	73
4. சமுதாயம் மற்றும் பொருளாதாரம்	113
5. சமயம் மற்றும் பண்பாட்டுத் தகவல்கள்	154
தொகுப்புரை	190
துணைநூற் பட்டியல்	204

பின்னிணைப்புகள்

நாயக்கர் காலக் கல்வெட்டுகளின் பட்டியல்	212
நாயக்கர் காலச் செப்பேடுகளின் பட்டியல்	222
நாயக்கர் காலக் காசுகளின் பட்டியல்	225

அணிந்துரை

முனைவர் **சா.பாலுசாமி**
மேனாள் தமிழ்த்துறைத் தலைவர்
மற்றும் இணைப் பேராசிரியர்,
சென்னைக் கிறித்தவக் கல்லூரி,
தாம்பரம், சென்னை —600 059.

சமூக மாற்றம் என்பது ஒவ்வொரு வரலாற்றுக் காலகட்டத்திலும் அதன் அகம்புறத் தேவைகளுக்காக நேரும் ஒன்றே ஆகும். இயக்கவியல் ரீதியாக சமுதாயம் பல நிலைகளில் முன்னேறிச் செல்வதே எனினும் ஏற்படும் மாற்றங்கள் அனைத்தும் வளர்ச்சியை நோக்கியதாகவே அமைந்து விடுவதில்லை. மாற்றங்கள் தேக்கநிலைகளுக்கும் சிதைவுகளுக்கும் கூடக் காரணிகளாக அமைந்து விடுவதை வரலாறு உணர்த்துகிறது. அரசு, பொருளாதாரம், வணிகம், ஆதிக்கம் போன்ற பல காரணிகள் மாற்றங்களின் தன்மைகளைத் தீர்மானிக்கின்றன.

சான்றுகளோடு நாம் புரிந்து கொள்ளத்தக்க சங்க கால, பல்லவர் கால, பாண்டியர் கால, சோழர் காலச் சமுதாயத்திற்கும் விஜயநகர — நாயக்கர் காலச் சமுதாயத்திற்கும் பல்வேறு நிலைகளில் மாற்றங்கள் உள்ளன. விஜயநகர — நாயக்கர் காலம் எனப்படும் கி.பி. 15 முதல் 18 வரையிலான ஆட்சிகாலம் என்பது தமிழகத்தின் எல்லைக்கு வெளியேயும் உள்ளேயும் இருந்து, பிற மொழியாளர்களால் செய்யப்பட்ட ஆட்சியாகும்.

இக்காலப் பகுதியில் நிலமானியச் சமூகமுறையில் பெரும்மாற்றம் ஏதும் ஏற்படவில்லை. ஆனால் தமிழ்மொழி, தமிழரின் சிற்பம், ஓவிய, இலக்கியங்கலைகளிலும் சடங்குகள், திருவிழாக்கள் முதலியவற்றிலும் ஏராளமான மாற்றங்கள் நிகழ்ந்துள்ளன. ஐரோப்பாவின் பல நாடுகளிலிருந்து வந்து வணிகம் செய்தவர்களால் தமிழ்ச் சமூகம் மாற்றங்களைக்

கண்டது. தமிழ்நாட்டின் நாட்டுப்புறக் கலைமரபுகளில் ஏராளமான மாற்றங்கள் நேர்ந்தன. மைய அரசிற்கும் மக்களுக்கும் நேரடியான உறவற்ற நிலை இருந்தது. மதுரை நாயக்கர் பகுதிகளில் பாளையக்காரர்களே மக்களோடு தொடர்புடைய ஆட்சியிராக இருந்தனர். மக்கள் அனைவருக்கும் கல்வி கிட்டும் நிலையும் இல்லாதிருந்தது. இந்து, கிறித்தவம், இசுலாமியம் ஆகிய சமயங்களிடையே போட்டிகளும் காழ்ப்புகளும் இருந்த போதிலும் அவை ஒவ்வொன்றும் தனித் தன்மையுடன் ஊன்றி வளர்ந்தன. நாட்டுப்புறச் சமய மரபுகள் மேலெழுந்தன.

பொதுவாக அரசியல் வரலாற்றின் ஒருசிறு பகுதியாகவே சமூக, பண்பாட்டு வரலாறுகளை வரலாற்றாசிரியர்கள் எழுதியுள்ளனர். குறிப்பாக, தமிழக வரலாற்றுக் காலகட்டங்களில் தமிழ்ச் சமூகம் பெற்ற உருமாற்றங்கள் அக்கால கட்டத்தில் அனைத்துத் தரவுகளையும் ஒருங்கிணைத்து செய்யப் பெற்ற ஆய்வுகள் மிகவும் குறைவே, இன்றைய நிலையில் அடித்தள மக்கள் நோக்கிலிருந்து வரலாற்றை அணுகும் முறை வலுப்பெற்று வருகின்றது.

திரு.ஏ.சத்தியநாதைய்யர், திரு.விருத்தகிரீஸ்வரன், குடவாயில் பாலசுப்பிர மணியம் ஆகியோர் மேற்கொண்ட முயற்சிகளை அடிப்படையாகக் கொண்டு, பின்னர் கிடைத்துள்ள ஆதாரங்களை இணைத்து நோக்கி, புதிதாக நாயக்கர் கால வரலாறு எழுதப் பெறவேண்டும். முனைவர் அ.இராமசாமி அவர்கள் இலக்கியத் தரவுகளைச் கொண்டு நாயக்கர் காலச் சமூகம் குறித்துச் செய்த ஆய்வுக்குப் பின்னர் அத்தளத்தில் யாரும் இயங்கியதாகத் தெரியவில்லை.

நாயக்கர் கால ஆவணங்களில் பெருமுக்கியத்துவம் வாய்ந்த ஏசுசபைத் துறவிகளின் கடிதங்கள் தொகுக்கப் பெற்று, மொழிபெயர்க்கப் பட்டாலொழிய அக்காலச் சமுதாயத்தின் அசைவியக்கங்கள் நுட்பமாகப் புரிந்துகொள்ள வேறு வழியில்லை.

முனைவர் கோ.உத்திராடம் கல்வெட்டுகள், செப்பேடுகள், காசுகள் ஓலைச் சுவடிகள், காகிதச்சுவடிகள் ஆகிய ஆவணங்கள் அனைத்தையும் திரட்டி இந்த ஆய்வினை நிகழ்த்தினார். இதன் மூலம் அக்காலச் சமூகம் மீது புதிய வெளிச்சம் ஏற்படுகிறது; கருத்துகள் உறுதிப்படுகின்றன என்பது உண்மை. அவர் திரட்டியுள்ள ஆவணங்களை அச்சிட்டு வெளிப்படுத்துவதுகூட பெரும்பயன் நல்குவதாகும்.

முனைவர் கோ.உத்திராடம் வரலாற்றிலும் தமிழ் இலக்கியத்திலும் ஆழ்ந்த புலமை பெற்றவர். சுவரோவியங்களை ஆவணப்படுத்தும் திட்டத்தைச் செயல்படுத்தியபோது அல்லும் பகலும் களப்பணியில் ஈடுபட்டவர். தற்போது கோயில் ஆய்வு, தொல்லியல் ஆய்வு, ஓலைச்சுவடியியல் ஆய்வு முதலியவற்றிலும் ஓவியங்கள் குறித்து எழுவதிலும் மிக்க ஆர்வம் காட்டி உழைத்து வருகிறார்.

அவர்தம் உழைப்பும் ஆர்வமும் ஆய்வு நூல்களாக மலர்ந்து தமிழ்ச் சமூகத்திற்கு பெரும்பயன் நல்கும் என்பதில் ஐயமில்லை.

சா.பாலுசாமி

என்னுரை

2004ஆம் ஆண்டு அக்டோபர் மாதம் கல்வெட்டறிஞர் முனைவர் அ.பத்மாவதி அவர்கள் என்னை பணிநிமர்த்தமாக சென்னைக் கிறித்தவக் கல்லூரிக்குச் சென்று முனைவர் சா.பாலுசாமி அவர்களைச் சந்திக்குமாறு கூறினார்கள். அப்பொழுதுதான் கிறித்தவக் கல்லூரிக்குள் முதல் முதலில் காலடி வைத்தேன். அக்கல்லூரியில் தமிழ்ப் பேராசிரியர்களையும் தாவரவியல் துறை பேராசிரியர்களையும் சந்தித்தபோது இதுவரை என் வாழ்வில் தவறவிட்ட அறிவுசார் அனுபவங்களைக் கற்றுகொள்ளவேண்டும் என்று தோன்றியது.

இதற்கு அடித்தளம் அமைத்துக் கொடுத்தது தாவரங்கள், மக்கள் மற்றும் சூழலிய மையம். இம்மையத்தை தாவரவியல் விஞ்ஞானி முனைவர் ப. தயானந்தன், முனைவர் து.நரசிம்மன், முனைவர் நிர்மல் செல்வமணி ஆகியோர் ஒருங்கிணைந்து சிறப்புடன் நடத்திவந்தனர். இக்காலத்தில் மத்திய அரசோ, மாநில அரசோ இதுவரை செய்யாத அரிய பல பணிகளைத் தாவரங்கள், மக்கள் சூழலிய மையம் முன்னெடுத்து சென்றது. இப்பணிகளில் முதன்மையானது கி.பி.16 முதல் 18ஆம் நூற்றாண்டு வரை உள்ள தமிழகச் சுவரோவியங்களை நவீன தொழிற்நுட்பத்துடன் ஆவணப்படுத்துதல், அவற்றைப் பாதுகாத்தல், மக்களுக்கு விழிப்புணர்வு ஏற்படுத்துதல், ஆய்வு செய்தல் என்ற உரிய நோக்கத்துடன் ஃபோர்டு நிதியுதவியுடன் ஆய்வுத் திட்டம் சிறந்தமுறையில் செயல்பட்டு வந்தது.

இவ்வாவணத் திட்ட முதன்மை ஆய்வாளராகக் கலையியல் அறிஞர் முனைவர் சா.பாலுசாமி (பாரதிபுத்திரன்) அவர்கள் செயல்பட்டார். ஆய்வுத் திட்ட உதவியாளர்களாக நானும் நண்பர் திரு.பிரபு, திரு க.சக்திவேல் ஆகியோர் சேர்ந்து பணியாற்றும் வாய்ப்பை பேராசிரியர் சா.பாலுசாமி அவர்கள் வழங்கினார்கள். பேராசிரியர் அவர்களின் நெறிபடுத்தலின்படி தமிழக திருக்கோயில்களில் உள்ள கற்சிற்பங்கள், சுவரோவியங்கள் ஆகியவற்றை ஆவணப்படுத்தப்பட்டன. இவ்வாவணத்திட்டம்

முடியும் நிலையில் என்னசெய்வதென்று புரியாமல் தவித்த நிலையில் நீ ஏன் முனைவர் பட்டம் பெற ஆய்வுசெய்யவில்லை என்று கேட்டார்கள்.

இலக்கியம், கலையியல், நாட்டுப்புறவியல், திறனாய்வியல் எனப் பல துறைகளில் பன்முக ஆளுமை முதல் இன்றைய வரலாற்று நிகழ்வுகள் வரை அனைத்தையும் மனதில் நிறுத்திவைப்பவர் பேராசிரியர் சா. பாலுசாமி அவர்கள். அவர்களிடம் முனைவர் பட்டத்திற்காகப் பதிவுசெய்து ஆய்வு செய்யவேண்டும் என்பது எனது ஆசை. அவர்களிடம் சென்று கேட்டபோது நீ எந்த துறையில் ஆய்வு செய்யவேண்டும் என்று முடிவுசெய்து கொண்டு வா என்றார்கள்.

மீண்டும் ஐயா அவர்களைச் சந்தித்து கோயில் தொடர்பான ஆய்வுகளைச் செய்யவிரும்புகிறேன் என்று கூறினான். அதற்கு ஐயா அவர்கள் கோயில் தொடர்பான ஆய்வுகள் குறிப்பிட்ட எல்லைக்குள் அடங்கிவிடும் ஆதலால் நீ ஒரு பரந்துபட்ட எல்லையினை வரையரைத்துக்கொண்டு ஆய்வு செய்யவேண்டும் என்று கூறியதோடு,பேராசிரியர் அ.இராமசாமி நாயக்கர் கால இலக்கியங்கள் பற்றியும் நான் நாயக்கர் காலக் கலைக்கோட்பாடுகள் பற்றியும் ஆய்வுசெய்துள்ளோம் இதனைத் தொடர்ந்து ஆய்வு செய்ய நாயக்கர் கால ஆவணங்கள் பற்றி ஆய்வு செய்தால் பயனுள்ளதாக இருக்கும் என்று கூறியதோடு முனைவர் பட்டத்திற்கு பதிவு செய்ய அனுமதி வழங்கினார்கள்.

II

முனைவர் பட்ட ஆய்வு நிகழ்த்த அனுமதி அளித்த சென்னைப் பல்கலைக்கழகத்திற்கும் இடமளித்துதவிய சென்னைக் கிறித்தவக் கல்லூரி மேனாள் முதல்வர் முனைவர் வி.ஜே. பிலிப் அவர்களுக்கும் இந்நாள் முதல்வர் முனைவர் இர.வி. அலெக்சாண்டர் ஜேசுதாசன் அவர்களுக்கும் நன்றி. ஆய்வு சிறக்க வழிகாட்டியதுடன் எல்லா வகையிலும் அனைத்து உதவிகளையும் அன்புடன் நல்கிய நெறியாளர் முனைவர் சா.பாலுசாமி அவர்களுக்கும் என்றென்றும் நன்றியும் கடப்பாடும் உடையவனாவேன்.

தமிழ்த்துறைத் தலைவர் முனைவர் மோசசு மைக்கேல் பாரடே அவர்களுக்கும் தமிழ்த்துறைப் பேராசிரியர்களான முனைவர் கு.அரசேந்திரன், முனைவர் யோ. ஞானசந்திர ஜாண்சன், முனைவர் சா.சவரிமுத்து, முனைவர் ந. இளங்கோ, முனைவர் ப.டேவிட் பிரபாகர், முனைவர் பு.ஜார்ஜ், முனைவர் பால்பிரபு சாந்தராஜ், முனைவர் பாலின் செயலட்சுமி, முனைவர் து. மேஷாக், முனைவர் அருள் பத்மராாசன் ஆகியோருக்கும் என் இதயங் கனிந்த நன்றி.

என்னை வழிநடத்திச் செல்கின்ற சென்னைக் கிறித்தவக் கல்லூரி மேனாள் தாவரவியல் துறைத் தலைவர் முனைவர் ப.தயானந்தன் அவர்களுக்கும் முனைவர் து.நரசிம்மன், முனைவர் நிர்மல் செல்வமணி, முனைவர் ஆ.துரைசாமி, தி இந்து டி.சுப்ரமணியம் தமிழ்ப் பல்கலைக்கழக மேனாள் துணைவேந்தர் பேராசிரியர் இ.சுந்தரமூர்த்தி, தொல்லியல் அறிஞர் டாக்டர் தியாக.சத்தியமூர்த்தி, பேராசிரியர் ய.மணிகண்டன் முனைவர் ஆ.தசரதன் ஆகியோர்க்கும் என் உளமார்ந்த நன்றி.

செம்மொழித் தமிழாய்வு மத்திய நிறுவனத்தின் பொறுப்பு அலுவலர் பேராசிரியர் கே.இராமசாமி அவர்களுக்கும் பதிவாளர் முனைவர் மு.முத்துவேலு அவர்களுக்கும் நன்றி. சுவடியியல் துறைத் தலைவர் முனைவர் கா.கோ.வேங்கடராமன், முனைவர் இரா.கோதண்டராமன், முனைவர் கி.செயகுமார், முனைவர் சு.செளந்தரபாண்டியன் ஆகியோர்க்கும் என் நெஞ் சார்ந்த நன்றி. முனைவர் பெ.அர்த்தநாரீசுவரன், தொல்லியல் அறிஞர் நெல்லை நெடுமாறன், மா.சந்திரமூர்த்தி, முனைவர் சு.இராசகோபால், முனைவர் ர.பூங்குன்றன், முனைவர் ஆ.பத்மாவதி முனைவர் ஏ.ஜேம்ஸ் முனைவர் சத்தியபாமா காமேஸ்வரன் முனைவர் கு.பத்மநாபன் ஆகியோர்க்கும் என் நெஞ்சார்ந்த நன்றி.

இந்நூலினைத் திருத்தம் செய்து கொடுத்துதவிய வித்துவான் ர. ஜெயலட்சுமி அம்மையார்க்கும் நன்றி. நூல் உருவாக்கத்தில் உடனிருந்து பல உதவிகளைச் செய்த நண்பர்கள் முனைவர் இரா. வெங்கடேசன், முனைவர் சி.இராமச்சந்திரன், ந. பாபு, இரா. தண்டபாணி, கோ. இராஜி, ஆசிரியர்கள் பா. பூபாலன்,

வ. கந்தசாமி, பா. கோபு முனைவர் ஆர். இராதாகிருஷ்ணன், ச. பசுபதி, வெ. எத்திராஜ், கே.செல்லதுரை ஆகியோர்க்கு எனது மனமார்ந்த நன்றி.

நாயக்கர் காலக் காசுகள் குறித்த தகவல்களை எடுத்துக்கூறிய முனைவர் சி. மகேசுவரன், ந. சுந்தரராஜன் ஆகியோர்க்கும் என் நெஞ்சார்ந்த நன்றி. ஆய்விற்கு உதவிய திருமதி. பா.தமிழ்ச்செல்வம் அம்மையாருக்கும், பா.ஞானபாரதிக்கும் என் நெஞ்சார்ந்த நன்றி.

என் வாழ்வில் இத்துணை உயர்வுக்கும் உறுதுணாயாய் இருக்கும் எனது பெற்றோர் கு. கோபால், கோ. தனம்மாள், அண்ணன் கோ. இராமநாதன் அவர்களுக்கும், எனக்கு என்றும் துணையாக விளங்குகின்ற தம்பிகள் கோ. லோகநாதன், கோ. புருஷோத்தமன், கோ. ஜெயராமன் ஆகியோர் குடும்பத்தினர் அனைவருக்கும் என் நன்றி. என் முயற்சிகளுக்கு ஒத்துழைப்பு நல்கும் துணைவியார் உ. பத்மாவதி, மகள் உ. கவின்மலர், மகன் உ. தனப்ரியன் ஆகியோருக்கும் நன்றி.

இந்நூலை சிறந்தமுறையில் வடிவமைத்த நண்பர் வெ. பாலாஜி அவர்களுக்கும் வெளிட்ட தடாகம் பதிப்பகத்தாருக்கும் எனது நன்றியைத் தெரிவித்துக்கொள்கிறேன்.

சுருக்கக் குறியீட்டு விளக்கம்

ஆ.ள்.	—	ஆசிரியர்கள்
இ.வ.ஆ.	—	இசுலாமிய வரலாற்று ஆவணங்கள்
க.ஆ.அ.	—	கல்வெட்டு ஆண்டறிக்கை
க.எண்.	—	கல்வெட்டு எண்
கன்.மா.கல்.	—	கன்னியாகுமரி மாவட்டக் கல்வெட்டுகள்
கி.மா.கல்.	—	கிருஷ்ணகிரி மாவட்டக் கல்வெட்டுகள்
கு.பால.கண்டு	—	குடவாயில்பாலசுப்ரமணியம் கண்டுபிடிப்பு
கொ.வே.க.கா.பா.	—	கொங்கு வேளாளர் கல்வெட்டும் காணிப்பாடலும்
கோயம்.மா.கல்.	—	கோயம்புத்தூர் மாவட்டக் கல்வெட்டுகள்
செ.வ.ஆ.	—	செங்குந்தர் வரலாற்று ஆவணங்கள்
சே.நா.வ.கல்	—	சேலம் நாமக்கல் வட்டக் கல்வெட்டுகள்
த.நா.கல்.	—	தமிழ்நாட்டுக் கல்வெட்டுகள்
தி.தி.	—	திருவாரூர்த் திருக்கோயில்

தி.து.கல்.	—	திருத்துறைப்பூண்டி கல்வெட்டுகள்
திரு.ஆ.செப்.	—	திருவாவடுதுறை ஆதீனச் செப்பேடுகள்
திருநெல்.மா.கல்.	—	திருநெல்வேலி மாவட்டக் கல்வெட்டுகள்
திருமலை.நா.செப்.	—	திருமலை நாயக்கர் செப்பேடுகள்
திருவண்.கல்.	—	திருவண்ணாமலைக் கல்வெட்டுகள்
தெ.இ.கல்.	—	தென்னிந்தியக் கல்வெட்டுகள்
தெ.இ.கோ.சா.	—	தென்னிந்தியக் கோயிற் சாசனங்கள்
தொ.	—	தொகுதி
தொ.ஆ.	—	தொகுப்பாசிரியர்
ப.	—	பக்கம்
பக்.	—	பக்கங்கள்
பதி.ஆ.	—	பதிப்பாசிரியர்
பா.	—	பாகம்
ம.மா.கல்.	—	மதுரை மாவட்டக் கல்வெட்டுகள்
விருது.மா.கல்.	—	விருதுநகர் மாவட்டக் கல்வெட்டுகள்

விருது.மா.தொ.வ.	—	விருதுநகர் மாவட்டத் தொல்லியல் வரலாறு
வே மா.த.	—	வேலூர் மாவட்டத் தடயங்கள்
A.R.E.	—	Annual Report on Indian Epigraphy
E.C.	—	Epigraphia Carnataca
E.I.	—	Epigraphia Indica
I.M.P.	—	Inscriptions of the Madras Presidency
M.E.R.	—	Madras Epigraphist's Report
No.	—	Number
p.	—	Page
pp.	—	Pages
S.C.P.	—	Sewell's Collection of copper Plats
S.I.I.	—	South Indian Inscription
T.A.S.	—	Travancore Archaeological Series
Vol.	—	Volume.

1. நாயக்கர் காலம் ஒரு வரலாற்றுப் பார்வை

ஒவ்வொரு கால கட்டத்திலும் நிலவிய அரசுகளின் தோற்றம், ஆட்சி முறை, போர் நிகழ்வுகள், வீழ்ச்சி ஆகியன கொண்டு வரலாற்றுக் காலத்தைப் பல வகைகளாகப் பகுக்கலாம். ஒரு குறிப்பிட்ட நிலப்பரப்பினைத் தம் ஆளுகையின்கீழ் கொண்டிருந்த அரசுகளின் பெயரால் வரலாற்றுக் காலகட்டங்கள் பகுக்கப்படுவது மரபு. அவ்வகையில் நாயக்கர் கால ஆட்சியில் முடிசூடிய மன்னர்கள், வெற்றிகள், கலகங்கள், போர்கள், திருப்பணி, சமூகப் பிரச்சினைகள் ஆகியன குறித்து ஆராய்கிறது.

தமிழக வரலாற்றுக் காலக்கட்டங்கள்

கி.பி. 2ஆம் நூற்றாண்டு வரை நிலவிய காலப்பகுதி சங்க காலம் என்றழைக்கப்படுகிறது. அதன்பின் களப்பிரர்கள் கி.பி.3 ஆம் நூற்றாண்டிலிருந்து கி.பி.6ஆம் நூற்றாண்டுவரை ஆட்சி செலுத்தியுள்ளனர்.[1] இக்கால கட்டத்து வரலாற்றை அறிந்து கொள்வதற்குப் போதிய சான்றுகள் கிடைக்காத காரணத்தால் இதனை இருண்ட காலம் என்று அழைத்தனர். பாண்டிய நாடு களப்பிரரால் கைப்பற்றப்பட்டிருந்த செய்தி வேள்விக்குடிச் செப்பேடுகளாலும் புலனாகின்றது.[2]

களப்பிரர்களுக்குப் பின் பல்லவர் ஆட்சியைக் கைப்பற்றினர். பல்லவர்களின் முதல் மன்னர் சிம்மவிஷ்ணு ஆவார். இவர் களப்பிரர்களைத் தோற்கடித்துக் காஞ்சியில் பல்லவ அரசை ஏற்படுத்தினார். இவரைத் தொடர்ந்து முதலாம் மகேந்திரவர்மன் அரசரானார். சிம்மவர்மன் முதலாகக் கடம்பவர்மன் ஈறாக அறியப்படும் பல்லவர் அரசர்கள் கி.பி.550 முதல் கி.பி.912 வரை ஆட்சி செய்துள்ளனர்.[3] சங்க காலத்திற்குப்பின் கி.பி.575 முதல் கி.பி.966 வரை பாண்டியர்கள் மீண்டும் ஆண்டுள்ளனர்.[4] சோழர் பேரரசை நிறுவ முதலில் அடிகோலியவர் கி.பி. ஒன்பதாம் நூற்றாண்டின் இடையில் எழுந்த விசயாலயன் என்னும் சோழ மன்னன் ஆவார். இவர் தஞ்சை மாநகரைக் கைப்பற்றி அதனை தன் தலைநகராக வைத்துக் கொண்டதை திருவாலங்காட்டுச் செப்பேடுகள் உணர்த்துகின்றன.[5] அதன் பின்னர் சோழர்களின் ஆட்சி கி.பி.850 முதல் கி.பி.1279 வரை தஞ்சையைத் தலைநகரமாகக் கொண்டு சிறந்தமுறையில் நடைபெற்றது.

தடாகம் வெளியீடு

சோழர்களுக்குப் பின் பெரிய பேரரசாகத் திகழ்ந்தது பாண்டியப் பேரரசாகும். இப்பாண்டியப் பேரரசு கி.பி.1190 முதல் கி.பி.1310 வரை தொடர்ந்துள்ளது. பாண்டிய அரசின் பெருமையை மீண்டும் நிலைநாட்டும் முயற்சியில் ஜடாவர்மன் சுந்தரபாண்டியனும் பின்னர் வந்த பாண்டிய மன்னர்களும் அரசாண்டனர். கடைசியில் வந்த முதலாம் மாறவர்மன் குலசேகரனுக்கு சுந்தரபாண்டியன், வீரபாண்டியன் என்று இருபுதல்வர்கள் இருந்தார்கள். சுந்தரபாண்டியன் பட்டத்து மனைவியின் புதல்வர். வீரபாண்டியன் காமக்கிழத்திக்குப் பிறந்தவர்.

மாறவர்மன் குலசேகரன், சுந்தரபாண்டியனுக்கு ஆட்சி செய்யும் உரிமை வழங்காமல் வீரபாண்டியனுக்கு வழங்கியதால் தன் தந்தையைச் சுந்தரபாண்டியன் கொன்றார். இதனால் வீரபாண்டியனுக்கும் சுந்தரபாண்டியனுக்கும் அரசுரிமைப் போர்கள் நிகழ்ந்துவந்தன. வீரபாண்டியன் உறையூருக்கு அருகில் தலைநகரை அமைத்துக்கொண்டு ஆட்சி செலுத்தினார். சுந்தரபாண்டியன் மற்றொரு பகுதியை மதுரையிலிருந்து ஆட்சி செய்தார். இச்சண்டைகள் முகமதியர்கள், தமிழ்நாட்டின் மீது படையெடுக்க ஏதுவாயின. தோல்வி கண்ட சுந்தரபாண்டியன், அது சமயம் தென்னிந்தியாவின் மீது படையெடுத்து வந்த அலாவுதீன் கில்ஜியின் தளபதி மாலிக்காபூர் உதவியை நாடினான். மாலிக்காபூர், டெல்லி சுல்தான் அலாவுதீனின் உதவியுடன் தமிழ்நாட்டின் மீது படையெடுத்தான்.

டெல்லி சுல்தானின் தளபதி குசுருகான், டெல்லி சுல்தானின் மகன் உலூகான் ஆகியோர் தமிழகத்தின் மீது படை யெடுத்தனர். இப்படையெடுப்பில் சுந்தரபாண்டியனுக்குப் பின் பாண்டிய நாட்டை ஆண்டுகொண்டிருந்த பராக்கிரமதேவ பாண்டியன் தோற்றதால் பாண்டிய நாடு டில்லி சுல்தான் ஆட்சிக்குட்பட்டது. கி.பி1335 முதல் கி.பி.1378 வரை மதுரையில் சுல்தான்களின் ஆட்சி நடைபெற்றுள்ளது[6]

விசயநகரப் பேரரசும் நாயக்கர்களின் தோற்றமும்

கி.பி.14ஆம் நூற்றாண்டில் விசயநகரப் பேரரசு தோற்று விக்கப்பட்டது. இக்காலகட்டத்தில் இசுலாமியர்களின் ஆளுகைக்கீழ் ஏறத்தாழ இந்திய நாடு முழுவதும் ஆட்பட்டிருந்தது. தென்னிந்தியாவில் கம்பிலி நாட்டில் அமைதியை ஏற்படுத்த வேண்டி, கம்பிலித்தேவன் குடும்பத்தைச் சார்ந்த அரியரர், புக்கர் என்னும் இருவரை முகமது துக்ளக் அனுப்பினார். கம்பிலி

வந்து சேர்ந்த இருவரும் தாம் தழுவியிருந்த இசுலாம் சமயத்தை விடுத்து இந்துக்களாயினர். வித்தியாரணிய முனிவரின் ஆசியுடன் இந்துப் பேரரசைத் தோற்றுவிக்க முடிவு செய்தனர். தென்னகத்தில் தோன்றியிருந்த விடுதலை இயக்கங்கள், குடியானவர்கள், வீர சைவர்கள் முதலியோரின் ஆதரவுடன் சில நாடுகளைக் கைப்பற்றினர். துங்கப்பத்திரையாற்றின் தென்கரையில் ஆனைக்குத்திக்கு எதிரில் தலைநகரை நிறுவி, அதற்கு விசயநகரம் (வெற்றிநகரம்) என்றும் வித்தியா நகரம் (கல்வி நகரம்) என்றும் பெயரிட்டனர். கி.பி.1336ஆம் ஆண்டு ஏப்ரல் திங்கள் 18ஆம் நாள் அரியரர் முடிசூடிக் கொண்டதுடன் விசயநகரப் பேரரசு தொடங்கிற்று.[7]

விசயநகர அரசின் பிரதிநிதியான குமாரகம்பணன் கி.பி.1371இல் (முபாரக்ஷவை) வென்றதுடன் தமிழகத்தில் இசுலாமியர் ஆட்சி முடிவுக்கு வந்தது. இருந்தபோதிலும் மதுரை நாட்டில் ஒரு பகுதியை கி.பி.1378 வரை இசுலாமியர் ஆண்டு வந்தனர். அதுவும் இரண்டாம் அரியரர் (கி.பி.1377—1404) காலத்தில முற்றிலும் ஒழிக்கப்பட்டது.[8]

தமிழகப் பகுதிகளை வென்ற குமாரகம்பணன் மதுரையைத் தலைநகராகக் கொண்டு ஆட்சி செய்தார். தொடக்கத்தில் பேரரசர்களின் குடும்பத்தைச் சார்ந்தவர்களே மகாமண்டலேசுவராக நியமிக்கப்பட்டனர். பின்னர் உயர்நிலையில் இருந்த அலுவலர்களும் மகாமண்டலேசுவராக அனுப்பப்பட்டனர். மகாமண்டலேசுவரர்களுக்கு ஒரு மன்னருக்குரிய மரியாதை அனைத்தும் வழங்கப்பட்டது. இம்முறை கி.பி.1529 வரை நடைபெற்றதாகத் தெரிகிறது.

விசயநகரப் பேரரசின் தொடர்ந்த வெற்றிகளால் விஜயநகர ஆட்சி தென்னிந்தியா முழுவதும் பரவியதால் நிர்வாக வசதிக்காக நிலப்பரப்பு பல பகுதிகளாகப் பிரிக்கப்பட்டது. அப்பகுதிகளை ஆள்வதற்காக நாயக் அல்லது அமர நாயக் என்பவர்கள் நியமிக்கப்பட்டனர். தங்கள் பகுதிக்கு முழு அதிகாரம் பெற்றவர்களாகவிருந்த இந்த அமர நாயக்கர்களே பின்னர் நாயக்கர்கள் என்ற பட்டத்துடன் முழுச்சுதந்திரம் பெற்று அரசர்களாக மாறினர்.[9]

மைசூர்,இக்கேரி, மதுரை, தஞ்சை, செஞ்சி, வேலூர் ஆகியன விசயநகரப் பேரரசின் பகுதிகளாகப் பிரிக்கப்பட்டன. இதில் மதுரை நாயக்கர், தஞ்சை நாயக்கர், செஞ்சி நாயக்கர், வேலூர் நாயக்கர் ஆகியவர் தமிழகத்திலிருந்த அமர நாயக்கர்களாவர்.

மதுரை நாயக்கர்கள்

டெல்லி சுல்தானையும் பாண்டிய மன்னனையும் போரில் வென்ற பின் விஜயநகர அரசு மதுரையில் ஆட்சிபுரிய ஒரு நாயக்கரை அமர்த்தியது. விஜயநகரத் தலைநகருக்கும் மதுரைக்கும் மிகத் தொலைவாயிருந்ததால் மதுரையை ஆண்ட நாகம நாயக்கர் அடிக்கடி கிளர்ச்சி செய்துவந்தார். கிருஷ்ணதேவராயரின் ஆட்சியின் கடைசிக் காலத்தில் மதுரையிலாண்ட நாகம நாயக்கர் கிளர்ச்சி செய்ததாகவும் அதனால் அவர் பதவியிலிருந்து அகற்றப்பட்டதாகவும் கே.கே.பிள்ளை குறிப்பிடுகிறார்.[10] மதுரை நாயக்க அரசின் தோற்றம் பற்றி,

மதுரை நாயக்க அரசு தோன்றியதின் சரியான ஆண்டு எது என்பது பல சிக்கல்கள் உடைய கணிப்பு ஆகும். கி.பி.1559 என்று நெல்சன் கூறுவது திருப்திகரமாய் இல்லை. சத்யநாதய்யர் போன்ற சில அறிஞர்கள் கிருஷ்ண தேவராயரின் காலமான கி.பி.1529 என்று குறிப்பிடுகின்றனர். கே.ஏ.நீலகண்ட சாஸ்திரியார், என்.வெங்கடரமணய்யா ஆகியவர்கள் மதுரை நாயக்க அரசு விசுவநாத நாயக்கரால் தோற்றுவிக்கப்படாமல் அவரது மகனான கிருஷ்ணப்ப நாயக்கரால்தான் தோற்றுவிக்கப்பட்டதாகக் கருதுகின்றனர்.[11] என்று டி.தேவகுஞ்சரி குறிப்பிடுகிறார்.

விசுவநாத நாயக்கர் (1529 - 1564)

நாகம நாயக்கருக்குப் பின் விசயநகரப் பேரரசர் கிருஷ்ணதேவராயர் ஆட்சியின் இறுதிகாலத்தில் விசுவநாத நாயக்கர் பிரதிநிதியாக மதுரையைத் தலைநகராகக் கொண்டு அரசாண்டார். விசுவநாத நாயக்கருக்கு அரியநாதர் படைத் தலைவராகவும் அமைச்சராகவும் இருந்தார். இக்காலத்தில் நடைபெற்ற பஞ்சபாண்டியர் கலகத்தை அரியநாதரால் தீர்க்கமுடியாமையால் விசுவநாத நாயக்கர் நேரில் சென்று தலையிட்டுத் தீர்த்துவைத்துள்ளார். செவ்வப்ப நாயக்கருடன் நட்புறவு கொண்டு, பாண்டி நாட்டிற்குள் இருந்த வல்லம் என்ற ஊரை தஞ்சை நாயக்கருக்கு வழங்கியும் திருச்சிராப்பள்ளியை மதுரை நாட்டுடன் இணைக்கவும் செய்தார். இவர் பல திருக்கோயில்களில் திருப்பணி செய்துள்ளார். காவிரியாற்றின் இரு கரையிலும் இருந்த காடுகளை அழித்துச் சாலைகள் அமைத்தார். அரியநாதர் உதவியுடன் பாளையப்பட்டு முறையை ஏற்படுத்தினார். இப்பாளையப்பட்டில் கன்னடர், தெலுங்கர்,

தமிழர் எனப்பலரும் பாளையக்காரர்களாக இருந்துள்ளனர். பாளையக்காரர் ஆளும் பகுதிகளிலிருந்து கிடைக்கும் வருவாய் மூன்றில் ஒரு பங்கை மதுரை நாயக்கருக்கும் ஒரு பங்கைப் படைவீரர்களுக்கும் ஒரு பங்கை சொந்தச் செலவிற்கும் பயன்படுத்தியுள்ளனர்.

விசுநாத நாயக்கர் ஆட்சித் திறமையால் மறவர் நாட்டில் அமைதியை ஏற்படுத்தினார். விசயநகரப் பேரரசர்களாயிருந்த அச்சுததேவராயர், சதாசிவராயர், அமைச்சர் இராமராயர் ஆகியோருக்குக் கட்டுப்பட்டு ஆட்சிசெய்த விசுவநாத நாயக்கர் 69ஆம் வயதில் 1564 ஆம் ஆண்டில் மறைந்தார்.[12]

முதலாம் கிருஷ்ணப்ப நாயக்கர் (1564-1572)

விசுவநாத நாயக்கரின் மகன் முதலாம் கிருஷ்ணப்ப நாயக்கர் ஆவார். இவர் குமார கிருஷ்ணப்பர், பெரிய கிருஷ்ணப்ப நாயக்கர், கிருஷ்ண வீரப்ப நாயக்கர் என்று பல பெயர்களில் அழைக்கப்பட்டுள்ளார். பரமக்குடி பாளையக் காரரான தும்பிச்சி நாயக்கர் என்பவர் நாட்டில் உரிமை வேண்டி சில பாளையக்காரர்களைச் சேர்த்துகொண்டு கலகம் செய்தார். இக்காலத்தில் படைத்தலைவர் பெரிய கேசவப்பன் தும்பிச்சி நாயக்கனோடு போர்புரிந்தபோது கொல்லப் பட்டார். பின்னர் படைத்தலைவரின் புதல்வரான சின்னக் கேசவப்பர் பெரும்படையுடன் சென்று தும்பிச்சி நாயக்கரைத் தோற்கடித்தார். கிருஷ்ணப்ப நாயக்கர் இலங்கையை வென்று தமக்குக் கப்பம் கட்டும்படி செய்தார். கி.பி.1565 இல் நடைபெற்ற தலைக்கோட்டைப் போரில் விசயநகரப் பேரரசுக்குப் படையுதவி செய்ததோடு அரியநாதரைப் போருக்கு அனுப்பிவைத்தார். அரியநாதர் மதுரையில் தங்கியிருந்தபோது தொண்டை மண்டல முதலியார்களைப் பாண்டிய மண்டலப் பகுதியான சோழவந்தான், திருநெல்வேலி முதலிய இடங்களில் குடியேற்றியுள்ளார்.

கிருஷ்ணப்ப நாயக்கர் திருநெல்வேலி அருகில் கிருஷ்ணாபுரம் எனும் நகரத்தை அமைத்து அங்கு திருவேங்கடநாதர் கோயிலைக் கட்டி அழகிய சிற்பங்களைக் கொண்ட மண்டபங்களை அமைத்துள்ளார். இக்கோயிலுக்குப் பல கொடைகளையும் சிற்றூர்களையும் தானமாக வழங்கியுள்ளார்.[13] மதுரை மீனாட்சி சொக்கநாதர் கோயிலில் பல திருப்பணிகள் செய்ததைத் திருப்பணி மாலை குறிப்பிடுகிறது.[14] சிறந்த ஆட்சியாளராய்த் திகழ்ந்த கிருஷ்ணப்ப நாயக்கர் ஒன்பது

ஆண்டுகளே ஆட்சிபுரிந்து கி.பி.1572ஆம் ஆண்டு இயற்கை எய்தினார்.

வீரப்ப நாயக்கர் (1572 - 1595)

கிருஷ்ணப்ப நாயக்கரின் மூத்த மகனான வீரப்ப நாயக்கர் கி.பி.1572ஆம் ஆண்டில் அரியணை ஏறினார். இக்காலத்தில் அரியநாதர் தளவாயாகவும் பிரதானியாகவும் இருந்து சிறப்பாக ஆட்சி நடத்த வகை செய்தார். மானாமதுரை, காளையார்கோயில் ஆகிய பகுதிகளில் ஆட்சி புரிந்த மாவலி வாணாதிராயர் என்பவர் அருகிலிருந்த சிற்றூர்களைக் கைப்பற்றிப் பாண்டிய நாட்டில் கலகத்தை ஏற்படுத்தினார். இக்கலகத்தை அறிந்த வீரப்ப நாயக்கர் பாளையத்தைக் கைப்பற்றிக்கொண்டார். தென்பாண்டி நாட்டில் சில பகுதிகளைச் சிற்றரசர்களாக இருந்து ஆண்டுவந்த அதிவீரராம பாண்டியன், வரதுங்க ராமபாண்டியன் ஆகியோர் வீரப்ப நாயக்கருக்குக் கட்டுப்பட்டு ஆட்சிபுரிந்தனர். இவர் அருப்புக் கோட்டையில் ஓர் அரண்மனையும் சிதம்பரத்தில் கூத்தப் பெருமானுக்குத் திருக்கோயிலைச் சுற்றித் திருமதிலும் எடுப்பித்தார். மதுரை மீனாட்சி சுந்தரேசுவரர் கோயிலில் திருப்பணியும் செய்துள்ளார்.

இக்காலத்தில் விசயநகரப் பேரரசு வீழ்ச்சி அடைந்த போதிலும் விசுவநாத நாயக்கர், கிருஷ்ணப்ப நாயக்கர், வீரப்ப நாயக்கர் ஆகியோர் அப்பேரரசுக்குக் கீழ்ப்பட்டிருந்தே ஆட்சிபுரிந்தனர். சைவம், வைணவம், இசுலாம் போன்ற சமயங்கள் செல்வாக்குப் பெற்றிருந்த காலத்தில் மதுரை நாட்டில் கிறிஸ்தவ சமயப் பாதிரிமார்கள் மதுரையில் தங்கிச் சமயத்தைப் பரப்பவும் கோயில் கட்டவும் உரிமைப் பெற்றனர். சுமார் 23 ஆண்டுகள் நல்லாட்சி நடத்திய வீரப்ப நாயக்கர் செப்டம்பர் திங்கள் கி.பி.1595 இல் மறைந்தார்.[15]

இரண்டாம் கிருஷ்ணப்ப நாயக்கர் (1595 - 1601)

வீரப்ப நாயக்கருக்கு குமார கிருஷ்ணப்பர், விசுவப்பர், கஸ்தூரி ரங்கப்பர் என மூன்று புதல்வர்கள் இருந்தனர். மூத்த மகனான குமார கிருஷ்ணப்பர் கி.பி.1595 ஆம் ஆண்டு ஆட்சியைப் பிடித்தார். இவர் இரண்டாம் கிருஷ்ணப்பர், வீர கிருஷ்ணப்பர் என்றும் அழைக்கப்பெற்றார். இம்மன்னர் காலத்தில் கலகம், போர் என்று எதுவும் நடைபெறவில்லை. பாண்டியச் சிற்றரசர்கள் திருவாங்கூர் மன்னர் ஆகியோர் இரண்டாம் கிருஷ்ணப்ப நாயக்கருக்கு அடங்கிய நிலையில் ஆட்சிபுரிந்தனர்.

மதுரை நாட்டின் வளர்ச்சிக்காகவே தன்னை அர்ப்பணித்துக் கொண்ட தளவாய் அரியநாதர் பெயரளவில் பதவியிலிருந்து முதுமையின் காரணமாக கி.பி. 1600ஆம் ஆண்டில் காலமானார். சுமார் ஐந்தாண்டுகளே ஆட்சி செய்த இரண்டாம் கிருஷ்ணப்ப நாயக்கர் கி.பி.1601 இல் மறைந்தார்.[16]

முத்துக் கிருஷ்ணப்ப நாயக்கர் (1601 - 1609)

வீரப்ப நாயக்கரின் பேரர் முத்துகிருஷ்ணப்ப நாயக்கர் ஆவார். இராமநாதபுரச் சீமையில் நல்லாட்சியை ஏற்படுத்த முத்துகிருஷ்ணப்ப நாயக்கர் சடைக்க தேவர் என்பவரைக் குறுநில மன்னராக்கி நாடு காவல் பொறுப்பை ஒப்படைத்தார். வீரமிக்க தளவாய் அரியநாத முதலியார் இருந்த வரை மறவர் நாட்டில் அமைதி நிலவியது. தளவாய் இறந்தவுடன் மறவர் சீமையில் கொள்ளை அடிப்பதும் கலகம் செய்வதும் தொடர்ந்து நடைபெற்றுவந்ததால் மதுரை நாட்டிற்குத் தீமை விளையும் என்று கருதி மறவர் சீமையில் சடையத்தேவன் உடையான் என்பவனைத் தலைவனாக்கினார். போர்ச்சுகீசியரான பரங்கியர் கிழக்குக் கடற்கரை ஓரங்களில் குறுநில மன்னர்களின் அனுமதியின்றி பரதவர்களைக் கிறிஸ்தவ சமயத்திற்கு மாற்றியது மட்டுமின்றி அவர்களிடம் வரியினை வசூலித்துள்ளனர். இத்தாலி நாட்டிலிருந்து கிறிஸ்தவ சமயத்தைப் பரப்புதற்காக வந்த இராபர்ட்—டி—நொபிலி இந்துசமயச் சடங்குகளைப் பின்பற்றிச் சமயத்தைப் பரப்பினார். மக்களின் மீது பேரன்பு கொண்ட முத்துகிருஷ்ணப்ப நாயக்கர் கி.பி.1609 இல் காலமானார்.[17]

முதலாம் முத்துவீரப்ப நாயக்கர் (1609 - 1623)

முத்துகிருஷ்ணப்ப நாயக்கரின் மூத்த மகனான முத்துவீரப்ப நாயக்கர் தந்தை இறந்தபிறகு ஆட்சியை ஏற்றார். விசுவநாத நாயக்கர் முதல் முத்துகிருஷ்ணப்ப நாயக்கர் வரை விஜயநகரப் பேரரசுக்குப் கட்டுப்பட்டு திறைப்பணம் செலுத்தி வந்தனர். ஆனால் முதலாம் முத்துவீரப்ப நாயக்கர் விஜயநகர பேரர—சிலிருந்து விலகிவிட எண்ணி திறைப்பணம் செலுத்தாமல் இருந்தார். இச்சமயத்தில் வேலூர் சிற்றரசனான ஜக்கராயன் பெருநாட்டை ஆண்ட இராமதேவரை எதிர்க்க முதலாம் வீரப்ப நாயக்கரையும் செஞ்சி நாயக்கரையும் படையுதவி செய்யமாறு வேண்டினான். இரு தரப்பினருக்கும் தோப்பூரில் கி.பி.1616இல் போர் நடைபெற்றது. போரில் ஜக்கரான் கொல்லப்பட்டார். இதனால் முத்துவீரப்ப நாயக்கரின்

முழுவுரிமை மன்னராகும் முயற்சி முடிவுறவில்லை. தஞ்சை நாயக்கர் மீது போர் தொடுப்பதற்காக மதுரையிலிருந்த தலைநகரை திருச்சிராப்பள்ளிக்கு மாற்றினார்.

இராபர்ட்—டி—நொபிலி கி.பி.1610 இல் மதுரையில் கோவிலைக் கட்டினார். முத்துவீரப்ப நாயக்கர் கிறித்தவ சமயத்தைத் தழுவிய மக்களைத் துன்புறுத்தினார் என்று கூறப்பட்டுள்ளது. சுமார் 14 ஆண்டுகள் அரசாண்ட முத்துவீரப்ப நாயக்கர் சந்ததியின்றி கி.பி.1623 இல் காலமானார்.[18]

திருமலை நாயக்கர் (1623-1659)

மதுரை நாட்டை ஐந்தாவது நாயக்க அரசராய் ஆட்சிபுரிந்த முத்துக்கிருஷ்ணப்ப நாயக்கரின் இரண்டாவது குமாரர் திருமலை நாயக்கர். இவர் திருமலை சவுரி நாயினு அய்யுலுகாரு என்று அழைக்கப்பட்டார். கி.பி.1634 இல் திருமலை நாயக்கர் தலைநகரைத் திருச்சிராப்பள்ளியிலிருந்து மதுரைக்கு மாற்றினார்.

திருமலை நாயக்கர் விசயநகரப் பேரரசின் தலைமையை முதல்முதலாக உதறித்தள்ளி முழுவுரிமை மன்னரானார். இவர் காலத்தில் மைசூரை ஆண்ட சாமராஜ உடையாருடன் முதல் மைசூர்ப் போரும் திருவாங்கூர் மீது படையெடுப்பு, சேதுபதியுடன் போர், விஜயநகரப் பேரரசர் மூன்றாம் வேங்கடருடன் போர், மூக்கறுப்புப் போர் ஆகிய போர்களை நடத்தியுள்ளார். திருமலை நாயக்கர் மகால், மதுரை புதுமண்டபம், தெப்பக்குளம், இராயர் கோபுரம் ஆகியன திருமலை நாயக்கரால் கட்டப்பட்டதாகும். இவர் சைவம், வைணவம், கிறித்துவம், இசுலாம் என்று சமய வேறுபாடு கருதாமல் அனைத்துச் சமயத்திற்கும் நன்மை செய்துள்ளார். மதுரை மீனாட்சியம்மன் கோயில் ஆட்சிக் குழுவில் பங்குகொண்டு வழிபாட்டுமுறையை ஒழுங்குபடுத்தியது, மாசித் திருவிழாவினை சித்திரை மாதத்திற்கு மாற்றியமைத்தது, திருவிளையாடல் விழா நடத்தியது, தெப்பத் திருவிழா ஆகிய விழாக்களைச் சிறப்புடன் நடத்தியுள்ளார். இவர் கி.பி.1659 ஆம் ஆண்டு பிப்ரவரி மாதம் காலமானார்.[19]

இரண்டாம் முத்துவீரப்ப நாயக்கர் (1659)

திருமலை நாயக்கரின் புதல்வர் இரண்டாம் முத்துவீரப்ப நாயக்கர் ஆவார். இவர் காமக்கிழத்தியின் மகன் என்றும்

பட்டத்தரசியின் மகன் என்றும் கூறப்படுகிறார். திருமலை நாயக்கரின் தமையனார் குமாரமுத்து மைசூரில் மூக்கறுப்புப் போரில் வெற்றி பெற்று மதுரைக்குத் திரும்பினார். திருமலை நாயக்கர் இறந்த செய்தியும் முத்துவீரப்பர் ஆட்சிப் பீடத்தில் அமர்ந்ததையும் கேள்வியுற்று மதுரை அருகில் பாசறை அமைத்துப் போர் செய்யும் எண்ணத்தில் தங்கியிருந்தார். இதையறிந்த அரங்கண்ண நாயக்கர் முத்துவீரப்பருக்கும் குமாரமுத்துவுக்கும் போர் நிகழாவண்ணம் உடன்படிக்கை செய்து வைத்தார். இவ்வுடன்படிக்கையின்படி குமார முத்து நாயக்கருக்குச் சிவகாசிச் சீமை, திருநெல்வேலியில் சில பகுதிகள் ஆகியன ஆட்சிசெய்யும் அதிகாரம் வழங்கப்பட்டது.

முத்துவீரப்பர் திருச்சிராப்பள்ளிக் கோட்டையைப் பலப்படுத்த எண்ணி படைத்தலைவராக இலிங்கண்ண நாயக்கரை நியமித்தார். இவர் காலத்தில் பிஜபூர்ச் சுல்தான் தென்னாட்டின்மீது படையெடுத்தார். திருச்சிராப்பள்ளிக் கோட்டையின் பலத்தைப் பார்த்து தஞ்சை நாயக்கர் மீது படையெடுத்து அந்த நாட்டை வென்றார். பின்னர் முத்துவீரப்ப நாயக்கரிடம் பொருள் பெற்றுக்கொண்டு சென்றுவிட்டார். இப்படையெடுப்பால் தஞ்சையிலும் திருச்சியிலும் பஞ்சம் ஏற்பட்டதால் படைவீரர்களும் மக்களும் இறந்தனர். இதனால் நாட்டில் நோய் பரவியது. மதுரை நாட்டை நான்கு மாதங்களே ஆட்சிபுரிந்த இரண்டாம் முத்துவீரப்ப நாயக்கர் பல படையெடுப்புகளில் வெற்றிபெற்று சிறந்த வீரராய்த் திகழ்ந்தார். கி.பி.1659 இல் ஜூன் மாதம் இறைவனடி சேர்ந்தார்.[20]

சொக்கநாத நாயக்கர் (1659 - 1682)

இரண்டாம் முத்துவீரப்ப நாயக்கரின் புதல்வனும் திருமலை நாயக்கரின் பேரனும் ஆவார். இவர் பதினாறாம் வயதில் பட்டத்தை ஏற்றார். இவர் இளைய வயதில் ஆட்சியைப் பிடித்தமையால் தளவாய் இலிங்கம நாயக்கர், பிரதானி, இராயசம் ஆகியோர் கூட்டுச் சதி செய்து அரசருக்கு வேண்டியவர்களைச் சிறையில் அடைத்தும் நாடு கடத்தியும் வந்துள்ளனர். தளவாய் இலிங்கமனின் சதியை அறிந்த சொக்கநாத நாயக்கர் தண்டிக்க முற்பட்டபோது அவன் செஞ்சி சகோசியிடம் தஞ்சமடைந்தான். தஞ்சமடைந்த இலிங்கமன் திருச்சியைத் தாக்குமாறு வேண்டினான்.

அதற்குத் துணையாகத் தஞ்சை விஜயராகவ நாயக்கரின் படையுதவியையும் வேண்டினான். செஞ்சி அரசரும் தஞ்சை நாயக்கரும் இணைந்து சொக்கநாதரைத் தாக்கினர். போரில் சொக்கநாத நாயக்கர் வெற்றிபெற்றார். இதுவரை நடைபெற்ற பல போர்களில் தமக்கு உதவி செய்யாத சேதுபதிகள் மீது படையெடுத்துச் சென்றார். இக்காலத்தில் நடைபெற்ற முஸ்லிம் படையெடுப்பால் மதுரை நாட்டில் மிகுதியாகப் பஞ்சம் ஏற்பட்டுள்ளது. இவர் கி.பி.1682 ஆம் ஆண்டு ஜுன் திங்கள் 16ஆம் நாள் மாரடைப்பால் இறந்தார்.[21]

மூன்றாம் முத்துவீரப்ப நாயக்கர் (1682 - 1689)

சொக்கநாத நாயக்கர் — மங்கம்மாள் அவர்களின் புதல்வர் முத்துவீரப்ப நாயக்கர். இவரை அரங்க கிருஷ்ண முத்துவீரப்பர் என்பர். சிற்றரசனான சேதுபதி மன்னராகும் எண்ணத்தில் தளவாய் வேங்கடகிருஷ்ணப்பன், செங்கமலதாசன் இருவரையும் இணைத்துக்கொண்டு மதுரையின் மீது போர் தொடுத்தார். இப்போர் சேதுபதியின் தளவாய் குமாரப்ப பிள்ளையால் தடுத்து நிறுத்தப்பட்டது. கி.பி.1687ஆம் ஆண்டுச் சாசனம் ஒன்று ஸ்ரீரங்க கிருஷ்ண முத்துவீரப்ப நாயக்கர் தாயாரான அன்னமுத்தம்மாள் திருவரங்கம் பெருமானுக்கு இரண்டு கிராமங்களைத் தானம் செய்துள்ளதைக் குறிப்பிடுகின்றது. ஜான்—டி—பிரிட்டோ பாதிரியார் கி.பி.1680இல் மதுரைக்கு வந்து மறவர் சீமைக்குச் சென்று கிறிஸ்தவ சமயத்தைப் பரப்பினார். அனைத்துச் சமயத்திற்கும் ஆதரவளித்த முத்துவீரப்ப நாயக்கர் ஏழு ஆண்டுகள் ஆட்சி செய்து கி.பி.1689 ஆம் ஆண்டில் பெரியம்மை நோயால் இறந்தார்.[22]

இராணி மங்கம்மாள் (1689 - 1706)

சொக்கநாத நாயக்கரின் மனைவியான மங்கம்மாள் விசயரங்க சொக்கநாத நாயக்கரின் சார்பாளராக கி.பி.1689 முதல் கி.பி.1706 வரை ஆட்சி புரிந்துள்ளார். முகலாயப் பேரரசுக்கு அடங்கியவராக இருந்த மங்கம்மாள் அக்காலத்தில் முகலாயப் படைத்தலைவன் சுல்பிர்கான் தெற்கே வந்தபோது அவனுக்கு விலையுயர்ந்த பொருட்களை அன்பளிப்பாகக் கொடுத்து இழந்த சில பகுதிகளை மீட்டார். மைசூர் மன்னன் சிக்கதேவராயன் மதுரை நாட்டிற்குச் சொந்தமான சேலம், கோயம்புத்தூர் ஆகிய பகுதிகளைக் கைப்பற்ற எண்ணியதை

அறிந்து அவர்கள் மீது படையெடுத்தார். திருவாங்கூர் மன்னன் மதுரை நாட்டிற்குக் கப்பம் கட்டாது இருப்பதைக் கண்ட மங்கம்மாள் ஆண்டுதோறும் ஒரு படையை அனுப்பி அச்சுறுத்திக் கப்பம் வாங்கத் தொடங்கினார்.

தஞ்சை மன்னரின் தொல்லைகளைப் பொறாமல் தஞ்சை நாட்டின் மீது படையெடுத்தார். மைசூர் சிக்கதேவராயன் காவிரியின் குறுக்கே அணையைக் கட்டி நீரைச் சோழ பாண்டிய நாடுகளுக்கு வாராமல் தடுத்ததை அறிந்த மங்கம்மாள் தஞ்சை நாயக்கர் மீது படையெடுத்து சென்று வெற்றிபெற்றார். மதுரையைக் கைப்பற்றியிருந்த கிழவன் சேதுபதி தளவாய் நரசப்பையன் விரட்டியடித்தார். இவர் காலத்தில் கிறித்துவ சமயம் பரப்ப வந்த ஜான்—டி—பிரிட்டோபாதிரியார் சமயத் தொண்டாற்றியதோடு பாதிரிமார்களுக்குச் சில சலுகைகளையும் பெற்றுத் தந்துள்ளார்.பல கோயில்களைத் திருப்பணி செய்தும் குளங்களை வெட்டியும் கால்வாய்களைச் செப்பனிட்டும் சத்திரங்களைக் கட்டியும் அறச்செயல்களைச் செய்த மங்கம்மாள் நாற்பத்தேழு ஆண்டு ஆட்சிபுரிந்துள்ளார். இவர் கி.பி.1706 ஆம் ஆண்டில் இறைவடி சேர்ந்தார்.[23]

விசயரங்க சொக்கநாத நாயக்கர் (1706-1732)

விசயரங்க சொக்கநாத நாயக்கர் முத்துவீரப்ப நாயக்கர் — முத்தம்மாள் ஆகியோரின் மகனும் மங்கம்மாளின் பேரனும் ஆவார். இவருடைய தளவாய் கஸ்தூரி ரங்கய்யாவும் பிரதானி வேங்கடகிருஷ்ணய்யாவும் இணைந்து மன்னருக்குத் தெரியாமல் மக்கள் மீது அதிக வரிகளை விதித்ததால் மக்கள் அறப்போராட்டத்தில் ஈடுபட்டுக் கிளர்ச்சி செய்தனர். விசயரங்க சொக்கநாத நாயக்கர் இறைவன் மீது கொண்ட பக்தியால் பல திருத்தலங்களுக்கு யாத்திரை சென்றுள்ளார். இதனால் அரசாங்க நடவடிக்கைகளில் கவனம் செலுத்தமுடியாமல் தளவாய், பிரதானி, அதிகாரிகள் அனைவரும் கொள்ளையடித்தனர். மறவர் நாட்டை ஆட்சிபுரிந்த கிழவன் சேதுபதி இறந்ததால் பவானிசங்கனுக்கு ஆளும் உரிமை வழங்கப்பட்டது. கிழவன் சேதுபதி புதல்வர்களான வடுகநாததேவர், விஜயரகுநாத தேவர் இருவரும் கலகம் செய்தனர். கோயில்களுக்கும் மடங்களுக்கும் கொள்ளை கொள்ளையாக நிலங்களை வழங்கினார். கணக்கின்றிக் கோயில்களுக்கும் அறநிலையங்களுக்கும் கொடை வழங்கியுள்ளார். திருவரங்கம், திருவானைக்காவல்,

மதுரை, திருநெல்வேலி, ஆழ்வார்திருநகரி, திருவைகுண்டம் ஆகிய தலங்களுக்கு யாத்திரை செய்து அக்கோயில்களுக்குப் பொன்னும் பொருளும் நிலமும் வழங்கினார். நாட்டைப் பற்றிச் சிறிதும் கவலையுறாமல் இறைத்தொண்டினைப் புரிந்த இவர் கி.பி.1732 இல் பிப்ரவரி மாதம் காலமானார்.[24]

மீனாட்சி (1732 - 1736)

விசயரங்க சொக்கநாதருக்கு சந்ததி இல்லாமையால் அவருடைய மனைவி மீனாட்சி அரியணை ஏறினார். மீனாட்சியின் உடன்பிறந்த வேங்கடப்பெருமாள் நாயக்கன் ஆட்சியில் உதவி புரிந்தான். இக்காலத்தில் பங்காரு திருமலையும் தளவாய் வேங்கடாச்சாரியும் இணைந்து கலகம் செய்தனர். ஆற்காடு நவாபு தோஸ்து அலிகான் என்பவன் இக்கலகத்தைத் தனக்குச் சாதகமாகப் பயன்படுத்திக் கப்பம் வசூலிக்கும்படி அவனுடைய மகன் சப்தர் அலிகான், மருமகன் சந்தாசாகிபு இருவரையும் திருச்சியை நோக்கிப் படையெடுத்துச் செல்ல அனுமதித்தான். சந்தா சாகிபுவின் சதியால் மீனாட்சி அரசி நஞ்சுண்டு மாண்டார்.[25]

மதுரை நாயக்கர் அரசபரம்பரையினர் கி.பி.1529 முதல் கி.பி.1736 வரை ஏறத்தாழ 207 ஆண்டுகள் மதுரை நாட்டைச் சிறப்பாக ஆட்சி செய்தனர். விசுவநாத நாயக்கர் முதலாக மீனாட்சி அரசி இறுதியாகப் பதிமூன்று பேர்கள் ஆண்டனர். விசுவநாத நாயக்கர் முதல் முதலாம் முத்துவீரப்ப நாயக்கர் ஈறாக அறுவர் விசயநகரப் பேரரசர் கிருஷ்ணதேவராயர், அச்சுததேவராயர் ஆகியோரின் கீழ் ஆளுநர்களாக மதுரை நாட்டை ஆட்சி செய்தனர். திருமலை நாயக்கர் விசயநகரப் பேரரசர் மூன்றாம் ஸ்ரீரங்கனோடு போராடி வெற்றிபெற்று முழுவுரிமை மன்னராய் ஆட்சி செய்தார். பின்னர் வந்த இரண்டாம் முத்துவீரப்ப நாயக்கர் தொடங்கி மீனாட்சி அரசி இறுதியாக அறுவரும் மதுரை நாட்டை முழுவுரிமையோடு ஆட்சி செலுத்தினர்.

மதுரை நாயக்கர்கள் பட்டியல்

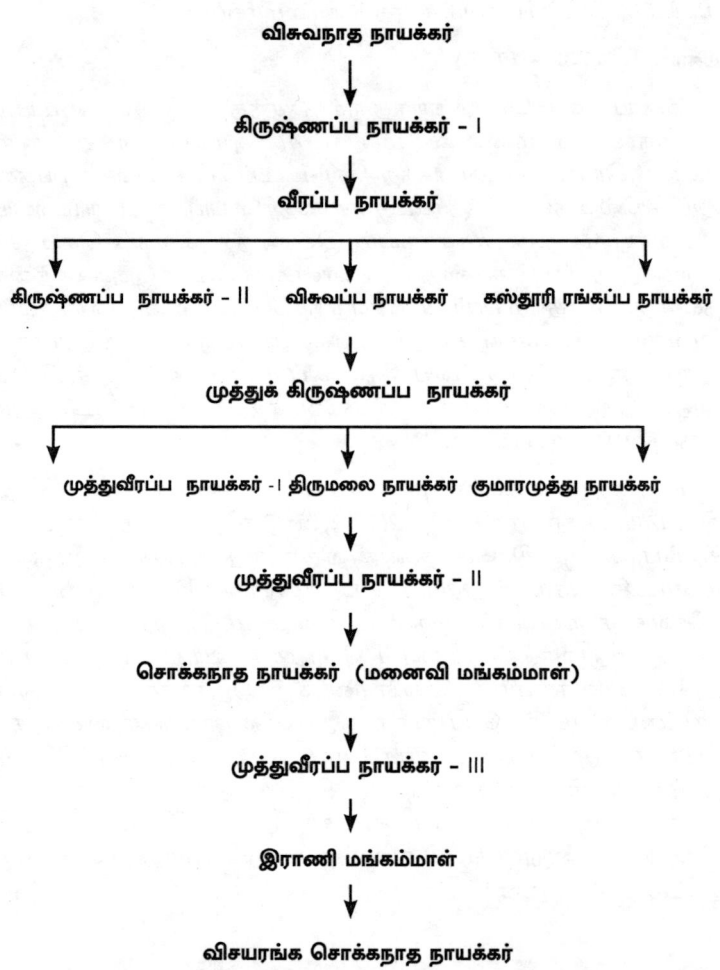

விசுவநாத நாயக்கர்

↓

கிருஷ்ணப்ப நாயக்கர் - I

↓

வீரப்ப நாயக்கர்

↓ ↓ ↓

கிருஷ்ணப்ப நாயக்கர் - II | விசுவப்ப நாயக்கர் | கஸ்தூரி ரங்கப்ப நாயக்கர்

↓

முத்துக் கிருஷ்ணப்ப நாயக்கர்

↓ ↓ ↓

முத்துவீரப்ப நாயக்கர் - I | திருமலை நாயக்கர் | குமாரமுத்து நாயக்கர்

↓

முத்துவீரப்ப நாயக்கர் - II

↓

சொக்கநாத நாயக்கர் (மனைவி மங்கம்மாள்)

↓

முத்துவீரப்ப நாயக்கர் - III

↓

இராணி மங்கம்மாள்

↓

விசயரங்க சொக்கநாத நாயக்கர்

மீனாட்சி அரசி (விசயரங்க சொக்கநாதர் மனைவி)

நன்றி : அ.கி.பரந்தாமனார்

தஞ்சை நாயக்கர்

விஜயாலய சோழன் காலத்தில் சோழப் பேரரசின் தலைமைபீடமாக விளங்கியது தஞ்சை நகரம். சோழ மன்னர்கள் தஞ்சையைத் தலைநகரமாகக் கொண்டு சிறந்தமுறையில் ஆட்சி செய்தனர். இக்காலத்தைப் பொற்காலம் என்பர். இவர்களைத் தொடர்ந்து நாயக்க மன்னர்களும், மராட்டிய அரசர்களும் தஞ்சாவூரைத் தலைமைப் பீடமாக அமைத்துக்கொண்டு ஆட்சிபுரிந்தனர். விசயநகரப் பேரரசின் கட்டுப்பாட்டின் கீழ் தொடர்ச்சியாகச் சுமார் 140 ஆண்டுகள் ஆட்சி செய்த காலத்தில் சமய வேறுபாடுகள் கருதாமல் அனைத்துச் சமயத்திற்கும் ஆதரவளித்துள்ளனர்.

செவ்வப்ப நாயக்கர் (1535 - 1690)

விசயநகர பேரரசர்களின் சார்பாளர்களாக இருந்த திம்மப்ப நாயக்கர் — பாயாம்பிகா தம்பதிகளுக்கு நான்காவதாகப் பிறந்தவர் செவ்வப்ப நாயக்கர். இவர் செவ்வப்ப நாயக்கர், சின்ன செவ்வ, செவ்வனார்பதி, செவ்வபூபன், சிறுசெவ்வன் என்று தமிழ், தெலுங்கு, சமஸ்கிருதம் ஆகிய மொழிகளில் குறிப்பிடப்பட்டுள்ளார். சுவாமிமலை சுவாமிநாத சுவாமி திருக்கோயில் கல்வெட்டு,

> தொண்டை மண்டலம் நெடுங்குன்றம் சதுர்த்த கோத்திரத்து
> திம்மப்ப நாயக்கர் புத்திரன் செவ்வப்ப நாயக்கர்.[26]

என்று குறிப்பிடுகிறது. கிருஷ்ணதேவராயரின் அரசப்பிரதிநிதி திருமலை நாயக்கர் என்பவர் நலம் பெற வேண்டி தளவாய் செவ்வப்ப நாயக்கர் தானம் வழங்கியதைக் கொடுங்களூர் கல்வெட்டு குறிப்பிடுகிறது.[27]

தஞ்சை செவ்வப்ப நாயக்கருடன் பிறந்த பெத்தமல்லப்ப எனும் பெரிய மல்லப்ப நாயக்கர், சின்னமல்ல எனும் சிறியமல்லப்ப நாயக்கர், சின்னசெவ்வ எனும் சிறிய செவ்வப்ப நாயக்கர் ஆகிய மூவரும் விசயநகரப் பேரரசர் கிருஷ்ண தேவராயர், அச்சுததேவராயர் காலத்தில் வாசல், அடப்பம் என்ற பதவி போன்ற உயர்நிலை அரச பதவிகளை வகித்துள்ளதை,

> அச்சுதராயர் அடப்பத்து நெடுங்குன்றம் மல்லப்ப நாயக்கர்
> தம்பியார் செவ்வப்ப நாயக்கர்[28]

> பெரும்பற்றபுலியூரான திருவம்பலமுடைய தம்பிராநாற் அருளிச் செய்தபடிக்கு சண்டெசுவரன் வாசல் மல்லப்ப நாயக்கர்[29]

என்று கல்வெட்டு அறிமுகப்படுத்துகிறது. பின்னர் சோழ மண்டலம், தொண்டை மண்டலப் பகுதிகளில் நாயக்கத்தானம் எனும் ஆளுகை உரிமை பெற்று ஆட்சி செலுத்தியுள்ளனர்.

செவ்வப்ப நாயக்கர் மூர்த்தி அம்மாளை மணந்ததை,

> ...பாகேன மூர்த்தியம்பா செவ்வ பூபயோ ஸ்ரீவீராச்யுத பூபால சேகரேன ஸமர்பிதான் ஸந்திதெள ரங்கநாதஸ்ய ஷஷ்ஷ தீபான்[30]

என்று திருவரங்கம் அரங்கநாதர் கோயில் கல்வெட்டு குறிப் பிடுகிறது.

செவ்வப்ப நாயக்கர் ஆட்சிக் காலத்தில் விட்டலதேவராயரின் திருவடித் தேசத்துப் போர், விஜயநகரப் பேரரசிற்கும் சுல்தான் களுக்கும் நடைபெற்ற தலைக்கோட்டைப் போர் ஆகியன நடை பெற்றுள்ளன. தஞ்சை நாயக்கர் செவ்வப்பரின் படையும் இதில் பங்கேற்றிருக்க வேண்டும் என்று விஜயநகர வரலாறு எழுதிய வரலாற்றாசிரியர்கள் கருதுகின்றனர்.

விசயநகரப் பேரரசுக்குத் திறை செலுத்தி நட்புறவுடன் ஆட்சி செலுத்திய செவ்வப்ப நாயக்கர் தன் மகன் அச்சுதப்ப நாயக்கரிடம் ஆட்சி செய்யும் உரிமை வழங்கி ஆன்மீகப் பணியில் ஈடுபட்டார்.

அச்சுதப்ப நாயக்கர் (1564-1617)

தஞ்சை நாயக்கர் மன்னர்களின் வரிசையில் இரண்டாவதாக ஆட்சிப் பொறுப்பேற்றவர் அச்சுதப்ப நாயக்கர் ஆவார். இவர் செவ்வப்ப நாயக்கர்—மூர்த்தி அம்மாள் தம்பதியர்க்குத் திருவரங்கம் அரங்கநாதப் பெருமாள் திருவருளால் அச்சுதப்ப நாயக்கர் பிறந்தார் என்பதை,

> செவ்வப்ப நாயனி வாரிகின்னி மூர்த்தி அம்மவாரி (கின்னி) ஸ்ரீரங்கநாத சுவாமி வரப்பிரஸாதம் வல்லனு ஜனனமைன அச்சுதப்ப நாயனி வாரு.[31]

என்று தமிழ்—தெலுங்குக் கல்வெட்டு குறிப்பிடுகிறது. அச்சு தப்ப நாயக்கர் கி.பி.1564 முதல் தன் தந்தை செவ்வப்ப நாயக் கருடன் இணைந்து ஆட்சிப் பொறுப்புகளைக் கவனித்துள்ளார். தன் தந்தைக்கு அமைச்சராய்த் திகழ்ந்த கோவிந்த தீட்சிதரைக் குருவாகக் கொண்டார். இவர் வல்லம் கோட்டையில் நிகழ்ந்த போரில் மதுரை வீரப்ப நாயக்கரைத் தோல்வியுறச் செய்தார். இவரது மனைவி மூர்த்திமாம்பா ஆவார்.

விஜயநகரப் பேரரசர் முதலாம் வேங்கடபதிராயருக்குத் தஞ்சை நாயக்கர் அரசு கடமையுடன் செயல்பட்டது. கி.பி.1564இல் நிகழ்ந்த தலைக்கோட்டைப் போர், கி.பி.1570 இல் நிகழ்ந்த யாழ்ப்பாணத்துப் போர், நாகப்பட்டினத்தில் நடந்த போர்த்துக்கீசியர்களுடன் நிகழ்ந்த போர் ஆகியவற்றில் அச்சுதப்ப நாயக்கர் கலந்துகொண்டார். கோல்கொண்டா சுல்தானாகத் திகழ்ந்த இப்ராஹிம் குதுப்ஷாவின் மகனான குலிகுதுப்ஷா என்பவன் வேங்கடபதிராயரின் பெனுகொண்டா கோட்டையைக் கைப்பற்ற எண்ணி போர் தொடுத்தான். வேங்கடபதிராயர் தஞ்சை நாயக்கருக்கு தகவல் தெரிவித்துப் போரில் உதவிடுமாறு வேண்டினான். அச்சுதப்ப நாயக்கர் உடனே பெனுகொண்டா போரில் கலந்துகொள்ள தன்னுடைய மகனான இரகுநாத நாயக்கரின் தலைமையில் பெரும்படையைப் பெனுகொண்டா போருக்கு அனுப்பி வெற்றிபெறச் செய்தான்.

அச்சுதப்ப நாயக்கர் அரசியல் வழிகாட்டியாகக் கோவிந்த தீட்சரையும் ஆன்மீக குருவாக வைணவப் பெரியார் திருமலை நம்பி தாத்தாசாரியார் என்பவரையும் கொண்டதால் வைணவச் சமயப் பற்றாளராகத் திகழ்ந்து சமயப் பணிகளும் சமுதாயப் பணிகளும் மேற்கொண்டுள்ளார்.[32]

இரகுநாத நாயக்கர் (1600 - 1645)

அச்சுதப்ப நாயக்கர் மூர்த்திமாம்பா தம்பதியருக்கு மகனாகப் பிறந்தார். தஞ்சை நாயக்கர் ஆவணங்களில் இரகுநாத நாயக்கர், ஸ்ரீரகுநாத நாயக்கர், ஸ்ரீமத் ரகுநாத நாயக்கர் அய்யன், ரெகுநாத நாயக்கர் அய்யன், ஸ்ரீமன் ராசாதிராச ராசபரமேஸ்வர ரெகுனாத நாயக்கரய்யன், விசைய ரகுனாத நாயக்கன், அச்சுத விசைய ரகுநாத நாயக்கர், ஸ்ரீமத் ராயமானிய ராய ஸ்ரீரெகு நாத நாயக்கர் என்று பல்வேறு பெயர்களில் அழைக்கப் பெற்றுள்ளார்.

இரகுநாத நாயக்கர் பெனுகொண்டா போர், தேவிக் கோட்டைப் போர், யாழ்ப்பாணத்துப் போர், தோப்பூர் போர் ஆகியவற்றை நிகழ்த்தினார். பெனுகொண்டா வெற்றிக்குப்பின் இவருடைய புகழ் பரவியது. இலக்கிய மேதையாகத் திகழ்ந்த இரகுநாத நாயக்கர் பாரிஜாத பஹரணம், நளாப்புயத நாடகம்,

அச்சுதாப்புதயம் எனப் பல நூல்கள் எழுதியதோடு இசைத் துறையில் ஆர்வம்காட்டி சங்கீதசுதா எனும் இசை நூலையும் படைத்துள்ளார்.[33]

விஜயராகவ நாயக்கர் (1631-1675)

இரகுநாத நாயக்கரின் மகன் விஜயராகவ நாயக்கர் ஆவார். இரகுநாத நாயக்கர் தஞ்சை அரசராகத் திகழ்ந்த காலத்திலேயே விஜயராகவ நாயக்கர் அரசின் நிர்வாகப் பொறுப்புகளை மேற்கொள்ளலானார். இவர் சிறந்த ஆட்சியாளராக மட்டுமின்றி பெரும்புலவராகவும் திகழ்ந்தார். சீனுவாச தாத்தாச்சாரி எனும் இராச குருவைப் போற்றியவர். கோவிந்த தாசன் இராயசம் வெங்கண்ணா ஆகியோரைத் துணையாகக் கொண்டு நல்லாட்சி புரிந்தார். மன்னார்குடி இராசகோபால சுவாமியைத் தம் குல தெய்வமாகப் போற்றிய விஜயராகவ நாயக்கர் தம் வாழ்நாள் முழுவதும் பல திருப்பணிகள் செய்துள்ளார்.

தஞ்சை நாயக்க அரசு விசயநகர அரசின்கீழ் செவ்வப்பன் காலம் முதல் செம்மையாகச் செயல்பட்டது. இரகுநாத நாயக்கர் விசயநகர மன்னனான ஸ்ரீஇராமனுக்குக் கும்பகோணத்தில் முடிசூட்டு விழாவை நடத்திப் பெரும்புகழ் அடைந்தார். தஞ்சை நாயக்கர்கள் முழு வலிமையுடன் திகழ்ந்ததற்கு விசயநகரப் பேரரசின் பெருந்துணையே காரணமாக இருந்தது. விஜயராகவ நாயக்கர் ஆட்சியின் போது கி.பி.1646—இல் விசயநகரமன்னர் ஸ்ரீரங்கனின் தோல்வி விசயநகரப் பேரரசைச் சரியச் செய்தது. இதுவே தஞ்சை நாயக்க அரசும் வலிமை இழக்கக் காரணமாயிற்று.[34]

தஞ்சை நாயக்க அரசர்களின் குலமரபு [35]

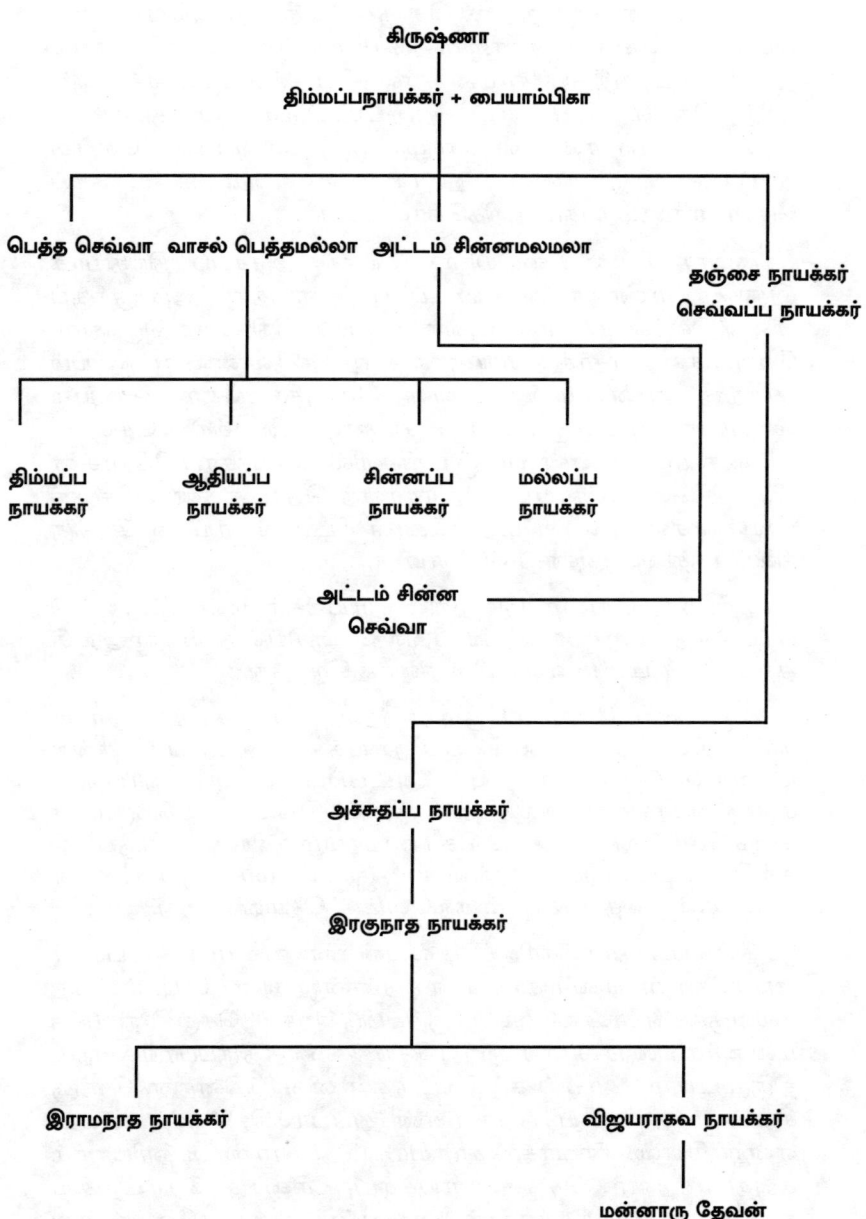

செஞ்சி நாயக்கர்

பண்டைக் காலத்தில் செஞ்சி அதிக முக்கியத்துவம் பெற்றிருக்கவில்லை. இராஜராஜ சோழ மன்னனின் சகோதரன் இரண்டாம் ஆதித்யசோழன் காலத்திய கல்வெட்டில் செஞ்சி நாடு, சிங்கவர நாடு எனக் குறிப்பிடப்பட்டுள்ளது. பதின் மூன்றாம் நூற்றாண்டில் சோழர் நாடு நலிவுற்றதும் செஞ்சி நாட்டின் பகுதிகளை ஹொய்சாளர்களும் விசயநகரப் பேரரசர்களும் கைப்பற்றிக்கொண்டனர்.

குமாரகம்பண உடையார் விசயநகர அரசப்பிரதிநிதியாக இருந்து பாண்டிய நாட்டைப் பாதுகாத்தார். அவருக்குப் பின்பு இலக்கண்ணா என்பவர் அரசப்பிரதிநிதியாக இருந்தார். ஹொய்சள அரசர்க்கு உரியதாக இருந்த திருவண்ணாமலையும் அதற்கு அண்மையில் உள்ள செஞ்சிக் கோட்டையும் விசயநகர ஆட்சிக்கு உட்பட்டது. காலப் போக்கில் செஞ்சி, தஞ்சை, மதுரை என்னும் இடங்களில் விசயநகரப் பேரரசின் பிரதிநிதிகளான நாயக்கர் அரசாளத் தொடங்கினர். செஞ்சி நாயக்கர்கள் பாலாறு முதல் கொள்ளிடம் வரையுள்ள கிழக்கு நிலப்பகுதியை ஆண்டு வரலாயினர்.[36]

தஞ்சை, மதுரை இவற்றில் நாயக்கர் மன்னர் ஆட்சி ஏற்படுவதற்கு முன்பே கி.பி.1464இல் செஞ்சியில் நாயக்கர் ஆட்சி ஏற்பட்டு கி.பி.1648 வரையில் நிலைத்திருந்தது.[37]

விஜயநகரப் பேரரசர் கிருஷ்ணதேவராயர், அச்சுததேவராயர் காலத்தில் செஞ்சி வையப்ப நாயக்கர் 'அடப்பம்' என்ற பதவியில் இருந்தசெய்தியும், அடப்பம் வையப்ப நாயக்கர் கிருஷ்ணதேவராயர் நலத்திற்காக திருப்பதி வேங்கடப்பெருமாள் திருக்கோயிலுக்கு அறக்கொடை வழங்கியதும் திருப்பதி கல்வெட்டில் கூறப்பட்டுள்ளன.[38] இவர் திம்மப்ப நாயக்கரின் மகன் என்பதை நாகபுரம் கல்வெட்டு தெரிவிக்கிறது.[39]

திம்மப்ப நாயக்கரின் புதல்வனான வையப்ப நாயக்கர் அச்சுதேவராயரின் மகாநாயன்கார என்று அழைக்கப்பட்டதை கலவகுண்டோ கல்வெட்டு குறிப்பிடுகிறது.[40] செஞ்சி நாயக்க மன்னர்களின் குலமரபு பற்றிய செய்திகளைத் திருப்பரங்குன்றம், திருமுட்டம் கோயில் கல்வெட்டுகள் விவரிக்கின்றன. செஞ்சியின் முதல் நாயக்க மன்னன் துப்பாக்கி கிருஷ்ணப்பன் என்று சி.எஸ்.சீனிவாசாச்சாரியாரும் ஹீராஸ் பாதிரியாரும் கருதுகின்றனர். செஞ்சி நாயக்கராட்சியைத் தொடங்கிய வனாகக் கருதத்தக்கவன் வையப்ப நாயக்கனே என்று ஏ.கிருஷ்ணசாமிபிள்ளை குறிப்பிடுகிறார்.[41]

வையப்ப நாயக்கர்

விசயநகரப் பேரரசர் கிருஷ்ணதேவராயர், அச்சுததேவராயர் காலத்தில் 'அடப்பம்' எனும் பதவியில் வையப்ப நாயக்கர் பணியாற்றினார். இவர் நாயக்கர் தானமாகச் சில நிலவுரிமை களைப் பெற்று திகழ்ந்தார். பின்னர் மகாநாயன்கார என்றும் குறிக்கப்பட்டார். விசயநகர பேரரசரிடம் பெற்ற நாயக்கத் தானம் என்று அழைக்கப்பெற்றவை அமரம், அமரநாயகம் என்று குறிக்கப்பட்டன. எனவே, வையப்ப நாயக்கர் உயர்ந்த நிலைபெற்றிருந்தார். [42]

துபாகி கிருஷ்ணப்ப நாயக்கர்

வையப்ப நாயக்கருக்கும் கொண்டஜம்பா தேவிக்கும் பிறந்தவர் செஞ்சி கிருஷ்ணப்ப நாயக்கர். இவர் துபாக்கி கிருஷ்ணப்ப நாயக்கர் என்றும் போத்த பூபாலன் என்றும் அழைக்கப்பட்டுள்ளார். செஞ்சியில் நாயக்க மன்னர் மரபினரின் நேரடி ஆட்சியை உருவாக்கியவர். செஞ்சி கோட்டை, நெற்களஞ்சியம் அகியன இவரால் அமைக்கப்பட்டதாகும். இவருக்கு அரசகுருவாக நல்லான் சக்கரவர்த்தி சத்ராயகம் சேஷாத்திரி அய்யங்கார் விளங்கினார்.

துபாகி கிருஷ்ணப்ப நாயக்கர் வெங்கலாம்பாவின் மகன் சூரப்ப நாயக்கர் இவரைத் தொடர்ந்து அரசுரிமையேற்றார் என்று மெக்கன்ஸியின் குறிப்பில் காணப்படுகிறது. அச்சுதவிஜய ராமசந்திர நாயக்கன் பதவியேற்றதாகவும் சிலர் கருதுகின்றனர். துபாகி கிருஷ்ணப்ப நாயக்கரின் முதல் மனைவி லக்கம்மாவிற்குப் பிறந்த கிருஷ்ணப்ப நாயக்கர் அரச பட்டம் பெற்றார் என்று வரலாற்று ஆசிரியர்கள் கருதுகின்றனர். மெக்கன்ஸி குறிப்புகளில் முத்தயாலு நாயக்கர் செஞ்சி அரச பீடத்தில அமர்ந்தார் என்று குறிப்பிடப்பட்டுள்ளது.[43]

இரண்டாம் கிருஷ்ணப்ப நாயக்கர்

வையப்ப கிருஷ்ணப்ப கொண்டம நாயக்கரின் புதல்வர் இரண்டாம் கிருஷ்ணப்ப நாயக்கர். இவர் செஞ்சி நாயக்க மரபினர்களில் தலைசிறந்து விளங்கியவர். விசயநகரப் பேரரசன் இரண்டாம் வேங்கடபதி ராயருக்கு எதிராக கிருஷ்ணப்ப நாயக்கர் கலகம் செய்தார். கோல்கொண்டா சுல்தான் குலிகுதுப்ஷா படைகள் வேங்கிடபதிராயரின் பெனுகொண்டா கோட்டையை முற்றுகையிட்டிருந்தன. அப்போது செஞ்சி நாயக்கர் துணைக்கு வராமல் கலகம் செய்தார். இதனை அறிந்த வேங்கடபதிராயர் சிறையில் அடைத்து

விட்டார். இரகுநாத நாயக்கர் உதவியால் சிறையிலிருந்து விடுவிக்கப்பட்டார். தேவனாம்பட்டினத்தில் கோட்டை ஒன்றைக் கட்டினார்.[44] பின்னர் விசயநகரப் பேரரசர் முதலாம் வேங்கடன் அனுமதி பெற்ற போர்த்துகீசியர்கள் கோட்டையை டச்சுக்காரர்களிடமிருந்து பெற்றனர். கி.பி.1649 இல் பீஜப்பூர்ப் படை செஞ்சியை முற்றுகையிட்டுக் கைப்பற்றியதன் விளைவால் செஞ்சியில் நாயக்கர் ஆட்சி மறைந்தது.

வேலூர் நாயக்கர்

விசயநகரப் பேரரசின் கட்டுப்பாட்டில் வேலூர் இருந்தது. வேலூர் நாயக்க மன்னர்கள் கி.பி.1595 முதல் 1604 வரை ஆட்சி செய்தனர். அவர்களின் சின்னபொம்மு நாயக்கர் மற்றும் லிங்கம நாயக்கர் ஆகியோர் வேலூரைத் தலைநகரமாகக் கொண்டு ஆட்சி செய்தனர். வேலூரை ஆட்சி செய்த வீரப்ப நாயக்கனும் சின்ன பொம்மு நாயக்கனும் விசயநகர அவையில் சிறப்புற்றிருந்தனர். செஞ்சி நாயக்கர்கள் அவர்கள் மேல் ஆதிக்கம் செலுத்திவந்துள்ளனர். வேலூர் நாயக்கர் வரலாற்றை அறிந்து கொள்வதற்குச்சில கல்வெட்டு ஆவணங்கள் மட்டுமே ஆதாரமாகத் திகழ்கின்றன. இவர்கள் செப்பேடுகள், காசுகள் ஆகியன வெளியிட்டதற்கான ஆதாரங்கள் கிடைத்ததாகத் தெரியவில்லை. ப.வெங்கடேசன் என்பவரால் புதியதாகக் கண்டுபிடிக்கப்பட்ட துவரனந்தல் கல்வெட்டில் திப்பு நாயக்கர் பேரனும் நாகம நாயக்கர் மகனுமான பொம்ம நாயக்கர் என்பவர் ஆரணி கைலாசநாதர் கோயிலுக்குத் தேவதானமாக கொடை வழங்கியுள்ளதை அறியமுடிகிறது.[45] திருவண்ணாமலை—முருகனந்தலில் கிடைத்த கல்வெட்டில் நாகம நாயக்கர் புண்ணியமாகக் கைலாசநாதர் கோயிலுக்குக் கொடை வழங்கியதைக் காணமுடிகிறது.[46]

சின்னபொம்மு நாயக்கர் காலத்தில்தான் புகழ்பெற்ற வேலூர் கோட்டை கட்டப்பட்டது. இக்கோட்டையும் ஜலகண் டேஸ்வரர் கோயிலில் உள்ள கல்யாண மண்டபத்தின் கலை யழகும் சிற்பங்களும் நாயக்கர் ஆட்சியின் மாட்சிமையை அறிவிக்கின்றன. விரிஞ்சிபுரம், குடிமல்லம், விலாப்பக்கம், தருமபுரி, துவரனந்தல், முருகனந்தல், திண்டிவனம் ஆகியவற்றை ஊர்களில் கிடைத்த கல்வெட்டுகளில் மூலம் அவர்கள் செய்த திருப்பணிகள், கொடைகள் ஆகியன அறிந்துகொள்ள முடிகிறது. பொம்ம நாயக்கரின் மகன் இலிங்கம நாயக்கன் காலத்தில் கோயில் பணிகள் சிறப்பாக நடைபெற்றன.

குறிப்புகள்

1. நடன.காசிநாதன், களப்பிரர், ப.3.
2. Epigraphia Indica, Vol.XVII, No.16.
3. K.A. Neelakanda Sastri, A History of South India: From Prihistoric Time to the Fall of Vijiyanagar, p.174.
4. கே.கே.பிள்ளை, தமிழக வரலாறும் பண்பாடும், ப.189.
5. S.I.I., Vol. III, No.205.
6. அ.கி.பரந்தாமனார், மதுரை நாயக்கர் வரலாறு, பக்.21—30.
7. மேலது, பக்.56—58.
8. மேலது, ப.53.
9. கு.ராஜய்யன், தமிழக வரலாறு 1565—1967, ப.7.
10. கே.கே.பிள்ளை, தென்இந்திய வரலாறு, இரண்டாம் பகுதி, ப.44.
11. D.Devakunjari, Madurai Through the ages, From the Earliest Times To 1801 A.D., p.183.
12. அ.கி.பரந்தாமனார், மதுரை நாயக்கர் வரலாறு, பக்.79—89.
13. மேலது, பக்.90—97.
14. திருப்பணிமாலை

    முத்தமிழ்க் கூடற் பதிசொக்க நாதர்க்கு முத்தளக்கும்

    சித்திரக் கோபுரம்செங்கற் படையைச் சிறக்கச் செய்தான்

    மத்தகப் போர்விச்வ நாதன் குமாரன் மனுமுறையைக்

    கொத்துறப் பார்புரக் குங்க்ருண பூப குணக் கொண்டலே.

    வித்திக்கும் முகுந்தற்கும் எட்டாத சொக்கர்க்கு மேதினியோர்

    அ.கி.பரந்தாமனார், மதுரை நாயக்கர் வரலாறு, ப.96.
15. அ.கி.பரந்தாமனார், மதுரை நாயக்கர் வரலாறு, பக்.98—103.
16. மேலது, பக்.104—105.
17. மேலது, பக்.112—115.
18. மேலது, பக்.116—121.
19. மேலது, பக்.122—207.
20. மேலது, பக்.208—212.

21. மேலது, பக்.213—247.

22. மேலது, பக்.248—256.

23. மேலது, பக்.257—274.

24. மேலது, பக்.275—281.

25. மேலது, பக்.282—287.

26. .S.I.I., Vol.23. No.497.

27. .A.R.E., 146 of 1924

28. குடவாயில் பாலசுப்ரமணியன், தஞ்சாவூர் நாயக்கர் வரலாறு, ப.13.

29. மேலது, ப.12.

30. .S.I.I., Vol.24, No.448.

31. .S.I.I., Vol.24, No.490.

32. குடவாயில் பாலசுப்ரமணியன், தஞ்சாவூர் நாயக்கர் வரலாறு, பக்.130—137.

33. மேலது, பக்.148—220.

34. மேலது, பக்.239—251.

35. மேலது, ப.VIII.

36. .C.S.Srinivasachari, The History of Gengee and its Rulers, pp.56-57.

37. மேலது, பக்.82—152.

38. .A.R.E., 299 of 1912.

39. .A.R.E., 312 of 1921.

40. .A.R.E., 355 of 1940.

41. ஆறுமுகசீதாராமன், செஞ்சி நாயக்கர் காசுகள், ப.1.

42. குடவாயில் பாலசுப்ரமணியன்,தஞ்சாவூர் நாயக்கர் வரலாறு, பக்.31—32.

43. நா.எத்திராஜ், தமிழக நாயக்க மன்னர்களின் வரலாறு, பக்.176—177.

44. மேலது, 181—187.

45. நடன.காசிநாதன், மா.சந்திரமூர்த்தி, வேலூர் மாவட்டத் தடயங்கள், தொகுதி—2, ப.112—114.

46. மேலது.

2. நாயக்கர் கால ஆவணங்கள்:
அளவு, அமைப்பு மற்றும் உள்ளடக்கங்கள்

ஓர் இனத்தின் வரலாறு, பண்பாடு, சமயம், நிர்வாகம், வாழ்வியல் நெறிமுறைகள் ஆகியவற்றை அறிந்துகொள்ளவதற்கு முதன்மை ஆதாரங்களாகத் திகழ்பவை ஆவணங்களாகும். நாயக்கர் ஆட்சிக் காலத்தில் வெளியிடப்பட்ட கல்வெட்டுகள், செப்பேடுகள், காசுகள், ஓலைச் சுவடிகள், காகிதச் சுவடிகள் ஆகிய ஆவணங்களின் அமைப்புநிலைகள், நோக்கம், அளவுகள், தன்மைகள், ஆவணங்களில் காணப்படும் குறியீடுகள், மொழிநிலை ஆகியவற்றை விளக்குகின்றன.

ஆவணம் - விளக்கம்

ஆவணம் என்பதற்கு அடையாளம், கடைத்தெரு, முறிச்சீட்டு, அடிமைத்தனம், உரிமை என்ற பொருள்களை அகராதி குறிப்பிடுகிறது.[1]

Document என்ற ஆங்கிலச் சொல்லிற்கு ஆவணம், பத்திரம், ஆதார மூலம், ஆதாரச் சான்று என்ற பொருள்களை அகராதி கூறுகிறது.[2] அதே சொல்லிற்கு எழுத்துகள், எண்கள், குறிகள் ஆகிய வற்றைக் காகிதம், ஓலை, செப்புத்தகடு, கல் போன்றவற்றில் செய்தியாகப் பொறித்து வைக்கப் பெறுவது உரிமைப் பத்திரம் என்றும் கிரையப் பத்திரம் என்றும் பெருஞ் சொல்லகராதி பொருள்தருகிறது.[3]

ஆவணம் என்பது சான்றாகப் பயன்படும் வகையில் ஒரு பொருளின் மீது வரையப்படும் எழுத்துக்கள், எண்கள், குறிகள் ஆகியவற்றின் வழியே வெளிப்படுத்தப்படும் அல்லது விவரிக்கப்படும் பொருட்பாடு எனச் சட்டச் சொல் அகராதி கூறுகிறது.[4]

ஒன்றைப் பாதுகாக்கும் நோக்குடன் ஒரு செய்தியை அல்லது பல செய்திகளைப் பதித்து வைத்துக் கொள்ளும் வழக்கம் மக்களிடையே நெடுங்காலமாக இருந்து வருகிறது. அந்தப் பதிவுக் குறிப்புகள் ஆவணங்கள் என்று வாழ்வியல் களஞ்சியம் தெரிவிக்கிறது.[5]

எழுதப்பட்ட காலம், எழுதிய நபர், அவ்வெழுத்து வெளிச்சப்படுத்தும் துறை, வெளிப்படுத்தும் தகவலின்

பரப்பு மற்றும் விரிவு அதன் செய்தியின் நிலையான மதிப்பு ஆகிய முக்கியத்துவங்களின் அடிப்படையில் குறிப்பிட்ட ஒரு எழுத்துருவப் பதிவுகள் ஆவணம் என்று தீர்மானிக்கப் படுகிறது.

ஆவணம் என்ற சொல் அகநானூறு, தேவாரம், பெரியபுராணம், கந்தபுராணம் ஆகிய இலக்கியங்களில் காணப்படுகின்ற ஒரு பழந்தமிழ்ச் சொல்லாகும். உரிமைப் பத்திரம், ஒப்பந்தப் பத்திரம், நிகழ்ச்சிகளின் பதிவுப் பத்திரம் என்னும் பொருள் தருவது என்று செ.இராசு குறிப்பிடுகிறார்.[6]

ஆவணங்களின் பயன்பாட்டைப் பற்றி,

> ஆவணங்கள் என்பன நடைமுறை நிகழ்வுகளின் பதிவுகள் ஆகும். பல்துறை ஆய்வுகட்குப் பயன்படும் இவ் ஆவணங்கள் அவ்வக்காலத்தின் சூழல், மொழி, வரலாறு, பண்பாடு, பொருளாதாரம் ஆகியவற்றைச் சமுதாயத்தின் ஒட்டுமொத்தச் சார்புடன் வெளிப்படுத்துவன. ஆவணங்கள் கல்வெட்டு, செப்பேடு, ஓலை மற்றும் தாள்சுவடி போன்ற பல வடிவங்களில் கிடைக்கின்றன. இடைக்காலம் (History of Medieval Age) வரையிலான வரலாற்றை அறிய உதவும் மூலச் சான்றுகளாகக் கல்வெட்டுகளும் செப்பேடுகளும் திகழ்தல் போலப் பிற்கால வரலாற்றை (History of Modern Age) அறிய உதவும் மூலசான்றுகளாக ஓலை மற்றும் தாள்சுவடி ஆவணங்களும் விளங்குகின்றன[7] என்று தி.புஷ்கலா குறிப்பிடுகிறார்.

இந்தியச் சான்றுச் சட்டம் Indian Evidence Act of 1872 (Section 61 to 88) இல் Documents ஆவணங்கள் ஏதாவது ஒரு செய்தியை எழுத்துகள் மூலம் குறிக்கப்படுவது. (எ.கா.)

1. எழுதப்பட்டது ஓர் ஆவணமாகும்.

(அச்சிடப்பட்டது Lithographed (அ) புகைப்படங்கள்).

2. ஒரு திட்டத்தின் வரைபடம்.

3. கல்வெட்டுகள், செப்பேடுகளில் காணப்படும் எழுத்துகள்.

4. பகடிப்படம் (அ) கேலிச் சித்திரம்

போன்றவை ஆவணங்களாகக் குறிக்கப்பட்டுள்ளன. இந்தியாவில் பலவகை ஆவணங்கள் இருந்து வந்தன என்பதை தர்மசாத்திரம் போன்ற நீதி நூல்கள் வழி அறியலாம்.[8]

ஆவணங்களின் இன்றியமையாமை

ஒரு நாட்டின் வரலாற்று வரைவியலுககு அடிப்படையாகத் திகழ்பவை தொல்பொருள் ஆவணங்களாகும். இவ்வாவணங் களைக் கல்வெட்டுகள், செப்புப் பட்டயங்கள், ஓலைச் சுவடிகள், காசுகள் எனப் பல வகையாகக் பகுக்கலாம்.

கல்வெட்டு ஆவணத்தின் முக்கியத்துவம் குறித்து,

> கி.பி.நான்காம் நூற்றாண்டு தொடங்கி பதினேழாம் நூற்றாண்டு முடிய உள்ள காலத்துத் தமிழ்நாட்டு வரலாறு பெரும்பாலும் கல்வெட்டுகளை அடிப்படையாக வைத்தே எழுத வேண்டியுள்ளது. பொதுவாக இந்தியாவில் பிற பகுதிகளின் வரலாறுகளுக்கும் இது பொருந்தும். அக் காலத்தைப் பற்றிய எந்த வரலாற்று நூலை எடுத்துப் பார்த்தாலும் இது விளங்கும். அதற்கு இலக்கியங்கள் ஓரளவே மூலச் சான்றுகளைத் தந்துள்ளன. மேலும் இலக்கியங்களின் காலங்களே கல்வெட்டு செய்திகளைத் துணைகொண்டுதான் நிறுவப் பெற்றுள்ளன என்பதையும் நினைவுகூர வேண்டும். மற்ற வரலாற்று மூலங்களை விட கல்வெட்டுகள் நம்பத் தகுந்தவை. ஏனெனில் இவை பொறிக் கப்பட்ட காலத்திற்குப் பின் பெரும்பாலும் எந்த மாற்றமும் அடைவதில்லை.[9]

என்று எ.சுப்பராயலு கூறுகிறார். கல்வெட்டுகள் நிலையான இடத்தில் உள்ளதாலும் பேச்சு வழக்கில் எழுதப்பட்டுள்ளதாலும் சமூக முக்கியத்துவம் வாய்ந்தவையாகக் கருதப்படுகின்றன. இலக்கியங்கள் காலந்தோறும் ஓலையிலிருந்து தாளுக்கும் தாளிலிருந்து ஓலைக்கும் பெயர்த்து எழுதும் மரபு இருந்ததாலும் இடம்விட்டு இடம் நகரக் கூடிய தன்மை பெற்றிருப்பதாலும் கற்றோர் பேசும் மொழியைக் கொண்டு விளங்கியமையாலும் சில நேரங்களில் இலக்கியங்களைவிடச் சமகால வரலாற்றை உருவாக்கம் செய்ய கல்வெட்டு ஆவணங்கள் முதன்மை பெறுகின்றன.

தமிழகத்தில் கி.மு.நான்காம் நூற்றாண்டில் சமணச் சமயம் வளர்ச்சிபெற்று இருந்ததைத் தமிழ் — பிராமி கல்வெட்டுகள் உணர்த்து கின்றன.[10] கரூர் மாவட்டம் புகழூர் தமிழ்— பிராமி கல்வெட்டு சேரர் குல மரபினை உணர்த்துவதாக உள்ளது. இக்கல்வெட்டில் "கோஆதன் சேரல் இரும் பொறை, பெருங்கடுங்கோன் மற்றும் இளங்கடுங்கோன்" என மூன்று சேர மன்னர்களின் பெயர்கள் வரிசையாக எழுதப் பட்டுள்ளன.[11] இதில் காணப்படும் பெருங்கடுங்கோன் பதிற்றுப்பத்தில் பாலைப் பாடிய பெருங்கடுங்கோனாக இருக்கலாம் எனக் கருதப்படுகிறது.

தமிழகத்தின் இருண்டகாலம் என்று அழைக்கப்பட்ட களப்பிரர் வரலாற்றை அறிவதற்கு சித்தன்னவாசல், இந்தளூர், அரசலாபுரம், பூலாங்குறிச்சி ஆகிய இடங்களில் கிடைத்த கல்வெட்டுகள் துணைபுரிகின்றன.[12] பாண்டியர் காலத்தில் வெளியிடப்பட்ட வேள்விக்குடிச் செப்பேட்டில் பாண்டியர்களின் அரசு மரபுப் பட்டியலைக் காணமுடிகிறது.[13] பல்லவர் வரலாற்றைப் பற்றிக் குறிப்பிடும் வயலூர்க் கல்வெட்டு இரண்டாம் நரசிம்மவர்ம பல்லவனுக்கு முன் ஆட்சிச் செய்த ஐம்பத்தி நான்கு பேர்களைப் பற்றிக் கூறுகிறது.[14] கன்னியாகுமரியில் உள்ள வீரராசேந்திரனின் கல்வெட்டு சோழ மன்னர்தம் வழிமுறை மரபை வரலாற்று வழியில் கூறுகிறது.[15]

மேலும், இவ்வாவணங்களின் மூலம் நாட்டுப் பெயர்கள், ஊர்ப்பெயர்கள், இடப்பெயர்கள் ஆகியவற்றை அறிந்து கொள்வதோடு மன்னனின் ஆட்சிப் பரப்பு, அவ்வாட்சிப் பரப்புக்குள் அடங்கிய நிலப் பிரிவுகள், நிர்வாகப் பிரிவுகள்

தஞ்சை நாயக்கர் : கும்பகோணம் - பெரியமடம் கல்வெட்டு

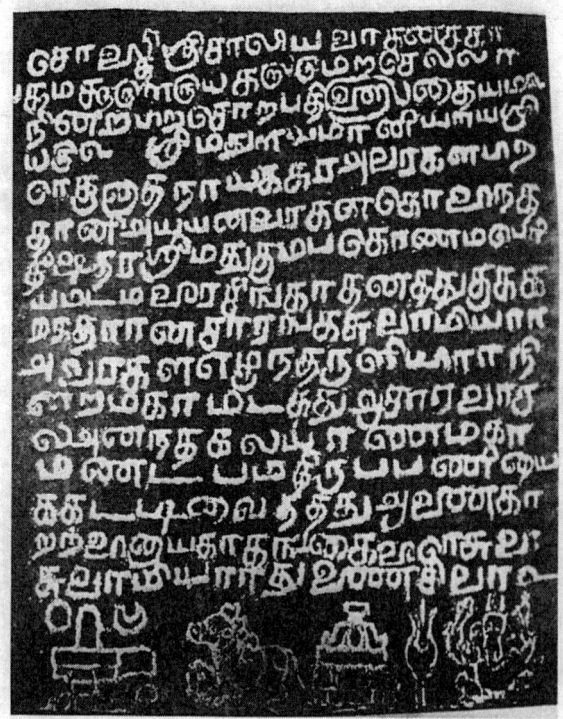

போன்றவையும் அறிந்துகொள்ளமுடியும். தமிழ்நாட்டின் நாயக்கர் ஆட்சிக் கால அரசியல், பொருளாதாரம், சமூகம், பண்பாடு, சமயம் ஆகியவற்றை அறிவதற்கு ஆவணங்கள் முதன்மை ஆதாரமாகத் திகழ்கின்றன. இவ்வாவணங்கள் மூலம் ஆட்சிமுறை, நிர்வாக முறை, வணிகம், நிலப்பரப்பு, நீர்ப் பாசனமுறை, சமூகத்தில் ஏற்பட்ட மாற்றங்கள், புதிய குடியிருப்புகள், சமயங்களின் வளர்ச்சி, புதிய கோயில் உருவாக்கம் ஆகியவற்றை அறிந்துகொள்ள முடியும்.

கல்வெட்டுகள் துணைகொண்டு செய்த ஆய்வுகளில் ஐராவதம் மகாதேவனின் சங்க கால மீள்உருவாக்க ஆய்வையும், எ.சுப்பராயலுவின் சோழர்கால நிலவியல் தொடர்பான ஆய்வினையும்,பர்டன்ஸ்டெயினின் இடைக்கால அரசுருவாக்கம் தொடர்பான ஆய்வினையும் சிறந்த எடுத்துக்காட்டுக்களாகக் கூறலாம். இவ்வாய்வுகள் அனைத்தும் ஆவணங்களின் அடிப்படையிலேயே மேற்கொள்ளப்பட்டுள்ளன. எனவே, நாயக்கர் கால அரசியல், சமூகம், பொருளாதாரம், சமயம், பண்பாடு ஆகியவற்றின் வரலாற்றை உருவாக்கம் செய்வதற்கு கல்வெட்டு, செப்பேடு, காசு, ஓலைச்சுவடி, காகிதச் சுவடி போன்ற ஆவணங்கள் முக்கியமாக அமைகின்றன.

நாயக்கர்கால ஆவணங்கள்

கல்வெட்டு ஆவணங்கள்

கல்வெட்டு என்பது கல்லில் வெட்டப்பெறும் எழுத்துகள் என்று பொருள்படும். தமிழகத்தில் கோயில்களிலும், பாறை களிலும் பொது இடங்களிலும் காணப்பெறும் கல்வெட்டுகள் தமிழக அரசியல் வரலாறு, சமூக வரலாறு எழுதுவதற்குச் சான்றுகளாகத் திகழ்கின்றன. இந்திய வரலாற்றைக் கல் வெட்டுகள் மூலம் மீள் உருவாக்கம் செய்த டி.சி.சர்கார், கி.பி.ஆயிரம் ஆண்டிற்கு முற்பட்ட இந்திய வரலாறு எண்பது விழுக்காடு கல்வெட்டுகளின் வாயிலாகவே வெளிக் கொணரப் பட்டுள்ளது[16] என்று குறிப்பிடுகிறார். கல்வெட்டிற்குச் சாசனத்தில் குறிப்பிடப்படும் பெயர் சிலாலேகை என்பது ஆகும்.

நாயக்கர் ஆட்சிக் காலத்தில் பொறிக்கப்பட்ட கல்வெட்டுகள் திருக்கோயில்கள், பாறைகள், கற்பலகைகள், கற்றூண்கள், குளக்கரைப் படிக்கட்டுகள், வயல்வெளிகள், ஊர்ப் பொது இடங்கள் போன்ற பல இடங்களில் காணப்படுகின்றன.

அக்கல்வெட்டின் அமைப்பினை மங்கலச்சொல், காலம், கல்வெட்டின் நோக்கம், கையெழுத்து, காப்புச்சொல் என ஐந்து பகுதிகளாகப் பகுக்கலாம்.

மங்கலச்சொல்

கல்வெட்டின் தொடக்கப்பகுதியில் 'ஸ்வஸ்திஸ்ரீ' எனும் மங்கலச் சொல்லை எழுதுவது மரபாக இருந்துள்ளது. நாயக்கர் காலத்தில் ஸ்ரீமன், திருச்சிற்றம்பலம், சுபமஸ்து, ஸ்வஸ்திஸ்ரீ போன்ற மங்கலச் சொற்கள் கல்வெட்டுகளில் பொறிக்கப்பட்டுள்ளன. ஸ்ரீவீர கிருஷ்ணதேவராயர், அச்சுத தேவராயர், சதாசிவராயர், வேங்கிடபதிராயர், பெரிய வேங்கிட பதிராயர் போன்ற விசயநகர மன்னர்களின் பெருமைகளும் மதுரை, தஞ்சை நாயக்க மன்னர்களின் பெருமைகளும் சில கல்வெட்டுகளில் குறிப்பிடப்பட்டுள்ளன. மங்கலத் தொடரை அடுத்து இறையருளை வேண்டும் சுலோகங்கள் சில கல்வெட்டுகளில் காணப்படுகின்றன. அதன்பின் எம்மன்னன் கொடையளிக்கின்றானோ அம்மன்னனின் முன்னோர்களைப் பற்றிய புராண மரபும், உண்மை வரலாறும் எழுதப்பட்டுள்ளதைக் காணமுடிகிறது.

கி.பி. பதினாறாம் நூற்றாண்டின் பிற்பகுதியில் அருளிச் செயல், ஹரி ஓம் நன்றாக குருவே துணை, ஹரி சுபமஸ்து, ஹரி ஸ்ரீகணபதயேநம, சிவமயம் என்ற சொற்கள் கல்வெட்டுகளில் குறிக்கப்பட்டுள்ளன. எடுத்துக்காட்டாக கல்வெட்டு தொடக்கத்தில்,

> ஸ்ரீமது சகல குணசம்பண்ணரான கிருஷ்ணராயர் ராம தெவராயர் சீரங்கராயர் காரியத்தாகிய விசுவனாத னாயக்கர்...[17]

> உ சுபமஸ்து ஸ்ரீசகாப்தம் 1483 மேல் செல்லாநின்ற கொல்லம் 737 துன்மதி வருஷ அற்பசி மீ 27 உ[18]

> ஸ்வஸ்திஸ்ரீ சகாப்தம் 1555ன் மேல் செல்லாநின்ற ஸ்ரீமுக வருஷம் மாசி மாதம் 23 உ[19]

என்ற வாசகங்கள் இடம்பெற்றுள்ளமையைக் காண முடிகிறது.

காலம்

கல்வெட்டில் மங்கலச் சொல்லைத் தொடர்ந்து கொடையளித்த காலத்தில் ஆட்சிபுரிந்த மன்னனையும் அம் மன்னனது ஆண்டையும் குறிக்கும் வழக்கம் ஆவணங்களில் காணப்படுகின்றன. அரசர்களின் பெருமைகளையும் அவர்கள் பெற்ற வெற்றிகளையும் கூறும் மெய்க்கீர்த்திகளும் மன்னரின் ஆட்சியாண்டுகளும் சோழ, பாண்டிய கல்வெட்டுகளில் காணப்படுவது போன்று நாயக்கர் காலக் கல்வெட்டுகளில் மெய்க்கீர்த்தி, ஆட்சியாண்டு ஆகியன இடம்பெறவில்லை. இக்கால கல்வெட்டுகளில் சக ஆண்டும் அதற்கு இணையான தமிழ் ஆண்டின் பெயரும் குறிக்கப்பெற்றிருப்பதைக் காணமுடிகிறது. ஒரு சில ஆவணங்களில் கலியாண்டும் கொல்லம் ஆண்டும் இடம் பெற்றிருக்கின்றன. இக்கல்வெட்டுகளில் மாதம், நாள், கிழமை, திதி, பட்சம், நட்சத்திரம், யோகம் போன்ற கோள்நிலைக் குறிப்புகள் எழுதப்பட்டுள்ளன. நாயக்க மன்னர்களின் புகழையும் வெற்றிகளையும் குறிக்கும் ஆவணங்கள் மிக குறைவான எண்ணிக்கையில் கிடைக்கின்றன. தெய்வ உருவங்கள், சூரியன், சந்திரன், குறியீடுகள் ஆகியன சில ஆவணங்களில் தொடக்கத்திலோ அல்லது இறுதியிலோ இடம்பெற்றுள்ளன. எடுத்துக்காட்டாக,

> சகாப்தம் 1480 ன் மேல் செல்லாநின்ற கொல்லம் 720 வருஷம் புரட்டாதி மாதம் 3 தீ பூர்வபக்ஷத்து ப்ரதமையும் வெள்ளி யாட்சையும் பெற்ற உத்திரட்டாதி நாள்செய்த உறுதி பிடிபாடு ஆவது சிறிமது வீரப்ப நாயக்கர் அய்யன்.[20]

> ஸ்வஸ்திஸ்ரீ சகார்த்தம் 1550 உன் மேல் செல்லாநின்ற பிரசோற்பத்தி வருஷம் சித்திரை மீ 5 ல் திருவாரூர் பெரிய கோயில்.[21]

எனக் காலக்குறிப்புகள் கல்வெட்டுகளில் இடம் பெற்றுள்ளன. இக்கால ஆவணங்களில் தமிழாண்டு, கலி ஆண்டு, கொல்லம் ஆண்டு ஆகியன தனித்தோ அல்லது சேர்த்தோ எழுதப் பட்டிருக்கின்றன. சில ஆவணங்களில் அரச மரபுப் பட்டியல் இடம்பெற்றுள்ளதை,

> ஸ்வஸ்திஸ்ரீ ஸ்ரீமன் மகாமண்டலேசுவரன் அரியவிபாடன் பாஷைக்குத் தப்புவராய கண்டன் மூவராய கண்டன் கண்ட நாடு கொண்டு கொண்டநாடு குடாதான் ஈழந்திறை கொண்டு எம் மண்டலமும் கொண்டார்... வீரபிரதாபாச்சாரியர் மேவுவான் துலுக்கத்தளவிபாட

துலுக்கர் மோகந் தவுத்தோன் பூறுவ தெச்சிண உத்திர பச்சிம சதுர்சமுத்திராபதி மகமண் வீரபிறதாப சதாசிவஞ் வே மகாராயற்குச் செல்லாநின்ற சகாத்தம் 1470 உ மேல் செல்லா நின்ற தாரண வரு.... நச்சத்திரத்து கன்னி நாயற்று பூர்வ பக்கத்து துவாதேசியும் திங்கள் கிழமையும் பெற்ற சதையத்துனாள் ஸ்ரீமன்மகாமண்டலேசுவர ராமராய விட்டலதேவ மகாராசாவின் காரியத்துக்கு கற்த்தரான விசுவநாத நாயக்கரை....[22]

என்று கல்வெட்டில் காணமுடிகிறது. பெரிய மண்டலத்துக்கு அரசனும், பகை அரசருக்குக் காலனும், கொடுத்த வாக்குத் தவறு வோர்களைத் தண்டிப்பவனும், யானை குதிரை, காலாள் ஆகிய மூவகைப் படைகளை வெற்றிகொண்டவனும், வெற்றி கொண்ட நாடுகளை இழக்காதவனும் ஆன அரசன் என்று பொருள். விசயநகர மன்னர்களது கல்வெட்டுகளில்தொடக்கத்தில் பயன்படுத்திய முறையே நாயக்கர் காலக் கல்வெட்டுகளிலும் காணப்படுகின்றன.

கல்வெட்டின் நோக்கம்

கல்வெட்டுகளில் பொறிக்கப் பெற்ற காரணத்தை விளக்கும் பகுதி நோக்கம் எனலாம். இந்நோக்கத்தை,

1. கொடைக் கல்வெட்டுகள்
2. சமூகக் கல்வெட்டுகள்

என இரு வகைப்படுத்தலாம். கோயில் பணிக்காக நிலம், பொன், காசு, வரி ஆகியன கொடையாக வழங்கியதைப் பெரும் பான்மையான கல்வெட்டுகள் குறிப்பிடுகின்றன. நோக்கப் பகுதியில் கொடையாளர், கொடையைப் பெறுபவர், தானம் செய்பவர் ஆகியோர் பற்றிய தகவல்கள் இடம்பெற்றுள்ளன. கொடை வழங்குபவர், கொடை பெறுபவர் ஆகியோரின் ஊர், நாடு, சமுதாயம், தொழில் ஆகிய செய்திகள் ஆவணங்களில் குறிக்கப்பட்டுள்ளன.

கொடையாகத் தரப்பட்ட நிலம், தானியம், பொன், காசு, பாத்திரங்கள், நகைகள் ஆகியவற்றின் அளவுகளும் நிலத்தின் தன்மை, நீர்ப்பாசனம், ஓலை எழுதிய அதிகாரியின் பெயர், சபையார், நாட்டார், திருக்கோயில் பண்டாரம் போன்ற தகவல்களும் கல்வெட்டுகளில் பொறிக்கப்பட்டுள்ளன. நில விற்பனை, நிலக் குத்தகை, நிலவுடமை, சமூகப் பிரச்சினைகள் போன்ற கொடையில்லாத சில ஆவணங்களும் கிடைக்கின்றன.

சில இடங்களில் நிலத்தின் பெயர் குறிப்பிடப்பெற்றுள்ளது. சிவன் கோயில் நிலங்கள் விற்கப்பட்ட போது சண்டேசுரர் பெயராலே விற்கப்பட்டுள்ளன. காசை ஒருவனிடம் தானமாகக் கொடுத்து, கொடுத்தவனின் நன்மைக்காக கொடை அளிக்கப்பெறும்போது 'முதல் கெடாது பொலி ஊட்டாகக் கொண்டு' என்று கூறப் பட்டுள்ளது. அதாவது வட்டியை மட்டுமே பயன்படுத்திக் கொள்ளுமாறு குறிப்பிடப்பட்டுள்ளது.

கையெழுத்து

கொடை அளித்தவன் கையெழுத்து, கொடையளித்தவன் சொல்லக் கல்லில் எழுதிய ஊர்க்கணக்கன் கையெழுத்து, கல்லில் பொறித்த தச்சனின் கையெழுத்து, சாட்சிகளின் கையெழுத்து ஆகியன கல்வெட்டில் பொறிக்கப்பட்டுள்ளதைக் காணமுடிகிறது. சான்றாக,

> இப்படிக்கு சீகாரியம் முதலி நாயக்கர் எழுத்து அத்தாந்திரக் கணக்கு கண்ணாயிரம் எழுத்து கடைக்கூட்டு கணக்கு செவ்வந்திநாத பிள்ளை கணக்கு குமாரசுவாமி எழுத்து செவ்வந்தி செட்டியார் கணக்கு பற்பனாபன் எழுத்து வாலப்ப நாயக்கர் கணக்கு மாதிக்குட்டி எழுத்து நாகுச் செட்டி னாயக்கர் கணக்கு சடகோபன் எழுத்து தேவநாத திக்கிஷர் கணக்கு கண்டை எழுத்து முதல் பற்று மேற்படி கணக்கு சிவிந்திரகுட்டி காளிகுட்டி எழுத்து மேற்படி அனந்தன் இரவி எழுத்து தன்மகத்தர் கணக்கு நயினான் பெருமாள் எழுத்து சீபண்டார கணக்கு நயினான் மாத்தாண்டன் எழுத்து.[23]
>
> ஊர்க் கணக்கு னாச்சியண்ணன் எழுத்து.[24]
>
> இல்லு மலையராய உகந்தடிமை எழுத்து.[25]
>
> இந்த சிலாசாஸநம் யெழுதின ஸ்தலங் கணக்கு ராமய்யன் யெழுத்து[26]
>
> இந்த சிலாசாஸநம் யெழுதினது கோயில் கணக்கு ஶ்ரீரங்க னாராயணப் பிரியன்[27]
>
> இந்தப்படிக்கு தான தர்ம சாஸநம் பண்ணிக் குடுத்தோம் யிந்த அறவது பங்குக்கும் சொக்கனாத னாயகர் கையெழுத்து[28]

போன்ற வாசகங்கள் இடம்பெற்றுள்ளன.

காப்புச் சொல்

கல்வெட்டு ஆவணத்தின் இறுதியில் அமையும் காப்புச் சொல் ஓம்படைக்கிளவி என்று அழைக்கப்படுகிறது. 'ஓம்படை' என்பது தர்மத்தைக் காத்திடுமாறு வேண்டலாகும். கோயில்களுக்குக் கொடையாக வழங்கப்பட்ட தானத்தைப் பாதுகாக்கும் பொருட்டு அச்சுறுத்தப்பட்டதையும் சாதி இழிவு, வருணாசிரமம், சமய நம்பிக்கை அடிப்படையில் வற்புறுத்தி யதையும் தண்டபயம் காட்டி அறங்காக்க முற்பட்டதையும் காணமுடிகிறது. தானத்திற்குத் தீங்குச் செய்பவர்கள் அடையும் பழிபாவங்களைக் கல்வெட்டுகள் சுட்டிக் காட்டுவதை,

> *இந்த தன்மம் விலக்கினவர்கள் கங்கைக் கரையில் காரம் பசு பிராமணன் மாதா பிதா குரு இவர்கள் அஞ்சுபேரையும் கொன்ற தோஷத்திலே போகக் கடவராகவும்.*[29]

> *இந்த தற்ம்ம சாதனத்தை யாதாமொருவன் வியாதம் பண்ணினவன் மாதா பிதாவையும் கெங்க கரையிலே காறாம் பசுவைக் கொன்ன தோஷத்தை அனுபவிக்க கடவாறாகவும்.*[30]

> *யிந்த தற்ம்மத்து வாக்கு சகாயம் சறீர சகாயம் பண்ணின பேருகளுக்கு காசி கங்கை றாமெசுவரம் புண்ணிய தீற்த்தங் களிலெ ஸ்நானம் பண்ணின பலன் அசுவமெத யாகம் பண்ணின பலன் சிவ பிறதிஷ்டை பண்ணின பலன் பெருவராகவும் யிந்த தற்மத்து யாதாமொறுவற் யிசைகேடு பண்ணினவன் கெங்கை கரையில் காராம் பசுவைக் கொன்ற தோஷத்திலே மாதா பிதா குருவைக் கொன்ற தொசத்துக்கு போவராகவும்...*[31]

> *ராவுத்தரானால் மக்கத்திலே பன்னியடிச்ச தோஷத்திலே போவராகவும்...*[32]

> *இந்த தன்மத்துக்கு அகிதம் பண்ணினவராகவும் இந்த தன்மத்தை அகுதம் பண்ணினவன் ஆயிரம் விஞ்சகத்தை பிடுங்கின தொஷத்திலே போக்கடவராகவும்...*[33]

> *இந்த தன்மத்துக்கு ஹிதம் பண்ணிநவர்கள் சாவுச்சிய பதவியடைவாராகவும் அஹிதம் பண்ணினவர்கள் ஏழுவாய் நரகத்தில் விழுந்து அழிந்து போவாராகவும்...*[34]

போன்ற சொற்றொடர்களால் அறியமுடிகிறது.

செப்பேடு ஆவணங்கள்

அரசனது ஆணை, இரு திறத்தாருக்குள் ஏற்படுகின்ற ஓர் உடன்பாடு ஆகியவற்றைப் பண்டைய காலத்தில் செப்பேடுகளில் எழுதிவைத்துள்ளனர். செப்பேடுகளில் எழுதியதற்குக் காரணம் அது நீண்டகாலம் நிலைத்திருக்கும் என்று கருதியதாக இருக்கலாம். தமிழ்நாட்டில் கிடைக்கின்ற கல்வெட்டுகளில் "செம்பிலும் சிலையிலும் வெட்டுவித்துக்கொள்க" "கல்லும் செம்பிலும் கண்டு குடுத்தேன்" என்று குறிக்கப்படுவதைக் காணமுடிகிறது.

செப்பேட்டின் அமைப்புமுறை

பல்லவர், பாண்டியர், சோழர், விசயநகரர் காலத்தில் வெளியிடப்பட்ட செப்பேடுகளைப் போன்று நாயக்கர் காலச் செப்பேடுகள் கனம் மிகுந்தும் செப்புத் தகடுகளில் எழுத்துக்கள் ஆழமாக வெட்டப்படவில்லை. ஒரு சில செப்பேடுகள் மட்டுமே சற்று கனத்த தகட்டினால் செய்யப்பட்டுள்ளன. நாயக்கர் செப்பேடுகள் மெல்லிய தகடுகளால் அமைக்கப்பட்டுள்ளதால் எழுத்துக்கள் மறுபுறத்தில் புடைத்துக்கொண்டு தெரியும் வகையில் எழுதப்பட்டுள்ளன. திருமலை நாயக்கர் வெளியிட்ட இராமநாதபுரம் வீரமுடியாளர் உறவின்முறை பட்டயம் நான்கு இதழ்களும் தஞ்சை செவ்வப்ப நாயக்கர் வெளியிட்ட நஞ்

செஞ்சி நாயக்கர் : ரெட்டணைச் செப்பேடு

நன்றி: நடன.காசிநாதன், சி.வீரராகவன், முத்து.எத்திராசன்

சன்கூடு பட்டயம் மூன்று இதழ்களும் கொண்டவை. இவை தவிர, நாயக்கர் செப்பேடுகள் அனைத்தும் ஒன்று அல்லது இரண்டு இதழ்களைக் கொண்டதாகவே கிடைக்கின்றன.

முற்காலத்தைப் போன்று உயரம் குறைவாகவும் பக்கவாட்டின் அகலம் அதிகமாகவும் கொண்டு செப்பேடுகள் அமைக்கப் படாமல் நாயக்கர் காலத்தில் உயரம் அதிகமாகவும் அகலம் குறைவாகவும் கொண்டு செப்பேடுகள் உருவாக்கப்பட்டன. செப்பேட்டினைப் பிடிப்பதற்கு ஏற்றாற்போல் மேற்புறத்தில் நடுவில் அரைவட்ட வடிவில் நீட்டிக்கொண்டிருக்கும் வகையில் அமைத்து அவற்றின் நடுவில் சிறுதுளைகள் இடப்பட்டுள்ளன. இவை, பட்டயம் வைத்திருப்பவர்கள் கோத்து வைப்பதற்குப் பயன்படும் வகையில் அமைக்கப்பட்டிருக்க வேண்டும். சில செப்பேடுகளில் எழுத்துக்கள் அழகாகவும் பெரியதாகவும் உள்ளன. நுண்ணிய வேலைப்பாடுகளும் கோட்டோவியங்களும் காணப்படுகின்றன. செப்பேட்டின் விளிம்புகள் ஒழுங்கற்றவையாக உள்ளன. நாயக்கர் காலத்தில் வெளியிடப்பட்ட செப்பேடுகளின் அமைப்பினை,

1. தொடக்கம்
2. காலம்
3. நோக்கம்
4. உரிமையின் எல்லை
5. சாட்சி
6. கையெழுத்து
7. ஓம்படைக்கிளவி
8. பட்டயம் செய்தவர்
9. முடிவு

என்று பகுக்கலாம்.

தொடக்கம்

நாயக்கர் காலச் செப்பேடுகளில் ஸ்வஸ்தஸ்ரீ, சுபாமத்தி என்ற மங்கலச்சொல் தொடக்கப்பகுதிகள் அமைந்துள்ளன. சில செப்பேடுகளில் எவ்விதத் தொடக்கச் சொல்லும் காணப்படவில்லை. ‘உ’ என்ற பிள்ளையார் சுழியும் ‘ராம செயம்’ என்ற சொல்லும் குறிக்கப்பெற்றுள்ளன. திருமலை நாயக்கர் வெளியிட்ட அம்மைய நாயக்கனூர்ப் பட்டயத்தில்

‘உறாமசெயம்’ என்று எழுதியபின் ‘உ மீனாட்சி சுந்தரேசுவர் கிறுபாகடாசத்தினாலே’[35] என்றும் பழனிச் செப்பேட்டில் ‘ஆறுமுகம் துணை சிவமயம்’[36] என்றும் எழுதப்பட்டுள்ளன. இதன் மூலம் நாயக்க அரசர்களின் சமய நிலையை அறிந்து கொள்ளமுடிகிறது. சில செப்பேடுகளில் பிற்கால எழுத்தில் “திருமலை மூவரையதேவனுக்கு குடுத்தப் பட்டயம்” “சயமுத்திரி பட்டயம்” என்று வாசகங்கள் எழுதப்பட்டுள்ளன. இச்செப்பேடு களில் விசயநகர வேந்தர் பரம்பரை, நாயக்கர் பரம்பரை, பாளையக்காரர் போன்ற பெயர்களும் பெற்ற சிறப்புகளும் தொடக்கப்பகுதியில் காணப்படுகின்றன.

திருமலை நாயக்கர் காலதிருமுருகன்பூண்டிப் பெரிய செப்பேட்டில் தெய்வ உருவங்களும், பனையேறும் காட்சியும் காணப்படுகின்றன. வெள்ளியங்குன்றம் செப்பேட்டில் சங்கு, சக்கரம், திருநாமம் ஆகியவை வரையப்பட்டுள்ளன. மதுரை சொக்கநாத நாயக்கர் வெளியிட்ட மும்முடிச் சோழப்பேட்டை செப்பேட்டில் சிறுகோயிலும் அவற்றில் நந்தியெம்பெருமான் அமர்ந்த கோலத்தில் வரையப் பட்டுள்ளது. தஞ்சை இரகுநாத நாயக்கரால் வெளியிடப்பட்ட திருகண்ணமங்கைச் செப்பேட்டில்[37] கோட்டோவியங்களாக இறைவுருவங்கள், இறைவனை வழிபடும் அரசர், வழிபாட்டுப் பொருட்கள், படைவீரர்கள் ஆகியன வரையப்பட்டுள்ளதைக் காணமுடிகிறது.

காலம்

செப்பேட்டின் தொடக்கப் பகுதியை அடுத்து காலப்பகுதி அமைந்துள்ளது. சில செப்பேடுகளைத் தவிர்த்துப் பிறவற்றில் சகாப்தம், தமிழ் ஆண்டு, மாதம், தேதி, பட்சம், கிழமை, திதி, யோகம், கரணம், வேளை, ஓரை, நட்சத்திரம் ஆகிய காலக் குறிப்புகள் குறிக்கப்பட்டிருக்கின்றன. சகாப்தம் கூறும்போது சாலிவாகன சகாப்தம், கலியுக அப்தம் என்று குறிக்கப்படுவது மரபாக உள்ளது. சிலவற்றில் கொல்லம் ஆண்டும் குறிக்கப்பட்டுள்ளது. செப்பேட்டில் எல்லாக் காலக் குறிப்புகளும் இடப்பெற்று வெளியிடப்படும்போது சில தவறுகளும் நிகழ்ந்துள்ளன. திருமலை நாயக்கர் வெளியிட்ட செப்பேட்டில் தமிழ் ஆண்டு, தமிழ் மாதம், தேதி, கிழமை ஆகியவை,

> உ சகார்த்தம் 1559 மேல் செல்லா நின்ற கொல்லம் 813 வருஷம் ஈசுர வருஷ்சம் ஆவணி மாதம் 19 உ தெட்சனாயனத்தில் பூறுவ பட்சத்து திசமியும் மூல நட்செத்திரமும் சுபயோக

சுபகரணமும் பெத்த நாள் சனிவார நாள் விசுவனாத நாயக்கர்...[38] எனக் குறிப்பிட்டுள்ளதைக் காணமுடிகிறது.

செப்பேட்டின் நோக்கம்

காலக் குறிப்பினைத் தொடர்ந்து அரசர் பெயரும் நோக்கமும் செப்பேடுகளில் இடம்பெறுகின்றன. சமூகம் தொடர்பான செய்திகளையே நாயக்கர் காலச் செப்பேடுகள் மிகுதியாகக் கூறுகின்றன. நோக்கப் பகுதியில் புலியைக் கொன்றவனுக்குப் பட்டயம், நாயக்கரைக் காத்தல், படையை உபசரித்தல், நாயக்கரைப் பல்லாக்கில் தூக்கிச் சென்று திரும்புதல், வழங்குகளைத் தீர்த்து வைத்தல், தண்ணீர்ப்பந்தல், சுமைதாங்கி கல்லமைத்து அற மானியம் செய்தல், காணியாட்சி வழங்குதல், அந்தணர்களுக்குப் பிரமதேயமாக நிலம் அளித்தல், ஊர்காவல் மானியம், நீர்பாச்சுவற்கு மானியம், ஊர் நாட்டாண்மையை நியமித்தல், சாதிப் பெரியதனம் ஏற்படுத்தல் ஆகிய காரணங்களுக்காகப் பட்டயங்கள் வழங்கப்பட்டுள்ளன. தானமாக வழங்கப்பட்ட நிலங்களைக் கூறும்போது நிலத்தின் எல்லைகளும் ஊர் மானியமாக இருந்தால் ஊரின் எல்லைகளும் குறிக்கப்பெற்றுள்ளன. ஊழியக்காரர்களாகிய காவல்காரர், கிராம நாட்டாமை ஆகியோர் பெறவேண்டிய உரிமைகளும் மரியாதைகளும் கூறப்பட்டுள்ளன. சாதிப் பெரியதனத்தை நியமிக்கும்போது அவரது இனத்தார் அளிக்கவேண்டிய மரியாதைகள், உரிமைப் பணம் பற்றிய செய்திகளும் இடம் பெற்றுள்ளன.

உரிமையின் எல்லை

ஒருவருக்குக் கொடையாக அளிக்கப்பட்ட நிலமோ, பொருளோ ஒரு குறிப்பிட்ட கால எல்லையினைக் குறிப்பிட்டு அதுவரைப் பயன்படுத்திக்கொள்ள வேண்டும் என்று கூறுவது உரிமையின் எல்லையாகும். இதில் மானியம் பெற்றவர்களும் ஊழிய உரிமை பெற்றவர்களும் கோயிலுக்கும் பிற அற நிறுவனங்களுக்கும் அளிக்கப்பெற்ற கொடைகளைப் பெற்றவர்களும் அக்கொடையை,

> சந்திராதித்தர் வரைக்கும் புத்திர பவித்திர பாரம்பரையாக ஆண்டனுபவிச்சுக் கொள்வாராகவும்.[39]

> கல்லு காவேரி புல்லு பூமியும் உள்ள வரையிலும் ஆண்டு வரவும் யிதை யாதா ஒருத்தன் அடிஅழித்தால் கம்படித் தடியான் கருப்பசாமி கேள்ப்பான்.[40]

என்று குறிப்பிடப்படும் சொல் வழக்குகள் நாயக்கர் காலச் செப்பேடுகளில் காணப்படுகின்றன. சோழர், பாண்டியர், விசயநகர மன்னர்களைப் பின்பற்றியே ‘சந்திராதித்தர் வரை’ என்ற குறிப்புகள் சில செப்பேடுகளில் எழுதியுள்ளனர்.

சாட்சி

செப்பேட்டில் மானியமும் தானமும் வழங்கப்பட்ட செய்தியினை அடுத்து சாட்சியாக இருந்தவர்களின் பெயர்கள் இடம்பெற்றுள்ளன. தெய்வங்கள், ஊர் நாட்டாண்மை, கணக்குப்பிள்ளை, ஊர்த் தச்சர், நாயக்கர், பாளையக்காரர், ஆயக்காரர், உள்ளூர்க்காரர் ஆகியோர் சமூக வேறுபாடு கருதாமல் அனைவரும் சாட்சியாக இருந்துள்ளதைக் காண முடிகிறது.

> சாட்சி வெள்ளிக்குறிச்சி சீரங்கநாயக்கற் கண்டப்ப னாக்கன் வத்திறாயற் அறுப்பு கிராமணி சுந்தரமய்யன் மேற்படி அனந்தய்யன் காவன் அங்கு சேருவைகாறன் கணக்கு சிவந்தலிங்கம் பிள்ளை கொல்லக்கருப்பன் தச்சு குப்பாக்காத்தான் நிறமகன் குளந்தவேல் குடிமகன் பூமாலை பண்டிகன் மாதாரி அத்திக்கு மல்லன் நீராவி பாண்டிக் குடும்பன் விடைபெற்ற சாட்சியிதுவும்.[41]
>
> இந்தப் படிக்கு சாட்சி விக்கலமங்கலம் ஆண்டித்தேவன் திடியன் தூங்கதேவன் கொங்கபுளியங்குளம் இருளப்ப கவண்டர்...[42]
>
> இதற்கு சாட்சி குருவுரெட்டி நாவாறுனாக்கன்[43]
>
> சாட்சி வய்யினாக்கன் கருமாத்தூற் கணக்கு ராமலிங்கம் பிள்ளை[44]

ஆகியோர் சாட்சிகளாக விளங்கியதைச் செப்பேடுகள் தெரிவிக்கின்றன. ஆடையைத் தூய்மையாக்கும் வண்ணார் நிறமகன் என்றும் முடித்திருத்துவோன் குடிமகன் என்றும் மருத்துவச்சி மாதாரி என்றும் குடித்தலைவன் குடும்பன் என்றும் அழைக்கப்பட்டதை இலந்தைக்குளம் செப்பேடு தெரிவிக்கிறது.

கையொப்பம்

கையொப்பப் பகுதியில் செப்பேடு வழங்கிய காலத்தில் அரசராக விளங்கிய மன்னர், பாளையக்காரர் ஆகியோர் கையொப்பங்கள் காணப்படுகின்றன.

தஞ்சை விசயராக நாயக்கரின் அலமேலு மங்காபுரம் செப்பேட்டில் 'ஸ்ரீவிஜயராகவ' என்று தெலுங்கில் கையொப்ப மிட்டுள்ளார். திருமலை நாயக்கர் காலத்தில் வெளியிடப்பட்ட சிந்துமேட்டுப்பட்டி செப்பேட்டில்,

> இந்தப் படிக்கு கர்த்தராகிய திருமலைனாயக்கரவர்கள் கய்யி ஒப்பம்.[45]

> இந்தப்படிக்கி றாமலிங்க தொறை யவற்கள் கயிஒப்பம்.[46]

> இந்தப் படிக்கி கர்த்தராகிய திருமலை னாயக்கரவர்கள் திருக்கரத்தில் ஒப்பம் பாளையகாரன் முத்துலிங்கத் தும்பிச்சி னாயக்கர் கய்யி ஒப்பம் சிந்துரெட்டி கய்யிஒப்பம்.[47]

என்று காணப்படுகிறது. இவ்வாறு கையொப்பமிடும் வழக்கம் நாயக்கர் காலச் செப்பேடுகளில் பதிவாகியுள்ளன. சில செப்பேடுகளில் 'எழுத்து' என்ற குறிப்பு மட்டும் காணப் படுகிறது.

ஓம்படைக் கிளவி

செப்பேட்டில் கையொப்பத்திற்குப் பின்னர் ஓம்படைக்கிளவி அமைந்துள்ளது. இறைவனுக்காகக் கொடுக்கப்பட்ட தானத்தைப் போற்றினால் உண்டாகும் நன்மையும் தீங்குச்செய்தால் ஏற்படும் அழிவும் செப்பேடுகளில் குறிக்கப்பட்டுள்ளதை,

> கெங்கைக்கரையிலே ஏளு காராம்பசுவை கொன்ற தோசத்திலே போவாராகவும் பெத்தா தாயைக் கழுத்தைக் கட்டினாப் போலவும் யேழு கோவிலு திருவிளக்கு நிருத்தின தோசத்தில் போவாறாகவும்.[48]

> இதை ஆறாமொருதன் அடி அழித்தால் றாவானசாவிடியில் உள்ள தேவாதியளும் மீனாட்சி அம்மனும் கேள்க்கும்.[49]

> இந்த தற்மம் புத்திர பௌவுத்திர பாரம்பரையாய் நடத்தி விப்போமாகவும்யிந்தத்தன்மத்தை யாதாமொருவர்பரிபாலநம் பண்ணி நடத்திவிச்சபேர்களுக்கு ஆயிசு வரத்துனையும் அஷ்ட்டலட்சுமி கடாட்சமும் சந்தானலட்சுமியும் சகல பாக்கியமும் மென்மேலுமுண்டாவதாகவும் யிந்தத் தற்மத்துக்கு யாதாமொருவர் அக்குதம் பண்ணின பேருண்டாகிலவர்கள் கெங்கைக் கரையிலே புண்ணிய தலங்களிலே காராம் பசுவைத் தன்கையினாலே கொண்ண பாவித்திலே போககடவாராகவும் அசுவத்தி கோவத்தி விறமத்தி சிகவத்தி த்திரிவத்தி யிதுமுதலான பண்ணின தோஷத்தில் போகக்கடவராகவும்...[50]

இந்த தற்ம்மத்துக்கு யாதமொருத்தர் வாக்கு சகாயம் சாரிர சகாயம் அற்த்த சகாய செய்த பேருகல் பழனியில் சத்தநதியில் தீற்த்தமாடி கயிலாசானாதரை பெரியனாயகியும் பலனியப் பரையும் வல்லி தெய்வானையும் சேவித்த பலன் பெருவாராகவும் யித்தற்ம்மத்துக்கு எடம் இகடு செயிதவன் கெங்கரையில் கராம்பசுவை கொன்ற தோசத்தில் போகக் கடவராகவும்.[51]

கல்லுகாவேரி புல்லும் பூமியும் உள்ள வரையிலும் ஆண்டு வறவும் யிதை யாதா ஒறுத்தன் அடி அளித்தால் கம்பத்தடியான் கருப்பசாமி கேள்பார்.52

என்ற செப்பேட்டு வாசகங்களால் அறியமுடிகிறது. பெருந் தெய்வங்களுக்கு இணையாகக் கிராம தெய்வங்களுக்கும் மக்கள் அஞ்சி வாழ்ந்தனர் என்பதைச் செப்பேட்டின் மூலம் அறியமுடிகிறது.

பட்டயம் செய்தவர்

ஓம்படைக்கிளவிக்கு அடுத்து பட்டயம் செய்தவர்களின் பெயர்கள் எழுதப்பட்டுள்ளது. செப்பேட்டைச் செய்தவர்களின் பெயரும் ஆவணத்தை எழுதியவர் பெயரும் செப்பேட்டில் காணப்படுகின்றன. கம்மாளர் சமூகத்தைச் சார்ந்த ஆசாரிகள் செப்பேட்டை உருவாக்கியுள்ளனர். சில செப்பேடுகளைப் பிள்ளை சமூகத்தைச் சார்ந்தவர்கள் வடிவமைத்துள்ளனர். நாயக்கர் கோட்டைகள், பாளையக்காரர் கோட்டைகள் ஆகிய இடங்களில் செப்பேடுகள் தயார் செய்திருக்கின்றனர்.

இந்தப் பட்டையம் செய்தவன் மதுரை வடக்குவாசல் மீனாட்சி ஆசாரி.[53]

பட்டயம் செய்தவன் மதுரை பொன்னம்பலம்பிள்ளை மகன் முத்துப்பிள்ளை.[54]

பட்டயம் செய்தவன் அன்னஞ்சிக் கோட்டை அளகப்பன் ஆசாரி.[55]

என்று பட்டயம் செய்தவர்களின் பெயர்கள் குறிக்கப் பட்டுள்ளன. பட்டயங்களின் எழுதப்படும் வாசகத்தை எழுதிய வர்களின் பெயர்கள் காணப்படுகின்றன. இதனை ‘சாதனம் எழுதுதல்’, ‘முறி எழுதுதல்’ என்று அழைத்துள்ளனர்.

இப்பட்டயம் எழுதினது விளுப்பாதராயர்.[56]

இந்த சாதனம் எழுதித் தகட்டில்ப் பதியக்கொடுத்தது[57]

தாம்ப்ர ஸாஸநம் பண்ணி எழுதிந நண்மைக்கு செஞ்சி போலாசாரி எழுத்து.[58]

என்ற சொற்றொடர்களால் பட்டயம் எழுதிக்கொடுத்தவர் பெயரும் செப்பேட்டில் பதிவு செய்த ஆசாரி பெயரும் எழுதப் பெற்றுள்ளதை அறியமுடிகிறது.

முடிவு

செப்பேட்டின் முடிவில் பிள்ளையார் சுழியும் தெய்வத்தின் அருளை வேண்டும் வாசகங்களும் பொறிக்கப்பட்டுள்ளன. சில செப்பேடுகளில் நாடடுப்புறத் தெய்வ வேண்டுதல் குறிக்கப் பட்டுள்ளன.

மீனம்மாள் துணை[59] ராமச்சந்திரசகாயம்[60]

முனுசாமி துணை[61]

என்ற வாசகங்கள் குறிப்பிடப்பட்டுள்ளன. செப்பேட்டின் தொடக்கத்திலும் இறுதியிலும் பிள்ளையார் சுழியிடும் பழக்கம் இருந்ததைக் காணமுடிகிறது.

காசு ஆவணங்கள்

பண்டைய மக்கள் பொருட்களை வாங்குவதற்குக் காசுகளைப் பயன்படுத்தியுள்ளனர். காசுகள் பழக்கத்திற்கு வருவதற்கு முன்பாகச் சில கனிகளையும் கிளிஞ்சல் போன்ற பொருட்களையும் பண்டங்கள் வாங்க இடைப் பொருட்களாகப் பயன்படுத்தியுள்ளனர். இதற்கு முன்பு ஒரு பொருளைக் கொடுத்து மற்றொரு பொருள்பெறும் பண்டமாற்று முறை நிலவியிருந்ததைக் காணமுடிகிறது.

இந்தியாவில் கி.மு. 6 அல்லது 5ஆம் நூற்றாண்டிலிருந்து கார்ஷா பணம் வணிகத்தில் பயன்படுத்தப்பட்டிருக்கிறது என்பது புத்த ஜாதகக் கதைகளிலிருந்து அறியமுடிகிறது. பாணினி தமது அஷ்டாத்யாயி என்னும் இலக்கண நூலில் கார்ஷா பணம் நிக்ஷ்கா, சதமாணா போன்ற ஏழு வகையான காசுகளைக் குறிப்பிட்டுள்ளார்.[62] எனவே இந்தியாவில் கி.மு.6 ஆம் நூற்றாண்டிலேயே காசுகள் பயன்படுத்தப்பட்டுள்ளதை அறியமுடிகிறது. இந்தியாவில் வேத காலத்திற்குப் பிறகு முத்திரைக் காசுகள் தயாரிக்கப்பட்டன. இத்தகைய முத்திரைக் காசுகள் தமிழகத்தில் இராமநாதபுரம் — அழகன்குளம்,

நாயக்கர் காலக் காசுகள்

முன்பக்கம்: மனித உருவம் , பின்பக்கம் : விஸ்வநாதன் என்ற வாசகம்

முன்பக்கம்: ரகுபண்டிதர் உருவம், பின்பக்கம்: ரகுபண்டித என்ற வாசகம்

முன்பக்கம்: காளை உருவம், பின்பக்கம்: கிட்டிணப்ப நாயக்கர் என்ற வாசகம்

திருநெல்வேலி – வீரசிகாமணி, தஞ்சாவூர் – காவிரிப்பூம்பட்டினம் போன்ற ஊர்களில் கிடைத்துள்ளன.

தமிழ்நாட்டில் சங்க காலத்தைச் சார்ந்த பெருவழுதிக் காசுகள் கொல்லிப்புறைக் காசுகள், குட்டுவன் கோதைக் காசுகள் போன்ற காசுகள் கிடைத்துள்ளன. தமிழகத்தில் பல இடங்களில் ரோமானியக் காசுகளும் கண்டு பிடிக்கப்பட்டுள்ளன. சங்க காலத் தமிழருக்கும் ஆந்திர சாதவாகனர்களுக்கும் இருந்த உறவினை அறிந்துகொள்ள சாதவாகனர் காசுகள் துணை புரிகின்றன. சங்க காலத்திற்குப் பிறகு ஆட்சிச் செய்த பல்லவர், பாண்டியர், சோழர், விசயநகர மன்னர்களும் காசுகளை வெளியிட்டுள்ளனர். இக்காலத்தில் செம்பு, வெள்ளி, தங்கம் ஆகிய உலோகங்களில் காசுகளை அச்சாக்கியுள்ளனர்.

தமிழ்நாட்டில் மதுரை, தஞ்சை, செஞ்சி, வேலூர் முதலிய இடங்களை மையமாகக் கொண்டு ஆட்சி செய்த நாயக்க மன்னர்கள் நிர்வாகம், பொருளாதாரம், சமுதாயம், சமயம் ஆகியவற்றை அறிந்துகொள்ளும் வகையில் ஏராளமான நாணயங்களை வெளியிட்டுள்ளனர். இவர்கள் காலத்தில் செப்புக் காசுகளையே அதிகமாக வெளியிட்டுள்ளனர். ஒரு சில பொன், வெள்ளிக் காசுகளையும் அச்சிட்டுள்ளனர்.

மதுரை விசுவநாத நாயக்கர் வெளியிட்ட சில காசுகளில் ஒருபுறம் 'பாண்டியன்' என்றும் மறுபுறம் 'விஸ்வநாதன்' என்றும் பொறிக்கப்பட்டுள்ளன. பாண்டியரை அடுத்து ஆட்சி செய்த நாயக்கர்கள் தாங்களே பாண்டியர் எனக் கருதி வந்தனர். பாண்டியரின் இரட்டைக் கயல் முதலில் மதுரை நாயக்கரின் அரசச் சின்னமாக இருந்துள்ளது. விசுவநாத நாயக்கர் வெளியிட்ட காசுகளில் 'விஸ்வநாதன், விசிவ, ஸ்ரீவீர' என்றும் முதலாம் கிருஷ்ணப்ப நாயக்கர் காசில் 'கிட்டணப்ப நாயக்கர்' என்றும் வீரப்ப நாயக்கர் காசுகளில் 'வீ' என்றும் இரண்டாம் கிருஷ்ணப்ப நாயக்கர் காசில் 'ஸ்ரீகிருஷ்ண' என்றும் முத்துகிருஷ்ணப்ப நாயக்கர் காசுகளில் 'முத்துகிருஷ்ண, வராஹ, திருவேங்கட' என்றும் முத்துவீரப்ப நாயக்கர் காசில் 'வீ' என்றும் திருமலை நாயக்கர் காசுகளில் 'திருமலா, தி, நா' என்றும் சொக்கநாத நாயக்கர் காசுகளில் 'சொ' என்றும் முத்துவீரப்ப நாயக்கர் காசுகளில் 'ஸ்ரீரங்க' என்றும் இராணி மங்கம்மாள் காசுகளில் 'ம, ஸ்ரீமங்கம்மா, ஸ்ரீமங்கமா, மங்கமா' என்றும் விசயரங்க சொக்கநாத நாயக்கர் காசுகளில் 'ஸ்ரீரங்கராய' என்றும் எழுத்துக்கள் பொறிக்கப்பட்டுள்ளன.

தஞ்சை நாயக்கர் வெளியிட்ட காசுகளில் செவ்வப்ப நாயக்கரின் காசுகளில் 'சிவாபராய், சிவபநாயக்கர், சிவபராய, ச, சி' என்றும், அச்சுதப்ப நாயக்கர் காசுகளில் அச்சுபராய, 'அச்சுதப, அச்த, ஸ்ரீஅச்த' என்றும் இரகுநாத நாயக்கர் காசுகளில் 'ரகுநாத, ரகுணாத, ஸ்ரீரகுணாத, ஸ்ரீரகுநாத, ராயரகு நாதன், ராயரகுனாதன், விசையரகுனாத' என்றும் கோவிந்த தீட்சிதர் காசில் 'கோவிந்ததய்ய' என்றும் விசயராகவ நாயக்கர் காசுகளில் 'விஜயராகவ, ஸ்ரீவிசயராகவ, ஸ்ரீராகவ' என்றும் எழுத்துக்கள் பொறிக்கப்பட்டுள்ளன.

செஞ்சி நாயக்கர் வெளியிட்ட காசுகள் வையப்ப நாயக்கரை 'வையப்ப' என்றும் கிருஷ்ணப்ப நாயக்கரை 'கிட்டிணப்ப நாயக்கர், ஸ்ரீகிருஷ்ண' என்றும் கொண்டம நாயக்கரை 'கொண்டப்ப' என்றும் வெங்கடப்ப நாயக்கரை 'வெங்கடய, வெங்கடப நாயுடு, வெ' என்றும் குறிக்கின்றன. இவ்வெழுத்துக்கள் தமிழ், தெலுங்கு, கன்னடம், நந்தி நாகரி, நாகரி ஆகிய மொழிகளில் எழுதப்பட்டுள்ளன. சில காசுகளில் ஒன்றிற்கு மேற்பட்ட மொழியில் மணிப்பிரவாள நடையில் பொறிக்கப்பட்டுள்ளதும் குறிப்பிடத்தக்கதாகும். கிரந்த எழுத்துகள் வரும் இடங்களில் கூட்டெழுத்துக்களில் எழுதப்பட்டுள்ளன. அரசர் பெயர்களைக் காசுகளில் பொறிக்கும் சொற்சுருக்கமாகவே குறித்துள்ளனர். காசுகளில் ஒரு வரி முதல் மூன்று வரி வரை எழுத்துப்பொறிப்புகள் காணப்படுகின்றன.

நாயக்கர் காசுகளில் உள்ள உருவங்களை,

1. தெய்வ உருவங்கள்

2. அரசர் அரசியர் உருவங்கள்

3. உயிரின உருவங்கள்

என மூன்று வகையாகப் பகுக்கலாம்.

திருமால், அனுமன், கருடன், இராமன், சீதை, கூர்ம அவதாரம், இலட்சுமி, நரசிம்மர், சரசுவதி, கணபதி, கஜலட்சுமி, நர்த்தன கிருஷ்ணன், மச்சவதாரம், சிவன், பார்வதி, முருகன், பெண்தெய்வம், நாராயணன், துர்க்கை, வேணுகோபாலன், உமாசகிதமூர்த்தி, வீரபத்திரர், ஆண்தெய்வம், அம்மன், வருணன், கங்காதரமூர்த்தி போன்ற இறைவுருவங்கள் காசுகளில் காணப்படுகின்றன. அரசர், அரசியர் உருவங்கள் தனித்தும்

இறைவனை வழிபடுவது போலவும் காணப்படுகின்றன. சில காசுகள் தெய்வம், மனிதர் எனப் பகுத்தறிய இயலாவண்ணம் தெளிவற்றுக் காணப்படுகின்றன.

காசுகளில் மீன், காளை, அனுமன், கருடன், மயில், பாம்பு, ஒட்டகம், கொக்கு, புருசாமிருகம், பன்றி, சிங்கம், அன்னம், பசு போன்ற உயிரினங்கள் காணப்படுகின்றன. கேடயம், கத்தி, குத்துவாள் போன்ற படைக் கருவிகள் சில காசுகளில் பொறிக்கப்பட்டுள்ளன. இரகுநாத நாயக்கர் கடல் வணிகத்தில் ஆர்வங்கொண்டு தரங்கம்பாடியில் டெனிஷ்காரர்கள் வணிகத்தின் முக்கியத்துவத்தை அறிந்து காசுகளை வெளியிட்டுள்ளார். அதில் கப்பல் உருவம் பொறித்த காசுகளையும் வெளியிட்டுள்ளார். இதன்மூலம் அவர்கள் கடல் வாணிபத்தில் ஈடுபட்டுள்ளதைக் காட்டுகிறது. தஞ்சை நாயக்கர் அரசில் அமைச்சராகவும் குல குருவாகவும் விளங்கிய கோவிந்த தீட்சிதர் பெயரில் காசு ஒன்றும் வெளியிட்டுள்ளார். மேலும் இராஜகோபாலச் சக்கரப் பொன், இராஜகோபாலன் மாடை, இராஜகோபாலி பணம், வெள்ளிக்காசு போன்றவற்றையும் நாயக்கர் மன்னர்கள் வெளியிட்டுள்ளனர்.

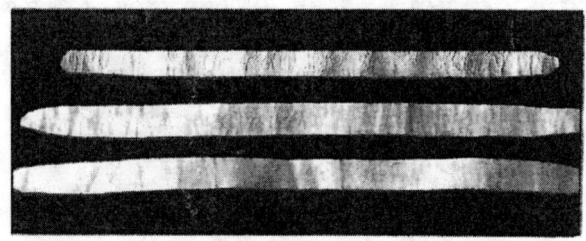

ஹாலந்து மன்னருக்கு இரகுநாத நாயக்கர் அனுப்பிய பொன்னோலைக் கடிதமும், தரங்கம்பாடியிலிருந்து அனுப்பப் பெற்ற ஆவணங்களும்

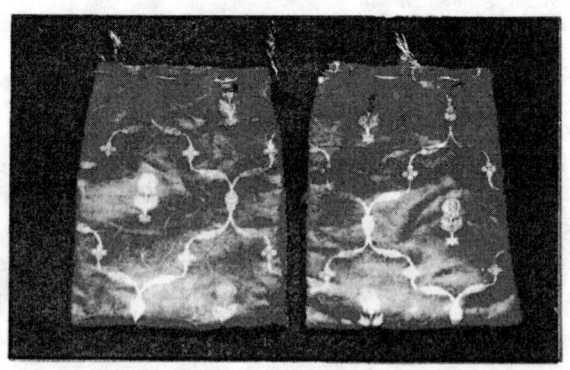

ஓலை ஆவணங்கள்

நம் நாட்டில் எழுதப்படு பொருளாக ஓலையே மிகுதியாகப் பயன்படுத்தப்பட்டுள்ளது. இவ்வோலை பயன்பாட்டிற்கு வருவதற்கு முன்னர் 'பபைரஸ்'(Paparise) என்னும் கோரைப் புல்லை பல நாடுகளிலும் எழுதப் பயன்படுத்தினர். பபைரஸ் விரைவில் அழிந்து விடுவதாலும் நம் நாட்டில் பனையோலை மிகுதியாகக் கிடைக்கப் பெற்றமையாலும் ஓலைச்சுவடியில் இலக்கணம், இலக்கியம், சோதிடம் ஆகிய நூல்கள் எழுதப் பட்டுள்ளன. ஆவணங்கள், பதிவேடுகள் ஆகியன குறைந்த அளவிலேயே ஓலைச் சுவடியில் எழுதப்பட்டுள்ளன. ஆனால் ஆவணங்களை முதலில் ஓலையில் எழுதிய பின்னரே கல்வெட்டிலும் செப்பேட்டிலும் பொறித்து வைத்தனர் என்பதை, மூல ஆவணங்கள் ஓலையில் எழுதப்படும் அதற்குச் சரியான படிகள் கல்லிலும் செப்பேட்டிலும் வெட்டப்படும்.[63] என்ற குறிப்பின் மூலம் அறியலாம்.

கல்வெட்டுகளுக்கும் செப்பேடுகளுக்கும் மூலங்களாகத் திகழ்பவை பனையோலையில் எழுதப்பெற்ற செய்திகளேயாகும். அரசர் ஆணை, அலுவலர் கட்டளை, ஊர் சபைகளின் முடிவுகள், புலவர்களின் கவிதைகள், தனிநபர் குறிப்புகள் போன்ற அனைத்துச் செய்திகளும் ஓலைச்சுவடியில் எழுதப்பெற்றன. ஓலை எழுதுகின்ற அரசு அலுவலர் திருமந்திரவோலை, ஓலை நாயகம் ஆகிய பெயர்களில் அழைக்கப்பட்டுவந்துள்ளனர். நாயக்கர் காலத்தில் இராயசம் என்னும் அலுவலர் ஓலை எழுதும் பணியை மேற்கொண்டுள்ளார்.

உலகில் பதிவு செய்யப்பட்டுள்ள சுமார் இருபதினாயிரம் ஓலைச்சுவடிகளைப் பொருள்வாரியாகப் பகுப்பாய்வு செய்த மு.கோ.இராமன் வரலாற்றுச் சுவடிகள் ஐந்து சதவீதம் உள்ளன என்றும் அவ்வரலாற்று ஆவணச் சுவடிகள் பெரும்பாலும் அச்சாகாமல் இருக்கின்றன என்றும் சுட்டிக் காட்டுகிறார்.[64]

வரலாறு, சமூகம் தொடர்பான ஓலை ஆவணங்கள் பெரும்பாலும் சிறு சுவடிகளாகவும் தனி ஓலைகளாகவும் கிடைக்கின்றன. இவ்வோலைகளில் ஓரங்களை அதிகம் வெட்டாமலும் ஓலை நறுக்கப்படாமலும் நீண்ட அளவில் பயன்படுத்தியுள்ளனர். தனி ஓலைகளைப் பயன்படுத்தும்போது அவற்றின் முதுகு நரம்புகளைக் கிழிக்காமல் இரட்டை

ஓலையாகப் பயன்படுத்தியுள்ளனர். சுவடி வடிவில் உள்ள ஆவணங்கள் அரியதாகவே கிடைக்கின்றன. நாயக்கர் கால ஓலை ஆவணங்கள் சமயம், சமூகம், நட்புறவு, ஒப்பந்தம் ஆகிய நான்கு வகைகளில் அமைந்துள்ளன.

மதுரை நாயக்கர் கால ஓலை ஆவணமாகத் திருநாராயணபுரம் ஓலைச்சுவடி கிடைத்துள்ளது. இவ்வோலைச் சுவடியில் விசயநகர மன்னர்களைப் புகழ்பாடும் வாசகங்களும், விசயநகர மன்னர் பெயர்களும், மதுரை நாயக்கர் அரசு வரிசை முறையும் குறிப்பிடப்பட்டுள்ளன. இச்சுவடி விசயரங்க சொக்கநாத நாயக்கர் காலத்தில் திருநாராயணபுரம் ஸ்ரீவேத நாயகி சமேத வேதநாராயண சுவாமிக்குத் திருவிளை யாட்டம் வழிபாட்டிற்காகப் பூதானம் (நிலதானம்) அளிக்கப் பட்டதை விவரிக்கிறது. மேலும் ஓலையின் இறுதி 'ஸ்ரீவிசைய ரெங்ககிருஷ்ணமுத்தி வீரசொக்கனாத னாயக்கர் கையியெளுத்து' என்று எழுதப்பட்டுள்ளது.[65]

சொக்கநாத நாயக்கரின் இவ்வோலை, காவல்கார மணியன் சுப்பிரமணிய சேர்வைக்காரன் அதே ஊரிலிருக்கும் தீண்டாதார் இனத்தைச் சேர்ந்த கட்டையன் என்பவனை ஏல முறையில் அடிமையாக விற்பனைச் செய்ததைக் குறிப்பிடுகிறது.[66]

தைலர் வரலாற்றுச் சுவடி, நாயக்க மன்னர்கள் சிவன், திருமால் கோயில்களில் தொண்ணூற்றாறு கோபுரம் திருப்பணி செய்ததையும் மதுரையில் தெப்பகுளம், புதுமண்டபம் ஆகியவற்றைக் கட்டியதையும் தளவாய் இராமப்பய்யன் இராமநாதபுரம் சேதுபதிகளிடம் சண்டை செய்ததையும் விவரிக்கிறது.[67] முதலியார் ஓலை ஆவணம் திருமலை நாயக்கர் காலத்தில் மணக்குடி, பெரும்பற்று நாட்டார்களுக்குப் பாசன மேல்வாரம் வழங்கத் தென்வீதி நாட்டார்கள் நீட்டு (ஆவணம்) எழுதிக் கொடுத்ததைத் தெரிவிக்கிறது.[68]

தஞ்சை இரகுநாத நாயக்கரின் பொன்னோலை ஆவணம் ஒன்று கோபன்ஹேகன் (ஹாலந்து) ஆவணக் காப்பகத்தில் இருப்பதை இரா.நாகசாமி கண்டறிந்தார்.[69] இரகுநாத நாயக்கர் டென்மார்க் மன்னர் நான்காம் கிருஸ்டியன் (Christian-IV) என்பவருக்கு எழுதிய நட்புறவுக் கடிதம் பனையோலை போன்ற வடிவமைப்பில் அமைந்த பொன்னாலான நீண்ட தகட்டில் தமிழில் எழுதப்பட்டுள்ளது. இப்பொன்னோலையில் சில பரிசுப் பொருட்களையும் அதனுடன் அனுப்பியுள்ளதாகக் குறிப்பிடப்பட்டுள்ளது. தெலுங்கில் எழுதப்பட்ட வெள்ளி ஏடு

ஒன்று விசயராகவ நாயக்கர் காலத்தில் நாகப்பட்டினத்தை டச்சுக்காரர்களின் வணிகக் களமாக மாற்றி கி.பி.1658 ஆம் ஆண்டு 29ஆம் நாள் ஒப்பந்தம் எழுதிக் கையொப்பமிட்டுக் கொடுத்ததைத் தெரிவிக்கிறது.[70]

காகித ஆவணங்கள்

காகிதத்தை எழுதுபொருளாக முதன்முதல் இந்தியாவில் புகுத்தியவர்கள் இசுலாமியர்ஆவர். அவர்களை அடுத்து இங்குவந்து புகுந்த ஆங்கிலேயர் முதலிய மேற்கத்தியர்கள் காகிதத்தைப் பெருமளவில் புழக்கத்திற்குக் கொண்டு வந்தனர். ஏனினும் நம் நாட்டில் கிடைக்கும் காகிதப் பிரதிகள் கி.பி.14ஆம் நூற்றாண்டுக்கு முற்பட்ட காலத்தைச் சார்ந்தவையாக இல்லை. காகிதங்கள் தொடக்க காலத்தில் ஓலைச் சுவடிகளைப் படியெடுக்கவே மிகுதியாகப் பயன்படுத்தப்பட்டன. ஓலையிலிருந்து வேறொரு ஓலை அல்லது தாளில் பிரதி செய்தனர். பழைய ஓலைச் சுவடிகளைத் தாள்களில் பெயர்த்து எழுதிவைப்பது ஒருவகைப் பாதுகாப்பாகக் கருதப்பட்டது.

தாள் கண்டுபிடிக்கப்பட்டுப் பரவலாக அனைவராலும் பயன்படுத்தத் தொடங்கிய பின்னர் தாளிலேயே எழுதத் தொடங்கினர். இதனால் மூலச் சுவடிகளும் பிரதி எடுக்கப்பட்ட சுவடிகளும் தாள்களிலேயே அமைந்தன. தாளில் எழுதப்பட்ட சுவடியையும் படியெடுக்கப்பட்ட சுவடியையும் கையெழுத்துச் சுவடி அல்லது தாட்சுவடி என்று அழைத்தனர்.

நாயக்கர் காலத்தில் ஏசு கழகச் சமயத் தொண்டர்கள் மதுரை நாயக்கர்களைப் பற்றி ரோம்நகரப் பாதிரிமார்களுக்கு எழுதிய கடிதங்கள், தஞ்சை இரகுநாத நாயக்கர் கால கோபன்ஹேகன் (ஹாலந்து) காகித ஆவணங்கள், மெக்கன்சி குறிப்புகள், வரைபடங்கள் போன்றவை அக்காலத்தில் நடைபெற்ற நிர்வாகம், சமுதாய நிலை, பண்பாட்டுத் தகவல்கள் ஆகியனவற்றைத் தெரிவிக்கின்றன.

கி.பி.1620 இல் ஏற்பட்ட உடன்படிக்கை தஞ்சை இரகுநாத நாயக்கரின் அனுமதி பெற்று டேனிஷ் கிழக்கிந்தியக் கம்பெனி தரங்கம்பாடிக் கடற்கரையில் ஒரு கோட்டை கட்டியதையும் அக்கோட்டையின் தளபதியாக ஹென்ரிக் ஹெஸ் என்பவரை நியமித்து தரங்கம்பாடியில் தங்குமாறு செய்ததையும் விவரிக்கிறது. இவ்வணிக மையம் செழிப்பாக வளர்ச்சியுற்றதைக் கி.பி.1621இல் ஆகஸ்ட் 27 இல் எழுதப்பெற்ற ஆங்கிலக் கிழக்கிந்தியக் கம்பெனியின் கடிதம் மூலம் அறியமுடிகிறது.[71]

கி.பி.1622 ஆகஸ்ட் 27 ஆம் தேதி ப்ரஸ்லாண்ட் (Fursland) என்பவர் ஆங்கிலக் கிழக்கிந்தியக் கம்பெனி இயக்குநர்களுக்கு எழுதிய கடிதத்தில்[72] தரங்கம்பாடி கோட்டை பாதுகாப்புடன் திகழ்வதாகவும் கோட்டையின் மேல் 36 பீரங்கிகள் உள்ளன என்றும் குறிப்பிடப்பட்டுள்ளது. மேலும் தரங்கம்பாடி டேனியர்களுக்கு அளிக்கப்பட்ட குறிப்புகளும் இதில் காணப்படுகின்றன.

ஆவணங்களின் எண்ணிக்கை

நாயக்கர்	கல்வெட்டுகள்	செப்பேடுகள்	காசுகள்	ஓலைகள்	காகிதங்கள்
மதுரை	199	67	80	5	5
தஞ்சை	98	14	78	2	1
செஞ்சி	22	1	32	0	0
வேலூர்	12	0	0	0	0
மொத்தம்	33	82	190	7	6

ஆவணங்களில் குறியீடுகள்

நாயக்கர் காலத்தில் வெளியிடப்பட்ட கல்வெட்டு, செப்பேடு, ஓலைச்சுவடி ஆகிய ஆவணங்களில் குறியீடுகளும் கூட்டெழுத்துகளும் மிகுதியாக இடம்பெற்றுள்ளன. இக்குறியீடுகள் நீண்ட சொற்களைச் சிறிய வடிவில் குறிக்கும் சுருக்கெழுத்துப் போன்றதாகும். இவை காலம், இடம் கருதிப் பெரிதும் பயன்படுத்தப்பெற்றன.

ஆவணங்களில் நில அளவை, தானிய அளவை, நாணய வகை, எண்கள் போன்றவற்றைக் குறிக்கும் குறியீடுகள் நூற்றுக்கும் மேற்பட்டவை அக்காலத்தில் இருந்துள்ளன. அவற்றை,

1. எண் குறியீடுகள்
2. அளவைக் குறியீடுகள்
3. சொற்குறியீடுகள் அல்லது சொற் சுருக்கங்கள்
4. கூட்டெழுத்துகள்

என நான்காக வகைப்படுத்தலாம்.

எண் குறியீடுகள்

ஆவணங்களில் இடம்பெறும் எண் குறியீடுகளில் ஒன்று முதல் நூறு வரை எண்களில் அடிப்படையில் வேறுபாட்டைக் காணமுடியவில்லை. ஆயிரம் எண்ணைக் குறிக்க சத, த ஆகிய இரு வடிவங்கள் காணப்படுகின்றன. எண்களில் கால், அரை, முக்கால், வீசம், மூன்றுவீசம், அரைக்கால், பின்னங்களுக்குக் குறியீடுகள் காணப்படுகின்றன.

அளவைக் குறியீடுகள்

தானியங்கள் கலம், மரக்கால், படி, குறுணி, கோட்டை, ஆகிய அளவைகளால் அளக்கப்பட்டதால் உரி முதல் கலம் வரையிலான அளவைக் குறியீடுகள் நாயக்கர் ஆவணங்களில் காணப்படுகின்றன.

சொற் குறியீடுகள்

நீளமான ஒரு சொல்லைச் சுருக்கம் கருதி முதல் எழுத்து, கடை எழுத்து, இடை எழுத்து மட்டுமே சேர்த்துக் குறிப்பாக உணர்த்தும் வடிவங்களைச் சொற்குறியீடுகள் எனலாம். வருடம், மாதம் போன்றவற்றின் குறியீடுகள் சொற்குறியீடுகளில் எழுதப்படுவதைக் காணமுடிகிறது. அவைபோலவே ஒரே குறியீடு வெவ்வேறு சொற்களுக்கும் பயன்படுத்தப்பெறும் சூழலும் இருந்துள்ளது. இவற்றைப் பொருளையும் சூழலையும் கொண்டு இனங்காண வேண்டும். பிள்ளையார் சுழி, வருடம், மாதம், மேற்படி, தேதி, காணி, ஆகியன சொற்குறியீடுகளாகும்.

கூட்டெழுத்துக்கள்

ஒரு சொல்லாகப் படிக்க முடியாமல் வெறும் எழுத்துக்களின் கூட்டாகமட்டுமே வரக்கூடிய வடிவங்களைக் கூட்டெழுத்துக்கள் எனலாம். பெரும்பாலும் மெய் எழுத்தும் உயிர்மெய்யெழுத்துமே கூட்டாக அமைவதைக் காணமுடிகிறது. ஓலை ஆவணங்களில் வேகமாக எழுதும்போது ஏற்படும் சங்கிலித் தொடரால் ஏற்படும் வடிவம் தான் கூட்டெழுத்துக்கள். இவற்றை விளங்கிக்கொள்ளப் பொருளும் இடமும் முக்கியமாகும்.

மொழி நிலை

நாயக்கர் கால ஆவணங்கள் தமிழ், தெலுங்கு, கன்னடம், கிரந்தம், சமஸ்கிருதம், நாகரி எனப் பல மொழிகளில்

எழுதப்பட்டுள்ளன. வெளிநாடுகளில் நாயக்க மன்னர்கள் நட்புறவு கொண்டிருந்ததால் ஆங்கிலத்தில் எழுதப்பட்ட ஆவணங்கள் கிடைத்துள்ளன. கல்வெட்டு, செப்பேடு, ஓலைச்சுவடி ஆகிய ஆவணங்களில் எழுதும்போது பெரிய எழுத்துக்களாக எழுதியுள்ளனர். இவ்வெழுத்துக்கள் அழகு குன்றியும் பிழைகளுடனும் காணப்படுகின்றன. கல்வெட்டிலும் செப்பேடுகளிலும் கிரந்த எழுத்தை மிகுதியாகப் பயன்படுத்தி யுள்ளதைக் காணமுடிகிறது. இவர்கள் ஆந்திரப் பகுதியிலிருந்து வந்தவர் ஆதலால் வடமொழியையும் கிரந்த எழுத்தையும் தொடர்ந்து கையாண்டுள்ளனர் எனக் கருதலாம். தஞ்சை செவ்வப்ப நாயக்கரால் வெளியிடப்பட்ட அச்சுதமங்கலம் செப்பேடு நாகரி வரிவடிவத்தில் எழுதப்பட்டுள்ளதைக் காண முடிகிறது.

நாயக்கர் கால மொழிநிலையைப் பற்றி

> தமிழகத்தில் 13ஆம் நூற்றாண்டுவரை ஆயிரக்கணக்கான கல்வெட்டுகள் கிடைக்கின்றன. அவற்றில் செய்திகள் மிகுந்திருப்பினும் மொழி வளம் குன்றிப் பிழைகள் மிகுந்து காணப் படுகின்றன. கி.பி.13ஆம் நூற்றாண்டிலிருந்து எழுத்துக்களின் வரிவடிவ வனப்பு குறையத் தொடங்கியது. அவை விசயநகர ஆட்சிக் காலத்தில் சீரழிந்தன. நாயக்கர் காலத்தில் அதனினும் சிறப்பிழந்தன[73] என்று அ.கிருஷ்ணன் குறிப்பிடுகிறார்.

ஆவணங்கள் எழுதுவோரால் ஏற்படும் பிழைகள் மலிந்தும், கொச்சைச் சொற்களும், பேச்சு நடையும், வட்டார வழக்குச் சொற்களும், குறியீட்டுச் சொற்களும் கலந்தும் காணப்படுகின்றன. எழுத்துக்கள் ஒன்றோடொன்று பின்னிப்பிணைந்து வீச்செழுத்தாகவும் சுருக்கெழுத்துக்களும் குறியீடுகளும் கலந்து எழுதப்பெற்றுள்ளன. குறில், நெடில் வேறுபாடு இன்றியும் மெய்கள் புள்ளி இல்லாமலும் ர, ர், ர ஆகியவை ஒரே மாதிரியாக எழுதப்பட்டும் ந — ண, ன — ல, ள — ழ, ர — ற வேறுபாடு இன்றியும் க, சு, த, தம்முள் மயங்கியும் காணப்படுகின்றன.

செப்பேடுகளில் குறிப்பிடப்படும்வழக்குகள், தீர்ப்புகள் ஆகியன காட்சிச் சித்திரிப்பாக, படைப்புத்தன்மையுடன் அமைந்துள்ளன. திருமலை நாயக்கரால் வெளியிடப்பட்ட இலந்தைக்குளம் செப்பேட்டில்,

ஓட்டமும் நடையுமாக ஓடிவந்து றாசா சமூகத்தில் சொல்ல பாளையக்காரற் எல்லோரையு கொண்டு வா என்றாற். அப்போது எல்லாறு சமூகத்தில் கயிகட்டி பதரி நின்றார்கள் அப்போது சீரங்கரைப் பாத்து றாசா சீரங்கனாக்கரைப் பாத்து றாசா நாமு யிவிடம் வந்திறுக்கவும் யிந்தப் பெரும்புலி பயமில்லாமல் துடுக்கு செய்த....[74]

எனக் கூறப்படும் செய்தி விரிவான விவரிப்புடன் எழுதப்பட்டுள்ளது. திருமுருகன்பூண்டிப் பெரிய செப்பேடு பனையேறிகளின் புராணக்கதை விளக்குவதை,

பூலோகத்திலன் பத்தாருதேசமும் விளங்கச் செய்து பத்தரகாளி சாபத்தால் ஏரியோங்கும் திருமேனி என்றும் பூலோகத்துக்கு கல்பபனை மரமென்றும் பேரிட்டு சந்திரனை வாளாகவும் பூக்கொடலையே அரை பொட்டியாகவும் வாடாத மாலையாகிய முப்புரி நூலே காளியுடைய பாதச் சிலம்புகள் கயறாகவும்...[75] எனக் காணமுடிகிறது.

செப்பேடு வழங்கிய இடம்

செப்பேடுகளைத் தனி நபர், சமூகத் தலைவர்கள் ஆகியோருக்கு அரசன் தானே நேரடியாக வழங்குதல், அரசரிடம் அவர்கள் கேட்டுப்பெற்ற செப்பேடுகளில் அரசன் பெயரோ அல்லது அவர் தங்கியிருந்த இடமோ குறிக்கப்படுவது நாயக்கர் காலச் செப்பேடுகளில் காணப்படுகிறது. எடுத்துக்காட்டாக,

மதுராபுரித்தல பாண்டி மண்டலம் பதிநாலு முடிபொருத்த கற்த்தறாகிய றாயெக்ஷத்திரி திருமலைநாயக்கறவர்கள் சிரிவில்லிபுத்தூர் நாச்சியாரைச் சேவிக்கவேண்டி ரத கெச துரகபதாதி சேனையுடனே சமுத்திரகோசம் போலவே மகா ஆடம்பறத்துடனே வந்து திருவண்ணாமலையில் யிரங்கி யிருக்கும்போது...[76] என்று திருவுள்ளப்படி திருவண்ணா மலையில் இலந்தைக் குளம் செப்பேடு வழங்கியதைக் காணமுடிகிறது.

ஆவணங்களின் தன்மை

நாயக்கர் காலத்தில் கிடைக்கப்பெற்ற ஆவணங்கள் அனைத்தும் ஒரு பொதுத் தன்மையைப் பெற்றிருந்தன என்று கூறமுடியாது. ஆவணங்கள் இடம், பொருள், அரசியல், காலம் ஆகிய நிலைகளில் மாறுபட்டுக் காணப்படுகின்றன.

ஒவ்வொரு காலத்திலும் நிலவி வந்த அரசியல், சமுதாயம்,

பொருளாதாரச் சூழல் ஆகியன ஆவணங்களின் தன்மைகளை மாற்றி அமைத்தன. கல்வெட்டுகள், செப்பேடுகள், ஓலைச் சுவடிகள் ஆகியனவற்றில் சில ஒற்றுமைகள் இருந்தாலும் பல கூறுகள் வேறுபட்டே காணப்படுகின்றன.

குறிப்புகள்

1. கழகத் தமிழ் அகராதி.
2. A.C.Chetiar (Chief Editor) English – Tamil Dictionery, p.314.
3. முத்துசண்முகம் பிள்ளை, பெருஞ்சொல்லகராதி, தொகுதி—2, பக்.221—222.
4. வ.ஜெயதேவன், (பதி.ஆ.), சட்டச் சொல் அகராதி, ப.24.
5. வாழ்வியல் களஞ்சியம், தொகுதி— 2, பக்.644.
6. எ.சுப்பராயலு, செ.இராசு,(பதி.ஆ.), தமிழ் கல்வெட்டியலும் வரலாறும், ப.202.
7. ம.சா.அறிவுடைநம்பி, (பதி.ஆ), காகிதச்சுவடி ஆய்வுகள், ப.362.
8. பாகப் பிரிவினை, நன்கொடை, விற்பனை, ஒப்பந்தம், கோயில் கட்டளைகள் போன்ற காரணங்களுக்காக ஆவணங்கள் எழுதப்பட்டுள்ளதாக அந்நூலின் முதல் பாகம் பத்தாவது அத்தியாயம் விவரிக்கிறது. தர்ம சாஸ்திரம் போன்ற நீதி நூல்கள் ஆவணங்கள் எப்படி அமையவேண்டும் என்பதற்கு வரன்முறைகள் வகுக்கப்பட்டுள்ளன.

   உபகத பத்ரம் (ரசீது, ஒப்புச்சீட்டு)

   கிரய பத்ரம் (விலை)

   ஆத்ஹி பத்ரம் (அடைமானம்)

   சந்தி பத்ரம் (உடன்படிக்கை)

   ஸ்திதி பத்ரம் (நிலையான நடைமுறை)

   விபாக பத்ரம் (பாகப் பிரிவினை)

   தாந பத்ரம் (கொடை)

   தாச பத்ரம் (அடிமை)

— நடன.காசிநாதன், அருண்மொழி (ஆய்வுத் தொகுதி) ப.13

9. எ.சுப்பராயலு,செ.இராசு,(பதி.ஆ), தமிழ் கல்வெட்டியலும் வரலாறும், பக்.61—62.

10. கா.ராஜன், கல்வெட்டியல், பக்.6—7.

11. Mahadevan, Iravatham, Early Tamil Epigraphy: From the Earliest Times to the Sixth Century A.D., pp.61-72.

12. கா.ராஜன், கல்வெட்டியல், ப.11.

13. Epigraphia Indica, Vol.XVII, pp.291-309.

14. S.I.I., Vol.12, No.26.

15. அ.கிருட்டினன், கல்வெட்டில் வாழ்வியல், ப.14.

16. Sircar, D.C., Early Indian Numismatic and Epigraphical Studies, p.91.

17. தென்னிந்தியக் கோயிற் சாசனங்கள், பாகம்—2, எண்.1088.

18. மா.செந்தில்செல்வக்குமரன், மற்றும் பலர், திருநெல்வேலி மாவட்டக் கல்வெட்டுகள், தொகுதி—1, எண்.155/2005.

19. ஆவணம், இதழ்—17, பக்.13—37.

20. S.I.I.,Vol.XXIII, No.113.

21. குடவாயில் பாலசுப்ரமணியன், திருவாரூர்த் திருக்கோயில், பக்.511—512.

22. மா.செந்தில்செல்வக்குமரன் மற்றும் பலர், திருநெல்வேலி மாவட்டக் கல்வெட்டுகள், தொகுதி—1, எண்.43/2005.

23. மா.செந்தில்செல்வக்குமரன் மற்றும் பலர், கன்னியாகுமரி மாவட்டக் கல்வெட்டுகள், தொகுதி—6, எண்.474/2004.

24. S.I.I., XVIII, No.766.

25. ஆவணம், இதழ்—17, பக்.13—18.

26. தென்னிந்தியக் கோயிற் சாசனங்கள், பாகம்—1, எண்.776.

27. மேலது, எண்.777.

28. மேலது, எண்.781.

29. செ.இராசு, கொங்கு வேளாளர் கல்வெட்டும் காணிப் பாடலும், ப.140.

30. தென்னிந்தியக் கோயிற் சாசனங்கள், பாகம்—1, எண்.758.

31. S.I.I., Vol.XIV, No.125

32. மா.செந்தில்செல்வக்குமரன் மற்றும் பலர், திருநெல்வேலி மாவட்டக் கல்வெட்டுகள், தொகுதி—1, எண்.211/2005.
33. S.I.I., Vol.II, Part.III. IV, and V No.97.
34. பொ. இராமசந்திரன் மற்றும் பலர், விருதுநகர் மாவட்டக் கல்வெட்டுகள், தொகுதி—1, எண்.190/2005
35. நடன.காசிநாதன் மற்றும் பலர், திருமலை நாயக்கர் செப்பேடுகள், ப.10.
36. மேலது, ப.48.
37. R.Nagasamy, Studies in Ancient Tamil Law and Society, p.116.
38. நடன.காசிநாதன் மற்றும் பலர், திருமலை நாயக்கர் செப்பேடுகள், ப.78.
39. மேலது, ப.63.
40. மேலது, ப.27.
41. மேலது, ப.5.
42. மேலது, ப.78.
43. மேலது, ப.25.
44. மேலது, ப.30.
45. மேலது, ப.8.
46. மேலது, ப.47.
47. மேலது, ப.38.
48. மேலது, ப.12.
49. மேலது, ப.35.
50. ஆவணம், இதழ்—19, ப.115.
51. மேலது, ப.60.
52. மேலது, ப.27.
53. மேலது,
54. மேலது, ப.35.
55. மேலது, ப.67.
56. மேலது, ப.22.
57. மேலது, ப.17.

58. நடன.காசிநாதன், சி.வீரராகவன், தொன்மைத் தடயம், ப.65.
59. நடன.காசிநாதன் மற்றும் பலர், திருமலை நாயக்கர் செப்பேடுகள், ப.8.
60. மேலது, ப.22.
61. மேலது, ப.33.
62. அ.கிருட்டிணன், கல்வெட்டில் வாழ்வியல், பக்.26—27.
63. தென்னிந்தியக் கல்வெட்டு, தொகுதி—5, எண்.426.
64. எ.சுப்பராயலு, செ.இராசு,(பதி.ஆ.) தமிழ்க் கல்வெட்டியலும் வரலாறும், பக்.202—203.
65. தென்னிந்தியக் கோயிற் சாசனங்கள், பாகம்—1, எண்.799.
66. ஆவணம், இதழ்—18, ப.122.
67. எஸ்.வையாபுரிப்பிள்ளை, சிற்றிலக்கிய திரட்டு, ப.866.
68. மேலது, ப.870.
69. R.Nagaswamy, Tarangampadi, pp.21-22.
70. The Nagapatam grant from the Batavia Museum, K.A.Nilakandha Sastry, M.A., Proceeding of the Indian Historical Recards Commission, Vol.XIV, Art.39, p.42, 1937.
71. Letter From Methwold company The English pactory records, Vol.286.
72. English Factory records-Edited by Footer. Vol.II, p.117.
73. அ.கிருஷ்ணன், கல்வெட்டில் வாழ்வியல், பக்.26—27.
74. நடன.காசிநாதன் மற்றும் பலர், திருமலை நாயக்கர் செப்பேடுகள், பக்.2—3.
75. மேலது, பக்.84—85.
76. மேலது, ப.2.

3. அரசு மற்றும் ஆட்சிமுறை

ஒரு காலக் கட்டத்தின் சமூக, பொருளாதார நிலைகளுக்கு ஏற்ப அரசியல் அமைகிறது. தமிழகத்தில் சங்க காலம் முதற்கொண்டு நிலவிய மன்னராட்சி முறையே நாயக்கர் காலத்திலும் தொடர்ந்தது. தமிழக ஆட்சிமுறை வரலாற்றில் பல்லவர், சோழர், பாண்டியர் கால ஆட்சி முறைகளிலிருந்து மாறுபட்ட பல இயல்புகளை நாயக்கர் ஆட்சி கொண்டிருந்தது. இக்காலத்தில் தளபதிகள், பிரதானிகள், அரசப்பிரதிநிதிகள் என பலரும் நிர்வாகத் துறையில் பங்குபெற்றனர். நாயக்கர் ஆட்சிமுறை நடுவண் அமைப்பு, உள்ளாட்சியமைப்பு, கிராம நிர்வாக அமைப்பு எனும் மூன்று முக்கியக் கூறுகளாகப் பிரிக்கப்பட்டுக் கோயில், சட்டம் ஒழுங்கு, நீதிமுறை, வருவாய் ஆகியவை எவ்வாறு நிர்வகிக்கப்பட்டன என்பதை ஆவணங்கள் வழி ஆராய்கிறது.

அரசன்

நாடு முழுமைக்கும் தலைவனாக இருப்பவன் அரசன். வெளியார் படையெடுப்பிலிருந்து நாட்டைப் பாதுகாத்தல், மக்கள் குறைகளைத் தீர்த்தல், பொருளாதார வளர்ச்சிக்கு ஆவன செய்தல், நீதியை நிலைநாட்டுதல், அறநெறியைப் போற்றுதல், வெளிநாட்டு வணிகர்களைப் பாதுகாத்துப் போதிய வசதிசெய்து கொடுத்தல் போன்றவை அரசனின் பணிகளாகக் கருதப்பட்டன. கோயில், சத்திரம் கட்டுவதையும் ஏரி, குளம் வெட்டுவதையும் அரசர்கள் புண்ணியமாகக் கருதி அவற்றிற்குக் கொடையாக நிலம், பணம், பொன், ஊர் ஆகியவற்றை வழங்கியுள்ளதை ஆவணங்கள் தெரிவிக்கின்றன. நாயக்கர் கால ஆட்சிப் பகுதிகளில் நாயக்க மன்னர்களே அரசின் தலைவராக விளங்கினர். இவர்களுக்கு உதவிட அமைச்சர்களும் செல்வந்தர்களும் உடனிருந்தனர். இவர்களின் தலைமை அமைச்சர், தளவாய் ஆவார். மதுரை நாயக்கர்களிடம் அரியநாத முதலியார், இராமப்பய்யன் ஆகியோரும் தஞ்சை நாயக்கரிடம் கோவிந்ததீட்சிதரும் தளவாயாக இருந்துள்ளனர்.

குலமும் கோத்திரமும்

ஒருசமூகத்தில்உள்ள உட்பிரிவுகள் பலவும் அப்பிரிவுகளுக்குரிய குலத்தை அடிப்படையாகக் கொண்டு பெயர் பெறுகின்றன. இத்தகைய உட்பிரிவுகள் கோத்திரம், குலம், வகுப்பு, மரபு

எனப் பல பெயர்களில் அழைக்கப்பெற்றுள்ளன. இவற்றிற்குரிய குலச் சின்னங்களாக விலங்குகள், பறவைகள், தாவர இனங்கள் போன்றவை இருந்துள்ளன. ஒரு கோத்திரத்தைச் சேர்ந்தவர்கள் தங்களுக்குள் மண உறவுகள் வைத்துக் கொள்ளாது பிற கோத்திரத்தவருடன் வைத்துக் கொள்வதே மரபாக இருந்து வருகிறது.

நாயக்க மன்னர்கள் எந்தக் குலத்தைச் சார்ந்தவர்கள் என்பதை ஆவணங்கள் மூலம் அறியமுடிகிறது. இவர்கள் தம்முடைய குலப்பெருமையைக் கூறிக்கொள்வதைச் சிறப்பாகக் கருதி வந்துள்ளனர். இவர்கள் காசிப கோத்திரம், சதுர்த்த கோத்திரம், அநுகூல கோத்திரம் என்று அழைக்கப்பட்டுள்ளனர். மதுரை நாயக்கர்கள் காசிபக் கோத்திரத்தைச் சார்ந்தவர்கள் என்பதை,

காஸ்யப கோத்திரத்தில் வந்த விஸ்வநாத நாயக்கர்[1]

காசிவ கோத்திரத்து விசுவநாதநாயக்கர் புத்திரன் கிருஷ்ணப்ப நாயக்கர்[2]

காஸ்யப கோத்திரத்தைச் சேர்ந்த சொக்கநாத நாயக்கர்[3]

என்று ஆவணங்கள் குறிப்பிடுகின்றன. தஞ்சை செவ்வப்ப நாயக்கரின் சுவாமிமலைக் கல்வெட்டில்,

நெடுங்குன்றம் சதுர்த்த கோத்திரம் திம்ம நாயக்கர் புத்திரன் செவ்வப்ப நாயக்கர்[4]

என்று குறிப்பிடப்பட்டுள்ளது. சதுர்த்த கோத்திரம் என்பது நான்காம் வர்ணத்தராகிய கண்ணபிரானை வணங்கும் வைணவர்கள் ஆவர். செஞ்சி நாயக்கர் காசிப கோத்திரத்தைச் சேர்ந்தவர்கள் என்பதை,

விட்டிலேஸ்வரந் ஸந்ததி காசிப கோத்தரம் வைய்யப்ப நாயக்கர் புத்தரன் கிருஷ்ணப்ப நாயக்கர்[5]

என்று ரெட்டணைச் செப்பேடு தெரிவிக்கிறது. வேலூர் பொம்ம நாயக்கர் காலக் கல்வெட்டில்,

அநுகூல கோத்ர திப்பு நாயினி பௌத்ர நாகமநாயினி

குமார பொம்மு நாயக்கர்[6]

என்று குறிப்பிடுவதைக் காணமுடிகிறது. ஒவ்வொரு நாயக்க

அரசர்களும் தனிதனிக் கோத்திரத்தைச் சார்ந்தவர்களாக இருந்துள்ளதை ஆவணங்கள் மூலம் அறியமுடிகிறது.

நாட்டுப் பிரிவு

பல்லவ, சோழ, பாண்டியர் ஆகியோர் ஆண்ட பேரரசுகளை விட விசயநகரப் பேரரசு பெரியது. பல உட்பிரிவுகளால் இப்பேரரசு நன்கு ஆளப்பட்டது. பெரிய மாகாணங்களாகிய நாட்டுப் பிரிவினுள் கோட்டம், வளநாடு, ஊர் எனப் பிரிவுகள் இருந்தன. மாகாணத் தலைவர்கள் மண்டலேஸ்வரர்கள் எனப்பட்டனர்.

சோழர் ஆட்சிக் காலத்தில் இருந்த நாட்டுப் பிரிவுகளான ஜெயங்கொண்ட சோழ மண்டலம், விக்கிரம சோழ வளநாடு, வாணகோபாடி நாடு, தொண்டை நாடு ஆகிய நாட்டுப் பிரிவுகளே நாயக்கர் காலத்திலும் தொடர்ந்துள்ளதை ஆவணங்கள் வெளிப்படுத்துகின்றன. திருவண்ணாமலைக் கல்வெட்டில்,

தேவமண்டலச் சீர்மையாக திருமலை தேவமகாராயன் கையில் செவ்வப்ப நாயக்கர் அய்யன் விடுத்த சீர்மை ஜெயங் கொண்ட சோழமண்டலத்து பல்குன்ற கோட்டத்து உத்தம சோழ வளநாட்டு நீலகிரி பர்வதம் சூழ்ந்த பாக்கப்பற்று[7] என்றும்

விக்கிரமசோழ வளநாடு இன்னம்பர் நாடு பராந்தக நாடு சுவாமிமலை குமாரசுவாமியாற்கு தொண்டமண்டலம் நெடுங்குன்றம்.[8] என்றும்

ஜெயங்கொண்ட சோழமண்டலத்து செங்குன்றகோட்டத்து பெண்ணை வடகரை வாணகோபாடி அண்ணாநாடு தனி ஊர் திருவண்ணாமலை.[9] என்றும் குறிப்பிடப்பட்டுள்ளன.

வளநாடு

வளநாடு என்றும் நாடு என்றும் இருபிரிவுகளாகப் பிரிக்கப் பெற்றிருக்கிறது. நாயக்கர் ஆட்சிக் காலத்தில் சோழ மண்டல, பாண்டிய மண்டல வளநாடுகளின் பெயர்களாக,

வடகரை ராச வளநாடு[10]	இராஜராஜ வளநாடு[11]
இராஜகம்பீர வளநாடு[12]	உய்யக்கொண்ட சோழ வளநாடு[13]
குலோத்துங்கசோழ வளநாடு[14]	உதைய வளநாடு[15]

பாண்டிய குலாசனி வளநாடு[16]	விக்கிரம சோழ வளநாடு[17]
விழாவரா வீதி வளநாடு[18]	நித்தியொச்சவ வீதி வளநாடு[19]
அமுர்தகுண வளநாடு[20]	திருவழுதி வளநாடு[21]

போன்றவை குறிக்கப்படுகின்றன.

நாடு

வளநாட்டின் உட்பிரிவு நாடாகும். இக்காலப் பிரிவின்படி வட்டம் என்பதை குறிக்கும். பூவானிய நாடு[22] பருத்திப்பள்ளி நாடு[23] மலாவாய் நாடு[24] சிலாநாடு[25] கீழ்வெம்பநாடு[26] மெய்கோட்டு நாடு[27] இடையாற்று நாடு[28] பூந்துறை நாடு[29] நாஞ்சி நாடு[30] ஸ்ரீபராந்தக நாடு[31] இன்னம்பர் நாடு[32] திருப்பனையூர் நாடு[33] கரம்பை நாடு[34] வல்லநாடு[35] மணற்பிடி நாடு[36] வெண்பா நாடு[37] அலக்கரை நாடு[38] அனிமூர் நாடு[39] திரைமூர் நாடு[40] தச்சூர் நாடு[41] அண்ணாநாடு[42] முள்ளிநாடு[43] அடையூர் நாடு[44] என்ற பிரிவுகள் நாயக்கர் ஆவணங்களில் காணப்படுகின்றன.

உசாவடி

உசாவடி (அல்லது) சாவடி என்ற நாட்டுப் பகுப்பு சோழர் காலத்தில் காணப்படவில்லை. ஊர் விசாரணை நிகழும் இடம் உசாவடியாகும். அரசியலதிகாரிகள் ஆண்டுதோறும் தலைமைக் கிராமங்கட்குச் சென்று தங்கியிருந்து அப்பகுதி ஊர்களைப் பற்றிய அனைத்து விசாரணைகளையும் நிகழ்த்தும் பொது இடம். அரசு கிராம வரி வசூல் செய்யும் நிலையமுமாகும் என்று கல்வெட்டு அகராதி குறிப்பிடுகிறது.[45]

தற்காலத்தில் சாவடி என்று வழங்கப்பெறும் ஊர், போர்க் காலங்களில் படைகள் சிறிது நேரம் தங்கி ஓய்வு பெறும் இடம் என்றும் ஒருவருக்கொருவர் உசாவிக் கொள்ளும் இடமாக இருக்கலாம் என்றும் நடன.காசிநாதன் குறிப்பிடுகிறார்.[46]

நாயக்கர் காலத்தில் சாவடி அல்லது உசாவடி என்ற பெயர்களில் நாட்டுப் பகுப்பு நிகழ்ந்துள்ளது. தஞ்சாவூர் உசாவடி[47] திருச்சிராப்பள்ளி உசாவடி[48] திருவாரூர் உசாவடி[49] வழுதலம் பட்டுச்சாவடி[50] என்ற பெயர்கள் காணப் படுகின்றன.

சீர்மை

நாயக்கர் காலத்தில் பெரிய மாநிலங்களாகப் பிரிக்கப் பட்டிருந்த பகுதியைச் சீமை (அ) சீர்மை என்று அழைத்தனர்.

திருநெல்வேலிச் சீர்மை முதலிடத்திலும் அதற்கு அடுத்து சத்திய மங்கலம் சீர்மையும் இருந்துள்ளன.

மதுரை நாயக்கர் காலத்தில் குன்றத்தூர் சீர்மை[51] வெண்பாற் சீர்மை[52] தொட்டியம் சீர்மை[53] தாராபுரம் சீர்மை[54] கருவூர் சீர்மை[55] தென்கரை சீர்மை[56] அமரக்குன்றி சீர்மை[57] மதுரைச் சீர்மை[58] மாவலிவாணாத ராசா சீர்மை[59] தும்பிச்சினாயக்கர் சீர்மை[60] வெட்டும்பெருமாள் சீர்மை[61] தாபுன்றத்தூர் சீர்மை[62] திருச்சிராப்பள்ளி சீர்மை[63] குழித்தொண்டலைச் சீர்மை[64] வேட்டவலம் சீர்மை[65] திருவில்லிபுத்தூர் சீர்மை[66] திட்டியன் சீர்மை[67] சதுர் சீர்மை[68] அயிலூர் சீர்மை [69] ஆகிய பெயர்கள் ஆவணங்களில் காணப்படுகின்றன.

தஞ்சாவூர் சீர்மை[70] திருவண்ணாமலை சீர்மை[71] சோழ மண்டலச் சீர்மை[72] திருச்சிராப்பள்ளிச் சீர்மை[73] நார்த்தா மலைச் சீர்மை[74] வேறுகரைச் சீர்மை[75]குழித்தலைச் சீர்மை[76] திருச்செந்துறைச் சீர்மை[77] தின்னம் சீர்மை[78] கோநாட்டுச் சீர்மை[79] போன்றச் சீர்மை பெயர்கள் தஞ்சை நாயக்கர் ஆவணங்களில் குறிப்பிடப்படுகின்றன.

செஞ்சி நாயக்கர் ஆட்சிக் காலத்தில் வந்தவாசி சீர்மை[80] செஞ்சி சீர்மை[81] வீரவநல்லூர் சீர்மை[82] திருவதி சீர்மை[83] தேவனார் சீர்மை[84] முடியரை சீர்மை[85] போன்ற சீர்மைகளும் வேலூர் நாயக்கர் ஆட்சியில் உரத்திச் சீர்மையும்[86] இருந் துள்ளதைக் காணமுடிகிறது.

கூற்றம்

கூற்றம் என்ற பழம் பெயரில் உறையூர்க் கூற்றம்[87] பாச்சில் கூற்றம்[88] நரையூர் கூற்றம்[89] ஆகியன ஆவணங்களில் காணப் படுகின்றன.

பற்று

பற்று எனும் சொல் நிலம், உரிய நிலம், உரிமை நிலம், அடுக்கு, சார்பு, உரிமை, பெறும் ஊதியம், பதித்த கணக்கு என்னும் பொருள்களில் கல்வெட்டுகளில் இடம் பெற்றுள்ளது. ஊருக்கு உரிமையுடைய நிலத்தைக் குறிப்பதாக வழங்கப்பட்டதாகலாம். நாயக்கர் காலத்தில் சில ஊர்ப் பெயர்கள் பற்று என்ற பெயரில் அழைக்கப்பட்டுள்ளன. ஆத்தானூர் பற்று[90] புல்லாலங்குறிச்சி பற்று[91] திருவாரப்பற்று[92] தஞ்சாவூர் உசாவடி கரம்பை நாட்டு பிரம்பில் பற்று[93] தஞ்சாவூர்ச் சீர்மை நித்தவிநோத வளநாட்டு

மிலட்டூர் பற்று[94] முருகமங்கலப் பற்று[95] ஸ்ரீராமமங்கலப்பற்று[96] பிரமலைப் பற்று[97] போன்ற பெயர்கள் நாயக்கர் காலத்தில் பெயரிடப்பட்டுள்ளதைக் காணமுடிகிறது.

நடுவண் அமைப்பு

அரசனையும் அவனுக்கு உதவும் குழுக்களையும் கொண்டது நடுவண் அமைப்பாகும். நாயக்கர் காலத்தில் மதுரை, செஞ்சி, வேலூர், தஞ்சை ஆகிய தலைநகரங்களிலிருந்து இவ்வமைப்புகள் இயங்கின. அமைச்சர், படைத்தலைவர் பொறுப்புகள் இரண்டும் இணைந்த தளவாய், நிதியை நிர்வகிக்கும் பிரதானி ஆகிய இருவருக்கும் அடுத்த நிலையிலிருந்து நிர்வாகம் செய்யும் இராயசம் என்னும் மூவரும் அரசனுக்கு ஆட்சியில் உதவியுள்ளனர்.

தளவாய்

தளவாய் என்ற பதவி அரசு அமைப்பில் அக்காலத்தில் முக்கியமான பதவியாக இருந்துள்ளது. அமைதிக் கால நிர்வாகப் பொறுப்பையும் போர்க்காலப் படைப் பொறுப்பையும் கொண்டது தளவாய் எனும் பதவி என்கிறார் சத்தியநாதய்யர்.[98] நாயக்கர் காலத்தில்தான் முதல்முதலாகத் தளவாய்ப் பதவி புதியதாக ஏற்படுத்தப்பட்டது. தமிழ்நாட்டு மன்னர்களுக்குத் தலைமை அமைச்சர் ஒருவரும் படைத்தலைவர் மற்றொருவரும் இருப்பது பண்டைய வழக்கமாகும். ஆனால் நாயக்கர் ஆட்சியில் இருபணிகளுக்கும் ஒருவரே இருந்தது புதுமையான முறையாகும்.

ஒவ்வொரு நாயக்க அரசனுக்கும் கீழ் தளவாய்கள் இருந்தனர். மதுரை நாயக்கர் ஆட்சியில் தளவாய்ப் பதவியை அரியநாத முதலியார், இராமப்பய்யன் ஆகியோர் வகித்தனர். தஞ்சை நாயக்கர் ஆட்சியில் பிரதானியாக கோவிந்த தீட்சிதர் என்பவர் செவ்வப்ப நாயக்கர் தொடங்கி அச்சுதப்ப நாயக்கர், இரகுநாத நாயக்கர், இராமபத்ர நாயக்கர், விஜயராகவ நாயக்கர் ஆகியோரோடு தஞ்சை அரண்மனையில் வாழ்ந்தவர் ஆவார். திருக்கோட்டியூர் கல்வெட்டு தளவாய்ப் பதவியினை வேங்கடாத்திரி நாயக்கர் வகித்ததைக் குறிப்பிடுகிறது.[99]

பிரதானி

நாயக்கர் ஆட்சியில் குறிப்பிடத்தக்க மற்றொரு பதவி பிரதானியாகும். பிரதானி என்ற அலுவலர் வருவாய்த்துறையைக் கவனித்துக் கொள்பவர் ஆவார். அதன் காரணமாகவே

உள்நிர்வாக அமைப்புகளோடு அதிகம் தொடர்புடையதாக இப்பதவி இருந்துள்ளது. இப்பதவி இன்றைய நிதி அமைச்சர் பதவிக்கு ஒப்பாகும். நாட்டின் வரவு, செலவுக் கணக்குகளைக் கவனிப்பது இவருடைய பொறுப்பு ஆகும். பிரதானிக்கு உள்நாட்டு ஆட்சியில் மிகுந்த செல்வாக்கு இருந்தது. தளவாய் நாட்டில் இல்லாத காலங்களில் பிரதானிக்கு மிகுந்த அதிகாரம் வழங்கப்பட்டிருந்தது.

இராயசம்

பிரதானிக்கு அடுத்த பெரும்பதவி இராயசம் எனும் பதவியாகும். ராயசம் என்பது தலைமைச் செயலர் போன்ற பதவியாகும். இவர் நாட்டின் நிருவாகத்தைக் கண்காணித்த வந்த முக்கிய அமைச்சர் ஆவார்.

நாயக்கர்களது வருவாய்த் துறை அமைச்சர் பிரதானி எனவும் அரசுச் செயலர் ராயசம் எனவும் வரவு செலவுகளைப் பார்ப்பவர் கணக்கன் எனவும் வெளியுறவுச் செயலர் ஸ்தானபதி எனவும் அழைக்கப்பட்டதை கே.இராஜய்யன் குறிப்பிடுகிறார்.[100]

தளவாய், பிரதானி, இராயசம் போன்ற பதவிகளைத் தவிர அலுவலர்கள், அரசாங்கக் கணக்கர், ஸ்தானாதிபதி ஆகியோரும் இருந்துள்ளனர். இந்த ஐவர் அடங்கியதே நாயக்கர் அரசாங்க ஆட்சிக் குழுவாக விளங்கியுள்ளது. திருச்சேறை சாரநாதப் பெருமாள்கோயில் கல்வெட்டு மூலம் இராயசம் பதவியினை நரசப்பய்யா என்பவர் மேற்கொண்டதை அறியமுடிகிறது. [101]

டி.வி.மகாலிங்கம் எழுதிய விஜயநகரப் பேரரசில் கண்ட ஆட்சிமுறையும், சமுதாய வாழ்வும் என்றும் நூலில் கி.பி.16ஆம் நூற்றாண்டின் பிற்பகுதிக் கல்வெட்டுகளில் திருமந்திர ஓலை நாயகம் என்ற அலுவலர் இருந்ததைக் குறிப்பிடுகிறார். திருமந்திர ஓலை நாயகம் என்பவர் அரசன் ஆணையை எழுதிய பின்னர் அவ்வோலையை அரசனிட்ட ஆணையோடு ஒப்பிட்டுப் பார்த்து அனுமதி வழங்கும் தணிக்கை அதிகாரி ஆவார் என்று குறிக்கப்படுகிறது.[102]

பிற்காலச் சோழர் ஆட்சியிலும் பிற்காலப் பாண்டியர் ஆட்சியிலும் இருந்த ஓலை நாயகம் பதவி நாயக்கர் ஆட்சியிலும் தொடர்ந்துள்ளதை அறியமுடிகிறது.

அரசு அதிகாரிகள்

நாயக்கர் கால ஆவணங்களில் பல அலுவலர்களின் பெயர்கள் காணப்படுகின்றன. இவர்கள் காரியகர்த்தர் என்ற பெயரில் அழைக்கப்பட்டதை,

ஸ்ரீமதுவிசுவநாத னாயக்கறய்யன் காரியத்துக்கு

கற்தரான காளத்தியப்ப முதலியாறய்யனவற்களும்[103]

காரியத்துக்கு கர்த்தரான திருவெங்கடனாதய்யன்

தளவாய் அய்யன் வடமலை பிள்ளை[104]

ஸ்ரீமது ராமசந்திரபெருமாள் ஸ்ரீகாரியத்துக்கு கற்தரான திருமலையய்யங்காரும் ஸ்ரீபண்டாரத்தாரும் ரகுனாத னாயக்கர் காரியத்துக்கு கற்த்தரான சோணாத்திரி அய்யன் அவர்களும்[105]

என்ற கல்வெட்டு மூலம் அறியமுடிகிறது. காரியகர்த்தர் என்போர் நாயக்க மன்னர்களின் அரசபிரதிநிகளாகச் செயல் பட்டுள்ளனர்.

மதுரை நாயக்கர் காலத்தில் விசுவநாத நாயக்கரின் அரசப் பிரதிநிதிகளாகத் திருவேங்கடநாத நாயக்கர்[106] உத்தண்டர்[107] காளத்திய முதலியார்[108] போன்றோரும் கிருஷ்ணப்ப நாயக்கரின் அதிகாரிகளாக அய்யங்காறய்யரும்[109] வீரப்ப நாயக்கர் அதிகாரிகளாகத் தளவாய் கணகப்ப நாயக்கர்[110] அரியநாத முதலியார்[111] ஓகநதாச்சியா பிள்ளை[112] சிதம்பரம்பிள்ளை[113] நயினாத்தா நாயக்கர்[114] ஆகியோரும் திருமலை நாயக்கர் காலத்தில் மெய்க்கும் பெருமாள் பிள்ளை[115] இரகுநாத பண்டிதர்[116] இராமப்பய்யன்[117] காளத்தியப்ப முதலியார்[118] சேசாத்திரி நேசருணை[119] போன்றோரும் விசயரங்க சொக்கநாத நாயக்கர் காலத்தில் குமார தளவாய்[120] கத்தூரி ரங்கய்யன்[121] பிரதானி வேங்கட கிருஷ்ணய்யன்[122] தளவாய் நாராயணப்பய்யன்[123] வாசல் பிரதானி சின்னதம்பி முதலியார்[124] பெரிய அழகிரி நாயக்கர்[125] ஆகியோரும் மங்கம்மாள் ஆட்சிக் காலத்தில் திருவெங்கடனாதய்யன், வடமலைப் பிள்ளை, சிகனாயகம் பிள்ளை, நல்ல வீரப்ப முதலியார், வெள்ளையப்பிள்ளை, பட்டாபி ராமய்யன், திம்மரசய்யன், தெவண்டைய்யன், வெங்கடபதி னாயக்கர், இராமபத்திர னாயக்கர், தளவாய் நரசப்பயா மகன் திம்மப்பயன்[126] ஆகியோர் அரசு அதிகாரிகளாகப் பணியாற்றியதை ஆவணங்கள் மூலம் அறியமுடிகிறது.

திருமலை நாயக்கரின் அமைச்சராகவும் தளவாயாகவும் விளங்கியவர் இராமப்பையய்யர்; பிரதானியாக விளங்கியவர் வைத்தியப்பையய்யர், இராயசம் சமஸ்தானியாக விளங்கியவர் வெங்கிட்டரராயர் என்று வெள்ளியக்குன்றம் செப்பேட்டின் மூலம் அறியமுடிகிறது.[127] ரெங்காரெட்டியார்[128] மும்முடி செட்டியார்[129] வடமலையப்ப பிள்ளை[130] அனந்தனாரணய்யன்[131] போன்ற அதிகாரிகளும் குறிப்பிடப் படுகின்றனர்.

தஞ்சை செவ்வப்ப நாயக்கரின் அரசப்பிரதிநிதியாக திம்மப்ப நாயக்கர்[132] குறிக்கப்படுகிறார். அச்சுதப்ப நாயக்கர் அலுவலராகச் சித்திரகுடி அரசுகாப்பார் நயினார் முதலியார்[133] பொம்மு ரெட்டியார்[134] சடக்கன்படி இராமையர் அய்யன் அழகப் பெருமாள் பிள்ளை[135] ஆகியோர் இருந்துள்ளனர்.

விசயராகவ நாயக்கரின் தளவாய் வேங்கடாத்தி நாயக்கரும்[136] வாசல் அலுவலராக மருதுடைய ஆணையப்ப பிள்ளையும்[137] காரியகர்த்தராக நயினியப்ப நாயக்கர்[138] சிங்கம நாயக்கர்[139] கோவிந்ததாசன்[140] வைத்தியநாத அண்ணாக்கள்[141] திம்மச்சய்யன்[142] ஆகியோரும் இராயசம் அலுவலராக நரசப்பய்யன்[143] என்பாரும் திகழ்ந்துள்ளனர்.

இரகுநாத நாயக்கர் ஆவணங்களில் பல அலுவலர்களின் பெயர்களைக் காணமுடிகிறது. உயர் அலுவலர்களான பிரதானி கோவிந்த தீட்சிதர்[144] அட்டவணை ரங்கப்பய்யன்[145] ஆகியோர் குறிக்கப்படுகிறார். அரசு அதிகாரிகளாக சோணாத்திரி அய்யன்[146] திருவண்ணாமலை சேஷாத்திரி அய்யன்[147] நரசிங்க தீட்சிதர்[148] திருமலை கொழுந்துப் பிள்ளை[149] நாராயண ராஜா[150] நாரணப்ப நாயக்கர்[151] மாதய்ய நாயக்கர் மகன் மல்லப்ப நாயக்கர்[152] திம்மய்ய நாயக்கர்[153] கொழுந்தப்பர்[154] திட்டப்பிள்ளை[155] ஆகியோர் குறிக்கப்படுகின்றனர்.

செஞ்சி கிருஷ்ணப்ப நாயக்கரின் காரியகர்த்தராக நல்ல பொம்மு நாயக்கரும்[156] கொண்டம நாயக்கரின் அரசப்பிரதிநிதி விட்டப்ப நாயக்கர்[157] கிரியப்ப நாயக்கரின் கீழ் அலுவலர் எல்லப்ப நாயக்கர்[158] ஆகியோரும் வேங்கடப்ப நாயக்கரின் காரியகர்த்தர் தளவாய் திம்மப்ப நாயக்கர் மருமகன் சாலமநயிநப்ப நாயக்கர்[159] கொண்டம நாயக்கரின் அரசப்பிரதிநிதி இலிங்கராசா[160] போன்றோர் பெயர்கள் குறிக்கப்பட்டுள்ளன.

உள்ளாட்சியமைப்பு

நாயக்கர் காலத்தில் 'பாளையம்' என்னும் உள்ளாட்சி அமைப்புகள் இருந்தன. பாளையத்திற்குத் தலைமையேற்றவன் 'பாளையக்காரன்' எனப்பட்டான்.

விசயநகரப் பேரரசின் இருந்த 'அமரநாயக' என்ற முறையைப் பின்பற்றி கி.பி.1536இல் விசுவநாதநாயக்கரால் பாளையப் பட்டுமுறை தோற்று விக்கப்பட்டது.

காகதீய நாட்டை ஆண்ட இரண்டாம் பிரதாபருத்திரன் (கி.பி.1296—1322) தன் நாட்டில் அமைதியை நிலைநாட்ட அந்நாட்டை 77 பகுதிகளாகப் பிரித்து ஒவ்வொரு பகுதிக்கும் ஒவ்வொருவரை நியமித்துப் பாளையப்பட்டு முறையை ஏற்படுத்தினான் என்று அ.கி.பரந்தாமனார் குறிப்பிடுகிறார்.[161]

விசுவநாதரே இந்த 72 பாளையப்பட்டு முறையை வகுத்தார் என்று உறுதியாகக் கூறமுடியாது என்றும் முன்னரே இருந்ததை மாற்ற இயலாதவராய் அந்தப் பாளையங்களுக்குரிய கடமைகளைவரையறுத்துச் செப்பம் செய்து ஏற்றுக்கொண்டார் என்றும் கே. இராசய்யன் குறிப்பிடுகிறார்.[162]

பாளையக்காரர்களுக்குக் குறிப்பிட்ட பகுதியில் நிலம் ஒதுக்கப்பட்டது. அவர்கள் அப்பகுதியில் வரிதண்டல், காவல், நீதி நிர்வாகம், நீர்ப்பாசனம், படை பராமரிப்பு ஆகியவற்றைக் கவனித்தனர். நடுவண் அரசின் வேண்டுதலுக்குப் படையுதவி செய்வதும், அரசுக்குச் சேரவேண்டிய நிலவருவாயைத் திரட்டித் தருதலும் பாளையக்காரர்களின் பொறுப்பாகும். இவ்விரண்டும் அவர்களை நடுவணரசுடன் தொடர்புகொள்ளச் செய்தன. மற்றபடி, பல வகையிலும் அவர்கள் முழுவுரிமை பெற்ற சிற்றரசர்கள் போலவே விளங்கியுள்ளனர்.

மதுரை நாயக்கர் ஆட்சியில் இருந்ததுபோல் தஞ்சை நாயக்கர், செஞ்சி நாயக்கர், வேலூர் நாயக்கர் கால ஆட்சியில் பாளையப்பட்டு முறை இல்லை. ஆனால் சிறிய ஆட்சிப் பரப்புகளை நிர்வகிக்க எண்ணற்ற பிரதிநிதிகள் இருந்தனர். அவர்கள் அரசிற்கு வர வேண்டிய நிலுவையையும் வரிகளையும் திரட்டித் தருவோராகவும், அரசின் சார்பில் நிர்வாகம் செய்வோராகவும் இருந்தனர். அரசாங்கம் 'நாடுகள்' என்னும் பெயரில் பலவாகப் பிரிக்கப்பட்டு ஆளப்பட்டது.[163]

இப்பாளையப்பட்டுகளில் கன்னடர், தெலுங்கர், பாண்டியர் பரம்பரையைச் சேர்ந்தவர்கள், சிற்றரசர்கள் எனப்பலரும் இருந்துள்ளனர். நாயக்கர்கள் விசயநகரப் பேரரசுக்கு திறை செலுத்தியும் தேவைப்பட்டபோது இராணுவத்தை அனுப்பிவந்தனர். இவர்களைப் போன்றே பாளையக்காரர்கள் நாயக்கர்களுக்குத் திறை செலுத்தியும் படையுதவி அளித்தும் வந்துள்ளனர்.

பாளையக்காரனுக்கு நிலத்தை ஒதுக்கித் தந்துவிட்டு, அவனது வருவாயில் மூன்றில் ஒரு பகுதியைத் தான் பெறல், தேவைப்பட்டபோது பாளையக்காரனிடம் படையுதவி பெறல் என்ற நிலைகளில் மட்டுமே நடுவணரசு பாளையப்பட்டுகளோடு தொடர்புகொண்டிருந்தது.

கிராம நிர்வாக அமைப்பின் மூலம் பாளையக்காரன் பணம் பெற்றான். அப்பணம் அரசனுக்கும் சென்றது என்ற அடிப்படையிலேயே அரசனுக்கும் கிராம அமைப்புக்கும் உறவிருந்தது. ஆதலால் கிராம மக்களுடன் அரசனுக்கு எவ்வித நேரடி உறவும் இருக்கவில்லை எனலாம்.[164]

பாண்டிய நாடு விசயநகரப் பேரரசின்கீழ் வருவதற்கு முன்னரே தெலுங்கு மக்கள் பலரும் தமிழ்நாட்டில் குடியேறியிருந்தனர். அவருள் சிலர் சிறுசிறு இடங்களைத் தங்கள் ஆட்சியின்கீழ் வைத்திருந்தனர். இவர்களே பாளையக்காரர் எனப்படுவோர். இவர்கள் பாண்டிய அரசர்க்கு அடங்கியும் அடங்காதும் வாழ்ந்து வந்தனர். பாண்டியருடைய வீழ்ச்சிக்குப் பின்னரும் அப்பாளையக்காரர் முன்போலவே திறை செலுத்தாமலும் அரசர்க்குக் கட்டுப்படாமலும் குழப்பம் செய்து வந்தனர். விசுவநாத நாயக்கர் அவர்களை அடக்கி ஒழுங்குபடுத்தினார். தளவாய் அரியநாதரின் கருத்திற்கிசைந்து பாளைய வகுப்பு அமைத்தார். அப்பாளையக்காரரிடமிருந்த பகுதிகள் எழுபத்திரண்டாகப் பிரிக்கப்பட்டன.[165]

நாயக்கர் ஆட்சியில் வட்டார ஆட்சிமுறை பெரும்பாலும் பாளையக்காரர்களைக் கொண்டே நடைபெற்றது. இவர்கள் அரசனுக்குத் தேவையானபோது படைகளை அனுப்புதல், வரித்தண்டல் போன்ற பணிகளைச் செய்தனர்.

திருமலை நாயக்கர் காலத்தில் பாளையக்காரர்கள் கோட்டை, கோயில், அரண்மனை ஆகியவற்றில் காவல்காக்கும் பணியை மேற்கொண்டிருந்தனர். மதுரைக் கோட்டையின் வடக்கு வாசல், அனுமார் கோயில், கொத்தளம் ஆகியவை

காவல்காக்கும் உரிமை இம்முடி கனகராமய கவுண்டர் வழியினருக்கு வழங்கப்பட்டதை வெள்ளியங்குன்றம் செப்பேடு தெரிவிக்கிறது.[166] இச்செப்பேட்டில் விசுவநாத நாயக்கர் காலத்தில் பாளையப்பட்டுகளுக்குக் கிராமங்கள் வழங்கப்பட்டது பதிவுசெய்யப்பட்டுள்ளது. சிறுவாலை ஜமீன் செப்பேடு இம்முடி அச்சிராம கவுருண்டருக்குப் பரிவட்டம் கட்டி அவர் திருக்கோயிலையும் இறைவன் செல்கின்ற திருவீதிகளையும் காவல் காப்பதற்காகச் சிறுவாலை என்ற ஊரினைக் காவல் காணியாக வழங்கியதைத் தெரிவிக்கிறது.[167] வெள்ளியக்குறிச்சிப் பாளையக்காரர்கள் திருமலை நாயக்கருக்குக் காட்சி, கப்பம், காணிக்கை போன்ற பல வரிகளை நெல்லாகவும் பொருளாகவும் செலுத்தினர். புலியைக் கொன்ற பாளையக்காரர்களின் வீரத்தைப் பாராட்டி அவர்களுக்குத் திருமலை மூவரையத்தேவன் என்ற பட்டம் வழங்கி வத்திராயிருப்பையில் கிராமம் வழங்கியதையும் காணமுடிகிறது.[168]

சிற்றூர் ஆட்சி

பல்லவர், சோழர், பாண்டியர் காலத்தில் தமிழகச் சிற்றூர்களில் உள்ளாட்சி முறை நடைமுறையில் இருந்துள்ளது. சபை, ஊர், நாடு ஆகிய உள்ளாட்சி அமைப்புகளின் பணிகளாக, வரி வசூலித்தல், பஞ்ச காலத்தில் வரியைத் தள்ளுபடி செய்தல், அறநிதியங்கள் அமைத்தல் ஆகியவற்றை மேற்கொண்டுள்ளனர். விசயநகரப் பேரரசு காலத்தில் உள்ளாட்சி முறை நடைமுறைப்படுத்தப்படாமல் ஆயக்கார் முறையும் விசுவநாத நாயக்கர் காலத்தில் பாளையப்பட்டு முறையும் ஏற்படுத்தப்பட்டதால் உள்ளாட்சிமுறை மறையத்தொடங்கியது.

விசயநகரப் பேரரசு காலத்தில் தொடங்கிய ஆயக்கார் முறையானது கிராமங்களில் கர்ணம், மணியகாரர், தலையாரி முதலிய பன்னிருவர் அடங்கிய குழுவாகச் செயல்பட்டது. இவர்கள் கிராமங்களில் வரி வசூல் செய்தல், நிலப்பரப்பு கண்காணித்தல், இறையிலி நிலங்கள், ஊர்க்காவல் எனப் பல பொதுப்பணிகளைச் செய்துவந்துள்ளனர். இக்காலத்தில் கள்ளர், மறவர் ஆகியோர் குடியிருந்த பகுதிகளுக்குச் சென்று வரிவசூலித்தவர்கள் அம்பலக்காரர் என்று அழைக்கப்பட்டனர்.

நாயக்கர் காலக் கிராம நிர்வாக அமைப்பு ஒரு பிரிவினரைத் தொடர்ந்து செல்வந்தர்களாகவும், ஏனையோரை வாழ வழியற்றவர்களாகவும் மாற்றியது. கிராம சமுதாயம் சீர்குலைந்ததற்கு, அக்காலப் பாளையப்பட்டு முறையானது, முன்னர் இருந்த ஊர், சபை முதலியவற்றைச் சிதைத்து, அவ்விடத்தில் ஆயக்கார முறையைக் கொணர்ந்ததும் காரணம் எனலாம். இம்முறையில், முதல் பிரிவினர் மூவருக்கு மட்டும் அரசு நிலையில் பாதுகாப்பான வாழ்க்கை இருக்க ஏனையோருக்கு முறையான வாழ்க்கை வழிமுறைகள் இருக்கவில்லை. இது வரிதண்டுதலை மட்டுமே நோக்கமாக உடைய பாளையக்காரர்கள், ஆயக்கார முறையின் விளைவு எனலாம்.[169]

வரியை எளிதாய் வசூலிப்பதற்காகச் சிற்சில கிராமங்கள் ஒன்று சேர்க்கப்பெற்ற பல பகுதிகளால் நாடு பிரிக்கப் பட்டிருந்தது. இத்தொகுதிகளும் பரப்பு நிலைக்கும் சிறப்பு நிலைக்கும் ஏற்றவாறு பெயர்களைக் கொண்டிருந்தன. மறவர் நாட்டுத் தொகுதிகளுக்கு மாகாணங்கள் என்றும் கள்ளர் நாட்டுத் தொகுதிகளுக்கு நாடுகள் என்றும் மதுரை நகரை அடுத்திருந்த தொகுதிகளுக்கு மதுரை மகாநாடு என்றும் பெயர் வழங்கின. திருமலை நாயக்கர் காலத்தில் இவைகளுக்குச் சீமை என்றும் பெயர் வழங்கியது என்று அ.கி.பரந்தாமனார் குறிப்பிடுகிறார்.[170]

நாயக்கர் ஆட்சியில் இராச்சியம் நாடுகளாகவும் நாடுகள் மாகாணங்களாகவும் மாகாணங்கள் ஊர்களாகவும் பிரிக்கப்பட்டிருந்த நிலை காணப்படுகிறது. ஊர்கள் பல கொண்டது மாகாணம். மாகாணம் பல கொண்டது நாடு, நாடுகள் பல கொண்டது இராச்சியம் ஊருக்குக் கிராமம், குடி, பட்டி, குளம், குறிச்சி, மங்கலம், சமுத்திரம் என்று பல பெயர்கள் வழங்கியிருந்தன. எடுத்துக்காட்டாக, திருமலை நாயக்கர் காலச் செப்பேடுகளில் சிட்டுளப்பட்டி, வாக்குளம், கலுப்பட்டி, விளாம்பட்டி, புதுப்பட்டி, கம்மாளப்பட்டி, ஆறுத்துப்பட்டி வலையப்பட்டி, புளியமரத்துப்பட்டி, கிடாரிப்பட்டி போன்ற ஊர்ப்பெயர்கள் காணப்படுகின்றன.

ஊர் நாட்டாண்மை உரிமை

நாயக்கர் ஆட்சிக் காலத்தில் ஊர் நிர்வாகம் சிறப்புடன் செயல்படுத்த நாட்டாண்மை என்பவரை நியமித்துள்ளனர். நாட்டாண்மைக்குத் துணையாகக் கணக்கர் ஒருவரும்

நியமிக்கப்பட்டடார். ஊர் நாட்டாண்மையை நியமிக்கும் பொறுப்பை மன்னரும் பாளையக்காரரும் செய்துவந்தனர்.

திருமலை நாயக்கருடன் அரண்மனைக் காவல்காரன் அரங்கயசாமி என்பவன் வேட்டைக்குச் சென்றார். அப்போது எதிர்பாராத விதமாகப் புலி ஒன்று திருமலை நாயக்கரைத் தாக்க முற்பட்டது. அதனைக் கண்ட காவல்காரன் கல்வெடியால் புலியைச் சுட்டுக் கொன்றான். அவனது திறமையைக் கண்ட மன்னர் தன்னிடமிருந்த அணிகலனை அவனுக்குப் பரிசாக அணிவித்ததையும் அவன் வேண்டுகோளின்படி வாகைக்குளத்தில் நாட்டாண்மை முதன்மை அதிகாரம் வழங்கியதையும் 30 பொன் மானியமாக அளித்ததையும் சிந்துமேட்டுப்பட்டிச் செப்பேடு குறிப்பிடுகிறது.[171]

மதுரை ஆரியவம்ச மல்லினாக்கன் மகன் இராமலிங்கம் பிள்ளை, சென்னைப்பிள்ளை ஆகியோர் மங்கலரேவுவில் குடியேறி சதுரகிரி காமய நாயக்கரிடம் சக்கரை, வெற்றிலை, பாக்கு வைத்து காமயநாயக்கர் படையில் சேர்ந்தனர். கரட்டுமுந்தல் துள்ளுக்குட்டி நாயக்கன் என்பவன் காமய நாயக்கருக்குக் கட்டுப்படாமல் இருந்ததை அறிந்து ஆரிய வம்சத்தினர் அவனைக் கொன்றனர். இதனைப் பாராட்டி மங்கலரேவில் எட்டுப்பட்டி கிராம நாட்டாண்மை உரிமையும் பாடைக்குளம் மஞ்சளில் ஏழுகாணி நஞ்சை புஞ்சை நிலங்களும் பெருமாள் கோயில், விநாயகர் கோயில் மானியங்களும் காமய நாயக்கரால் வழங்கப்பட்டதைப் பாலக்கோம்பை செப்பேடு குறிப்பிடுகிறது.[172]

இருளப்ப கவுண்டன், புன்னைத்தேவன் இருவரும் திருமலை நாயக்கரையும் அவரது படைகளையும் இருவேளை உணவு வழங்கி உபசரித்தனர். ஊர்க்குடிகள் இல்லாத இடத்தில் விருந்தோம்பியதற்கு மகிழ்ந்து மன்னன் நாகமலை அருகில் மக்களைக் குடியமர்த்தி ஊரமைத்துத் தெற்குத் தெருவை இருளப்ப கவுண்டனுக்கும், வடக்குத் தெருவை புன்னைத்தேவனுக்கும் பிரித்து வழங்கி நாட்டாண்மை புரியும் உரிமை வழங்கியதோடு மேலும், இவர்கள் குத்தகையாக அறுபது பணம் அரண்மனைக்கு வழங்க வேண்டும் என்று அறிவித்ததை தருமத்துப்பட்டி செப்பேடு தெரிவிக்கிறது.[173]

திருமலை நாயக்கர் திருவில்லிப்புத்தூர் அருகிலுள்ள திருவண்ணாமலையில் தங்கிருந்தபோது அப்பகுதியில் புலியினால் தாக்கப்பட்டுஒருவர் இறந்த செய்தியை அறிந்து

அப்புலியைக் கொன்று வர தன் கையினால் வெற்றிலை வழங்கி ஆணை பிறப்பித்தான். மூவரையத் தேவன் உறவினர்கள் புலியைக் கொன்றமைக்காக அவர்களுக்கு வத்திராயிருப்பு கிராமத்தில் நாட்டாண்மை செய்யும் அதிகாரமும் 'திருமலை மூவரையத்தேவன்' என்ற பட்டமும் திருமலை நாயக்கரால் வழங்கப்பட்டது. இதனை இலந்தைக் குளம் செப்பேடு விவரிக்கிறது.[174]

வன்னிவலம்பட்டி செப்பேடு, திருமலை நாயக்கருக்குக் காவல்காரர்கள் மதுரை முகாமில் பணம், காணிக்கைகள் செலுத்தினர். அளகன் முத்திரி என்பவன் தான் கொண்டுவந்திருந்த ஆட்டுக்கிடாயை அரசனின் நலனுக்காகப் பலிகொடுத்தான். அதனைக் கண்ட அரசன் தன்னுடைய நலனுக்காகக் கொடுக்கப்பட்டதாகக் கருதி, அளகன் முத்திரிக்கு தேவயனகுறிச்சி, வன்னிவலம்பட்டி என்ற இரு கிராமங்களை நாட்டாண்மை கிராமங்களாக்கி மானியமாகக் கொடுத்தான் என்று தெரிவிக்கிறது.[175]

நாட்டு வருவாய்

நிலங்கள், தொழில்கள், வணிகப் பொருட்கள் ஆகியவற்றின் மீது விதிக்கப்படும் வரியே நாட்டு வருவாய் மூலங்களில் முதன்மையானதாகும். மேலும் தண்டத்தொகைகள், பறிமுதல் செய்யப்பட்ட பொருட்கள், பிற கட்டணங்கள் ஆகியனவும் வருவாய் வகைகளாகும். படையெடுப்பின்போது பகைவர்களிடமிருந்து கவரப்பட்ட பொருள்களும் நாட்டு வருவாயில் அடங்கும். மற்ற அரசர்கள், பாளையக்காரர்கள் செலுத்தும் கப்பமும் கூட நாட்டு வருவாயாகக் கருதப் பட்டது.

நாயக்கர் கால வரிகள்

ஒரு நாட்டின் உயிர்நாடியாக விளங்குவது அவ்வரசாங் கத்திற்குக் குடிமக்கள் பொருளாகச் செலுத்தும் வரியாகும். நாயக்கர் ஆட்சியில் விசயநகரப் பேரரசர்கள் வசூலித்த வரிகளே வசூலிக்கப்பட்டன. விசயநகரப் பேரரசின் வருவாயை,

1. நிலவரி (Land Tax)
2. சொத்து வரி (The Tax on property)
3. வணிக வரி (Commercial Tax)
4. தொழில் வரி (Professional Tax)
5. கைத்தொழில் வரி (Tax on Industry)

6. படைக்கொடை (Military Contributions)

7. சமுதாய –குழு வரிகள் (Social and Communel Tax)

8. பல இனவரிகள் (Other Taxes)

என எட்டு வகையாகப் பகுக்கிறார். டி.வி.மகாலிங்கம். இவ்வரி அமைப்பினைப் பின்பற்றியே நாயக்க மன்னர்களும் வரி வசூல் செய்துள்ளனர்.[176]

நில வரி

நாயக்கர் அரசாங்கத்திற்கு நிலங்களின் மூலம் கிடைத்த வரிகளே முக்கியமானவை. நிலத்தின் தன்மை, பயிரின் தன்மையைக் கொண்டு வரி விதிக்கப்பட்டது. மேலும் நிலத்தில் விதைக்கக் கூடிய விதைகள் அளவு, உழவதற்குப் பயன்படும் ஏர்களின் எண்ணிக்கை, நஞ்சை புஞ்சை ஆகியவற்றைக் கணக்கில் கொண்டு நில வரிகள் விதிக்கப்பட்டன. நன்செய் நிலங்களுக்கு நெல்லாயம், காசாயம் என்ற பெயரில் தானியமாகவும் நாணயமாகவும் வரி வசூல் செய்யப்பட்டது. புன்செய் நிலங்களுக்குப் பெரும்பாலும் நாணயமே வரியாக வசூலிக்கப்பெற்றுள்ளது.

நிலத்திற்குப் பாயும் நீருக்காக நீர்தீர்வை என்ற பெயரில் வரி வசூலித்ததைத் திருமங்கலம் சாமவேதேசுவர் கோயில் கல்வெட்டின் மூலம் அறியமுடிகிறது.[177] வலைக்காரக் குடும்பத்தினரால் தலைவனுக்குக் கிடைத்த பொன்னை ஜம்புகேசுவரர் கோயிலில் உள்ள கங்காளநாதர் வழிபாட்டிற்காக வழங்கியுள்ளதை வீரப்ப நாயக்கர் காலக் கல்வெட்டு குறிப்பிடுகிறது.[178]

சொத்து வரி

மனைகள், பூமிக்கு அடியில் கிடைக்கும் புதையல்பொருட்கள், பசு, எருது, ஆடு மாடுகள்ஆகிய அசையும் பொருட்கள் மீதும் அசையாப் பொருட்கள் மீதும் வரிகள் விதிக்கப்பட்டன. மக்கள் குடியில்லாத வீடுகளுக்கு வரி விதிக்கப்பட்டதாகத் தெரியவில்லை. நாயக்கர் காலத்தில் கூரை வீடு, மாடி வீடு, சிறுவாசல் வீடு, பெரியவாசல் வீடு, தோட்டம் என்ற வீடுகளின் தன்மைகளுக்கு ஏற்றவாறு வரிகள் விதிக்கப்பட்டன.

வணிக வரி

வணிகப் பொருட்களின் மீது விதிக்கப்பெற்ற சுங்க வரியே ஓர் அரசாங்கத்திற்கு அதிக வருவாயினை ஈட்டித் தந்தது.

சுங்க வரிகள் ஸ்தல தாயம், மார்க்க தாயம், மாமூல் தாயம் என மூன்று வகையில் வசூலிக்கப் பெற்றன என்று லூவிஸ்ரை குறிப்பிடுவதாக டி.வி. மகாலிங்கம் சுட்டிக்காட்டுகிறார்.[179]

விலைக்காணம், கைவிலைப்பணம் என்னும் பெயர்களில் வணிக வரி வசூலிக்கப்பட்டதை ஆவணங்கள் குறிப்பிடுகின்றன. விறகு, வைக்கோல் முதலிய பொருட்களின் மீதும் வரிகள் விதிக்கப்பெற்றிருந்தன. சந்தை கூடும் இடங்கள், பெருவழிகள் சந்திக்கும் இடங்கள் முதலியவற்றில் சுங்கவரிகள் வசூலிக்கப் பெற்றதை நாயக்கர் கால ஆவணங்கள் விவரிக்கின்றன.

தஞ்சை செவ்வப்ப நாயக்கர், அச்சுதப்ப நாயக்கர் காலத்தில் பாக்கு, மிளகு போன்ற நிறுக்கப்படும் பல சரக்குகளுக்குப் பொதி ஒன்றுக்கு இரண்டு பலமும் நெல், அரசி போன்றவற்றிற்குப் பொதி ஒன்றுக்கு இரு நாழியும் மகமை எனும் வரியாக வசூலிக்கப்பட்டதைத் திருப்பூந்துருத்தித் திருக்கோயில் கல்வெட்டால் அறியமுடிகிறது.[180]

தொழில் வரி

சுயதொழில் செய்யும் சமூகத்தினரிடம் வசூலித்த வரி நாயக்கர் கால அரசுக்குப் பேருதவியாகப் இருந்துள்ளது. ஆயர், தச்சர், சலவைத் தொழிலாளர், குயவர், உவச்சர், சக்கிலியர், இசை வல்லுநர் போன்ற நுட்பமான வேலை செய்வார், கள்ளிறக்குவோர், சித்திரம் வரைவோர், பொற்கொல்லர், தொம்பக் கூத்தாடிகள், உப்பு எடுப்போர், அடிமைகள் ஆகிய இனத்தவரிடமும் வரி வசூல் செய்துள்ளனர். அரசாங்க அலுவலர்களும், பரத்தையர்களும் தொழில் வரி செலுத்தியுள்ளனர்.

உப்பாயத்தில் இருந்து வருகின்ற எருதுப் பொதிகளின் மீது வரி வசூலிக்கப்பெற்றதை செஞ்சி கிருஷ்ணப்ப நாயக்கர் காலக் கல்வெட்டு குறிப்பிடுகிறது.[181] மேலும், இதில் உள்ளாயம், படைவீடு இராஜ்ஜியம் வசூலிக்கின்ற பேராயம் ஆகிய வரிகள் குறிக்கப்பட்டுள்ளன. உழவு வரி, தறி வரி, வண்ணான் வரி முதலிய தொழில் வரிகளாலும் பாளையக்காரர் கொடுத்து வந்த வரியாலும் முத்தெடுத்தல், மீன் பிடித்தல், சங்கு எடுத்தல் முதலிய தொழில்களிலிருந்து கிடைத்த வருவாயாலும் விசுவநாதர் காலத்து அரசாங்க வருவாய் பெருகிற்று.[182] என்று அ.கி.பரந்தாமனார்குறிப்பிடுகிறார்.

கைத்தொழில் வரி

நாயக்கர் காலத்தில் நடைபெற்ற பெரிய, சிறிய கைத்தொழில் களுக்குக் கிடைத்த இலாபத்திற்கு ஏற்றாற்போல் கைத்தொழில் வரி முதலாளிகளிடமிருந்து வசூலிக்கப்பெற்றது. இவ்வரிகள் தறிக்கடமை, செக்குக் கடமை, அரிசிக் காணம், பொன் வரி, செம்பொன் வரி, புல்வரி, பட்டாடை, நூல் ஆயம், மரக்கால் வரி, உலை வரி முதலிய பெயர்களில் அழைக்கப்பெற்றன. காவிரி கொள்ளிடத்தில் பரிசில் ஓட்டுவிப்பதற்காக ஒரு வராகன் வரி செலுத்தியதை மதுரை விசயரங்க சொக்கநாத நாயக்கரின் ஜம்புகேசுவரம் செப்பேடு குறிப்பிடுகிறது.[183]

படைக் கொடை

நாயக்கர் ஆட்சியில் அமைக்கப்பட்ட அரண்களையும் சேனைகளையும் சிறந்தமுறையில் நிர்வாகம் செய்வதற்காக மக்களிடமிருந்து வசூலிக்கப்பெற்ற வரி 'படைக்கொடை காணிக்கை' என்று அழைக்கப்பெற்றது. படை வரியாக பட்டக் காணிக்கை, வில் வரி, சூல வரி போன்ற வரிகள் குறிப்பிடப்படுகின்றன. இக்காலத்தில் வாள், வில், சூலம் வைத்துக்கொள்ள அனுமதிக் கட்டணமும் பெறப்பட்டுள்ளது. மதுரை நாயக்கர் காலத்தில் திருநெல்வேலி மாவட்டத்தில் கோட்டைப் பணம் வாங்கியதாகச் சாசனம் கூறுகிறது.[184]

சமூக - இன வரிகள்

சமூகத்தில் பண்டைய காலந்தொட்டு நடைபெற்று வரும் கோயில் திருவிழாக்கள், திருமணங்கள், அறநிலையங்கள் போன்ற அறச்செயல்களுக்கு அரசாங்கத்தாலும் தனிப்பட்ட சமூகத்தாலும் இனவரிகள் வசூலிக்கப்பெற்றதை ஆவணங்கள் தெரிவிக்கின்றன. சமூக வரிகள் வலங்கைச் சாதியினிரிடமும் இடங்கைச் சாதியினரிடமும் ஒரு வகை வரி வாங்கியதாக அ.கி.பரந்தாமனார் குறிப்பிடுகிறார்.[185]

கிருஷ்ணப்ப நாயக்கர் காலத்தில் விட்டலபனாயன் என்பவன் குடி ஒன்றுக்கு ஐந்து பணம் வரி வசூலித்துள்ளதை பிடாரியூரில் கல்வெட்டு குறிப்பிடுகிறது.[186] தேவாங்கச் செட்டியார் இனத்தைச் சார்ந்த திம்மிசெட்டி, காரமல்லிச் செட்டி இருவரும் இணைந்து சாதி வாரியாக பொன் 7000 வசூலித்தமையும் திருமண வரி, பிற இனங்களில் வசூலித்த பொன் 5400யும் வைத்து மதுரைச் சொக்கநாத கோயில் கட்டளையாகக் கொடுத்துள்ளதையும் திருமலை நாயக்கரின் ஒ.கோயில்பட்டிச் செப்பேடு தெரிவிக்கிறது.[187]

அச்சுதப்ப நாயக்கர் காலத்தில் திருவண்ணாமலைப் பகுதியில் வாழ்ந்த இடையர்களின் ஆட்டுப் பண்ணைகளுக்குச் சில வரிகள் வசூலிக்கப்பெற்றதை திருவண்ணாமலை இராஜகோபுரக் கல்வெட்டு தெரிவிக்கிறது.[188] கிருஷ்ணப்ப நாயக்கர் காலத்தில் வீரபாண்டியேசுவரர் கோயில் அபிஷேகக் கட்டளைக்காகத் திருமணம் செய்த பெண் வீட்டுக்கு ஒரு பணமும் மாப்பிள்ளை வீட்டுக்கு ஒரு பணமும் வரியாக வசூலிக்கப்பட்டதை, கல்லியாணம் பண்ணின வீட்டுக்கு பெண் வீட்டுக்கு ஒரு பணமும் மாப்பிள்ளை வீட்டுக்கு ஒரு பணம்[189] என்று முக்கண்ணாக்குறிச்சிக் கல்வெட்டு விளக்குகிறது.

வீரமுடிவாளர் உறவின்முறையினர் குடிக்கு இரண்டு பணமும் கலியாண வீட்டில் மாப்பிள்ளை வீட்டார் ஒரு பணமும் பெண் வீட்டார் ஒரு பணமும் இராமநாதபுரம் சிவன் கோயிலுக்கு வழங்கப்பட்டதைக் காணமுடிகிறது.[190] வீரப்ப நாயக்கரின் வெண்பக்கோடைச் செப்பேட்டில் சிறுவாலை அச்சராமக் கவண்டர் நாயக்கரிடம் அனுமதிபெற்று கம்பளத்துக் கவண்டர்களிடம் இனவரி வசூலித்ததையும் இனவரி வசூலிப்பதை எதிர்த்து வெற்றி பெற்ற புல்லாகவண்டனைப் பாராட்டுவதற்காக வில்லுக்கு ஒரு பணம் வரியாக வசூலிக்கப் பட்டதையும் காணமுடிகிறது.[191]

மேலும் நாயக்கர் காலத்தில் குதிரைலாயம், ஊசிவாசி, சொர்னாதாயம், ஊத்தப்பாட்டம், பனைங்கடமை, உலாவுக் காச்சி, பலபட்டடை, தறிக்கடமை, சில்வரி, பெருவரி, திருத்தேர் ஊழியம், இராச ஊழியம், அளமஞ்சி, எச்சோறு, உழவடை, குதிரை வரி, தறிவரி, மலைக்காவல் ஆயம், பாசிவிலை, பரிசில் வரி, நஞ்சை கடமை, புஞ்சை கடமை, செக்கிறை, ஏர்வரி, இனவரி, இடையர் வரி, குடிவரி, உள்வரி, மாவடை, மரவடை, குளவடை, சாரடை, தொட்டி, தொட்டம், தொடிகை, நிதிக்ஷேபம் போன்ற வரிகள் ஆவணங்களில் குறிக்கப்பட்டுள்ளன.

நீதிமுறை

நாட்டு மக்களிடையே ஏற்பட்ட பிணக்குகள், வழக்குகள் ஆகியவற்றைத் தீர்ப்பதற்கும், அதிகாரங்களும் சட்டங்களும் முறைப்படுத்துவதற்கும்நீதி நிர்வாக முறைஅவசியமாகக் கருதப்பட்டது.

நாயக்கர் காலத்தில் இருந்த நீதி பரிபாலன அமைப்பில் பலவித படிநிலைகளைக் காணமுடிகிறது. பெரும்பாலான

வழக்குகள் கிராம அளவிலேயே தீர்க்கப்பட்டதாகவும் சமூக, சமய நடைமுறைகள் பற்றியவை மட்டுமே அரசனாலும் உயர் அதிகாரிகளாலும் விசாரிக்கப்பட்டதாகவும் சத்தியநாதய்யர் குறிப்பிடுகிறார்.[192]

கி.பி.1544ல் திருவிடைமருதூரில் ஏற்பட்ட ஒரு வழக்கு மன்னனால் தீர்த்து வைக்கப்பட்டதை, அவ்வூர்க் கருவூல அதிகாரி கோயில் பற்றாக வழங்கப்பட்ட நிலத்தைத் தமக்குரியது என்று கூறி அனுபவித்து வந்தான். அத்தகாத செயலைப் பற்றி திருக்கோயில் தேவகன்மிகள் அவ்வூருக்கு மன்னன் முகாம் மேற்கொண்டிருந்தபோது முறையிட்டனர். மன்னன் நேரிடையாகச் சென்று எல்லைக் கற்களை ஆராய்ந்து கோயிலுக்குரியது எனத் தீர்ப்பளித்தான். இது அக்காலத்தில் மக்களுக்கு ஏதும் குறை ஏற்பட்டால் மன்னனிடம் சென்று முறையிடுவதற்கு வாய்ப்பிருந்த்து என்பதையும் மன்னன் தீர ஆய்வு செய்த பின்னர் தான் தீர்ப்பளித்தான் என்பதையும் தெளிவுபடுத்துகிறது. மேலும் அரசு முத்திரையைச் சோதிப்பதற்காக ‘முத்திரை வாங்கி’ என்ற ஒரு அதிகாரி இருந்ததையும்அறியமுடிகிறது[193] என்று இரா.நாகசாமி குறிப்பிடுகிறார்.

வீரப்ப நாயக்கர் காலத்தில் தளவாயும் பிரதானியுமாய் இருந்த அரியநாத முதலியார் ஒரு வழக்கை விசாரணை செய்து தீர்ப்புக் கூறியுள்ளார். இதனால், நீதித்துறையைக் கண்காணித்த பணியும் பொறுப்பும் பிரதானிக்கு இருந்தமையை அ.கி.பரந்தாமனார் சுட்டிகாட்டுகிறார்.[194] முத்துவீரப்ப நாயக்கர் காலத்தில் இரு நாட்டாரிடையே ஏற்பட்ட பிணக்கை மன்னர் தீர்த்துவைத்த முறையை ஓலைச்சுவடி ஒன்று கூறுகிறது.[195]

திருவில்லிப்புத்தூர் சூடிக்கொடுத்த நாச்சியார் கோயிலுக்கும் படிக்காசு வைத்த நாயனார் கோயிலுக்கும் நில எல்லை தொடர்பாகத் தகராறு ஏற்பட்டதை வீரப்ப நாயக்கர் தலையிட்டுத் தீர்த்துவைத்ததைக் கல்வெட்டு மூலம் அறியமுடிகிறது.[196]

காங்கேய நாட்டாருக்கும் பூந்துறைக்கும் இடையே எல்லைத் தகராறு ஏற்படுகிறது. இதில் ஏற்பட்ட சண்டையில் இருபக்கத்திலும் பலபேர் இறந்துவிடுகின்றனர். மன்னன் திம்மப்ப முதலியார் என்ற அதிகாரியை அனுப்பி இவ்வழக்கைத் தீர்த்து வைக்கின்றான். திம்மப்ப முதலியார் இவ்வழக்கைத் தீர்க்க 24 நாட்டார்களையும் இராதாபுரம் சம்பிருதி தளத்து சேர்வைக்காரன் ஆகியோரையும் தனக்குத் துணையாக

அழைத்து முறையாக எல்லைத் தகராறைத் தீர்த்து வைத்தான். இவ்வோலைச்சுவடி திம்மப்ப நாயக்கன் யானைமீது அமர்ந்துகொள்ள மற்ற நாட்டவர்கள் குதிரைமீது அமர்ந்து அவருடன் வர எல்லை குறிக்கப்பட்டதைத் தெரிவிக்கிறது.[197]

இவ்வாவணத்தின் மூலம் நாயக்கர் காலத்தில் அரசர்கள் யானைமீது அமர்ந்தும் நாட்டார்கள் குதிரை மீது அமர்ந்தும் வலம் வந்த செய்தியை அறியமுடிகிறது.

புதுக்கோட்டையைச் சேர்ந்த நெய்வாசலில் இருந்த கோயிலில் ஒருவன் புகுந்து சுவாமிக்கு உரிய நகைகளைக் களவாடிவிட்டான். குற்றவாளி கண்டு பிடிக்கப்பட்டுச் சிறைச்சாலையில் அடைக்கப்பட்டான். அவனுடைய கைகளுள் ஒன்று வெட்டப்பட்டது. அவனுக்கு இருந்த நிலமும் பறிமுதல் செய்யப்பட்டது. முடிவில் அவன் கிராமத்திலிருந்தே துரத்தப்பட்டான். இதை கி.பி.1616ஆம்ஆண்டு நெய்வாசல்

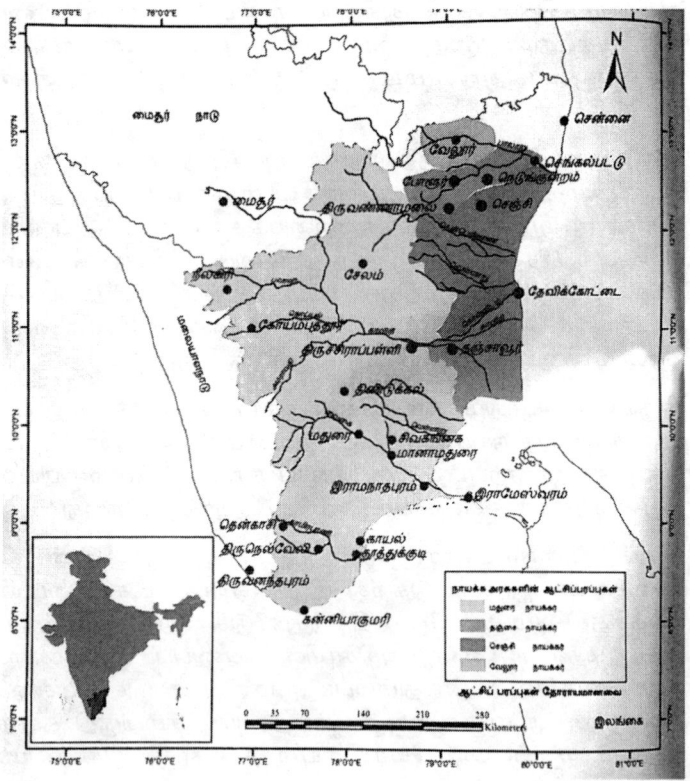

தடாகம் வெளியீடு

சாசனம் குறிப்பிடுறது.[198] இதன் மூலம் கோயில் நிர்வாகிகள் களவு செய்தவனுடைய நிலங்களை விற்று அணிகலன்கள் வாங்கியதைக் காணமுடிகிறது.

பூசை வழக்கு

ஆறகளூர் திருக்காமீசுவரமுடைய நாயனார் கோயிலில் உள்ள திருமலை நாயக்கர் காலக் கல்வெட்டு முப்பது நாள் பூசை நடைபெறுவது குறித்து இருதரப்பினரிடையே வழக்கு ஒன்று நடந்துள்ளதைக் குறிப்பிடுகிறது. முப்பது நாள் பூசை திருஞானசம்பந்த பண்டிதற்கு உரிமையாக இருந்தது. பசுபதி பண்டிதர் என்பவர் முன்னரே நம்பியார் அழகியார் என்பவருக்கு முப்பது நாள் பூசையில் பதினைந்து நாள் பூசைசெய்யும் உரிமை இருந்ததையும்அதற்கான கோயில் ஆணை ஒன்று இருப்பதாகவும் கூறினார். அதனால், அவருக்கு ஏழரை நாள் பூசை உரிமையாக்கப் பெற்றது. அவர் பல தலைமுறையாகப் பதினைந்து நாள் பூசை உரிமையைப் பெற்று வருவதால் ஏழுநாள் உரிமையை ஏற்கவில்லை. அதனால் பல ஆண்டுகளாகத் தொடர்ந்து பூசையைச் செய்துவரும் திருஞானசம்பந்த பண்டிதரை நாட்டார் வரவழைத்து பொதுமக்கள் முன்னிலையில் வழக்கைக் கேட்டுத் தீர்ப்பு வழங்கியும் வழக்கு முற்றுப்பெறாமையால் திருமலை நாயக்கர் தலையிட்டு அவர் ஏற்பாட்டின்படி நான்கு அகரத்துப் பொதுமக்கள் காமநாதன் சன்னிதியில் கூடி இருவரின் வழக்கைக் கேட்டு பழங்காலத்தில் தொடர்ந்து வந்த பூசை முறையைச் செய்து வந்த திருஞானசம்பந்த பண்டிதர்க்கு முப்பது நாள் பூசையும் உரிமையாக்கப்பட்டதைக் கல்வெட்டு விவரிக்கிறது.[199]

திருமலை நாயக்கர் கல்லுக்குப்பட்டி அருகிலுள்ள நன்மறம் என்ற ஊரில் தங்கியிருந்த போது அவரிடம் வழக்கு ஒன்று வந்தது. ரெட்டியார் சமூகத்தினைச் சார்ந்த சிந்துரெட்டி என்பவன் தனக்கு உரிமை உடைய ஊரினைப் பொதுவிடத்தில் வந்து விற்க விரும்பினான். அப்போது அவனது தகுதிக்கும் தாழ்ந்த சோலப்ப ரெட்டி என்பவன் அவனிடம் ஊரை வாங்க விலை கேட்டுள்ளான். ஊரை விற்க வந்த சிந்துரெட்டி அவனை இகழ்ந்துபேசியும் குலத்தில் தாழ்ந்தவன் (குரவரெட்டி) என்று கூறியும் அனுப்பியுள்ளான். மனம் வருந்திய சோலப்ப ரெட்டி திருமலை நாயக்கரிடம் முறையிட்டான். நாயக்கர் இருவரையும் அழைத்து விசாரித்து விலைப்பொருள் தந்தவர் யாராய் இருந்தாலும் அவர்களிடம் சொத்துக்குரியவர் மறுக்காது

சொத்தினை அளிக்க வேண்டும் என்று தீர்ப்பு வழங்கியதையும் சோலப்ப ரெட்டிக்கு நாயக்கன் என்ற பட்டமளித்ததையும் மங்கலரேவுச் செப்பேடு குறிப்பிடுகிறது.[200]

குடியேற்றம் தொடர்பான வழக்கு ஒன்றையும் திருமலை நாயக்கர் தமது பயணத்தின் போது தீர்த்துவைத்துள்ளார். அல்லிநகரம் என்ற ஊர் உண்டாக்கப்பட்டு அதில் முறைப்படி முதலில் குடியேறிய பொம்மையக்கவுண்டன்மகன் சின்னாக்கவுண்டனிடம் பின்னர் வந்து குடியேறிய பாப்பயக்கவுண்டன்என்பவன் தகராறு செய்தான். இத்தகராற்றினைப் பாளையக்காரர்கள் தீர்க்க முன்வராததால் திருமலை நாயக்கரிடம் இவ்வழக்கு சென்றது. அப்போது பாப்பயக்கவுண்டன் பேரில் தவறு உள்ளது என்று தீர்ப்புக் கூறி அவனிடம் அபராதமாக பன்னிரண்டு ரூபாய் வாங்கி ஊரை விட்டுத் தள்ளி வைத்ததையும் சின்னாக்கவுண்டனுக்கு நாட்டாண்மைப் பதவி வழங்கியதையும் பொம்மையக் கவுண்டன்பட்டிச் செப்பேடு தெரிவிக்கிறது.[201]

பட்டீசுரத்திலுள்ள பட்டுநூல்காரர்களுக்கும் செட்டிகளுக்கும் இடையே திருமணங்களின்போது கொடுக்கப் பெறும் முதல் மரியாதை தொடர்பான வழங்கொன்று இரகுநாத நாயக்கரிடம் வந்தது. இவ்வழக்கினை விசாரித்து மன்னருக்காக கோவிந்த தீட்சிதர் நீதி வழங்கியதை பட்டீசுவரம் தேனுபுரீசுவரர் கல்வெட்டு குறிப்பிடுகிறது.[202] சாலிய வகுப்பினருக்கும் வேறொரு வகுப்பினருக்கும் இடையே ஏற்பட்ட பிரச்சினையினை துபாக்கி கிருஷ்ணப்ப நாயக்கர் தீர்த்துச் சமரசம் செய்த செய்தி திருவள்ளூர் வீரராகவப்பெருமாள் கோயில் கல்வெட்டில் கூறப்பட்டுள்ளது.[203]

ஆட்சிப் பரப்பு

விசயநகரப் பேரரசு சங்கம, சாளுவ, துளு, ஆரவீடு மரபினர்களால் ஆளப்பெற்ற போது அப்பேரரசு பல மண்டலங்களாகப் பகுக்கப்பெற்று அவற்றின் ஆளுநர்களாக மகாமண்டலேசுவர்களை நியமித்து ஆட்சிபுரிந்தனர். முதலாம் புக்கர் காலத்தில் தமிழகத்தில் குமாரகம்பண்ணர் என்பவர் முதல் மகாமண்டலேசுவரராக நியமிக்கப்பட்டார். தொடக்க காலத்தில் விசயநகர பேரரசர்களின் உறவுமுறையினர் மட்டுமே மகாமண்டலேசுவர்களாகப் பணியில் அமர்த்தப்பட்டனர். பின்னர் உயர்நிலை அலுவலர்களும் இப்பதவியில்

நியமிக்கப்பட்டனர்.

நாயக்க அரசர்களால் வெளியிடப்பட்ட கல்வெட்டு, செப்பேடு, காசு ஆகியவற்றைத் துணைகொண்டு நாட்டுப் பரப்பினை அறியமுடிகிறது. விசுவநாத நாயக்கர் காலம் தொடங்கி மீனாட்சி காலம் இறுதிவரை மதுரை, தேனீ, திண்டுக்கல், பழனி, திருப்பூர், கரூர், திருச்சிராப்பள்ளி, தஞ் சாவூர், பெரம்பலூர், புதுக்கோட்டை, சிவகங்கை, விருதுநகர், இராமநாதபுரம், கன்னியாகுமரி, நாமக்கல், சேலம், தர்மபுரி, கிருஷ்ணகிரி, ஈரோடு,கோயம்புத்தூர், கடலூர், விழுப்புரம் ஆகிய மாவட்டங்களும் திருவாங்கூரில் ஒரு பகுதியும் மதுரை நாயக்கர் ஆட்சிப் பரப்பாக இருந்துள்ளது.

இரண்டாம் கிருஷ்ணப்ப நாயக்கர் காலத்தில் மதுரை நாடு தெற்கே கன்னியாகுமரி முதல் வடக்கே வாலிகொண்டபுரம் வரையிலும், கிழக்கே வங்காளக்குடாக் கடல் முதல் மேற்கே அரபிக்கடல் வரையிலும் பரவியிருந்ததுஞ். சொக்கநாதர் காலத்தில் மதுரையின் வடக்கெல்லைப் பகுதியில் இருந்த கோட்டைகள் சில மைசூர் மன்னரால் கைப்பற்றப்பட்டன. மூன்றாம் முத்துவீரப்பர், தந்தையார் இழந்த பகுதிகளை மீட்டார். மங்கம்மாள் காலத்தில் மறவர் நாடு முழுவுரிமை நாடாகிவிட்டது. மீனாட்சி காலத்தில் மறவர் சீமை நீங்கலாக ஏறக்குறைய மற்ற பகுதிகள் இருந்தன[204] என்று

திருக்கண்ணமங்கைச் செப்பேடு

அ.கி.பரந்தாமனார் குறிப்பிடுவதிலிருந்து மதுரை நாயக்கர் மிக பரந்த பரப்பை ஆட்சிச் செய்துள்ளதை அறிய முடிகிறது.

திருவண்ணாமலை கோயில் பண்டாரத்து அதிகாரிகளான சிவனேச பண்டாரம், ஆனயைப்பாபிள்ளை என்பவர்களும் தானத்தார்களும் கூடி மலைக்காவல், குதிரைவரி, ஊசிவரி, தறிவரி ஆகியவற்றிலிருந்து கிடைக்கும் வருவாயிலிருந்து செவ்வப்ப நாயக்கர் நலனுக்காக அமராபதி காத்த விநாயகர், சோணாசலப் பிள்ளையார் ஆகிய தெய்வங்களுக்கு அறச்செயல்கள் செய்துள்ளதன் மூலம் திருவண்ணாமலை பகுதி ஆட்சி உரிமையாக இருந்துள்ளதைக் காணமுடிகிறது.[205] திருவண்ணாமலையில் கிடைத்த மற்றொரு கல்வெட்டு[206] செவ்வப்ப நாயக்கரின் ஆணையாகத் தொண்டை மண்டலத்து ஊர்கள் பல தானமாக வழங்கப்பட்டுள்ளதைக் குறிப்பிடுகிறது. இதன் மூலம் தஞ்சை நாயக்கர் ஆட்சிக் காலத்தில் திருவண்ணாமலை, தஞ்சாவூர், புதுக்கோட்டை, விழுப்புரம், கடலூர், வேலூர், காஞ்சிபுரம், இராமநாதபுரம், திருச்சி ஆகிய மாவட்டங்களில் அமைந்த சில பகுதிகளைத் தங்கள் ஆட்சிப் பரப்பாகக் கொண்டு ஆட்சி செலுத்தியுள்ளனர் என்று தெரிகிறது.

செஞ்சி நாயக்கர் ஆட்சிக் காலத்தில் விழுப்புரம், கடலூர், வேலூர், திருவண்ணாமலை ஆகிய மாவட்டங்களில் சில இடங்களைத் தங்கள் ஆட்சிப்பரப்பாகக் கொண்டிருந்தனர். வேலூர் நாயக்கர் வேலூர், தருமபுரி, காஞ்சிபுரம், திருவண்ணாமலை ஆகிய மாவட்டங்களில் சில பகுதிகளில் மட்டுமே ஆட்சி செலுத்தியுள்ளனர்.

ஆட்சி முறை

நாயக்க மன்னர்கள் நாட்டின் பெரும்பகுதியை விசயநகரப் பேரரசுடன் இணைந்து ஆட்சி செய்தனர். இவர்கள் மதுரை, தஞ்சை, செஞ்சி, வேலூர் ஆகிய பகுதிகளைத் தலைமையாகக் கொண்டு ஆட்சி புரிந்தனர். விசயநகரப் பேரரசர் கிருஷ்ணதேவராயர், அச்சுததேவராயர் ஆகியோர் காலத்தில் நாயக்கர் அரசு திறமையுடன் செயல்பட்டது. இப்பேரரசின் கீழ் நாயக்கர்களும் நாயக்கர்களுக்குக் கீழ் பாளையக்காரர்களும் தனித்தனி நிர்வாகத்தை மேற்கொண்டுவந்தனர். நாயக்கர் ஆட்சிப் பகுதியில் நாயக்க மன்னர்களே அரசின் தலைவராக விளங்கினர்.

தமிழகத்தில் ஆட்சி செய்த பல்லவர், பாண்டியர், சோழர்,

விசயநகரர் ஆகியோரின் ஆட்சிமுறையைப் பின்பற்றியே நாயக்கர்களும் பாரம்பரிய முறையில் ஆட்சிபுரிந்தனர். விசயநகரப் பேரரசுக்குக் கீழ் ஆட்சிச் செய்த விசுவநாத நாயக்கர் தொடங்கி முதலாம் முத்துவீரப்ப நாயக்கர் வரை நாயக்க மன்னர்கள் பேரரசுக்குக் கட்டுப்பட்டு ஆட்சிபுரிந்துள்ளனர்.

திருமலை நாயக்கரும் அவருக்குப் பின்வந்தவர்களும் மதுரை நாட்டை விசயநகரப் பேரரசுக்குக் கட்டுப்படாமல் முழுவுரிமையோடு ஆட்சி செலுத்தினர்.

விசுவநாத நாயக்கருக்குப் பின் அவர் மகன் முதலாம் கிருஷ்ணப்ப நாயக்கர் ஆட்சியை ஏற்றார். அவருக்குப் பின் கிருஷ்ணப்ப நாயக்கரின் மகன் வீரப்ப நாயக்கர் ஆட்சிக்கு வந்தார். ஆதலால் மூத்தமகனுக்கே ஆட்சியை ஏற்கும் உரிமை இருந்துள்ளதைக் காணமுடிகிறது. மகன் இல்லையென்றால் முன்னர் ஆட்சி செய்த அரசரின் தம்பி ஆட்சிக்குரியவனாகக் கருதப்பட்டான். முதலாம் முத்துவீரப்ப நாயக்கர் சந்ததியின்றி கி.பி.1623 இல் இறந்ததால் முத்துக்கிருஷ்ணப்ப நாயக்கரின் புதல்வர்களான முதலாம் முத்துவீரப்ப நாயக்கர், திருமலை நாயக்கர், குமாரமுத்து நாயக்கர் மூவரில் தம்பியாகிய திருமலை நாயக்கர் ஆட்சிப் பொறுப்பேற்றார்.

முத்துவீரப்ப நாயக்கரின் மகனும் இராணி மங்கம்மாளின் பேரனுமான விசயரங்க சொக்கநாத நாயக்கர் சிறுவனாக இருந்ததால் அவர் சார்பாளராக மதுரையை இராணி மங்கம்மாள் ஆட்சி புரிந்துள்ளார். எனவே அவற்றை நோக்கும்போது சந்ததியில்லாதவர்களின் தம்பி மகன், பேரன் ஆகியோர் ஆட்சி செலுத்தியுள்ளதைக் காணமுடிகிறது.

படை நிர்வாகம்

நாயக்கர் காலப் படைகளுக்குத் தலைவராக அரசரே இருந்துள்ளார். அரசனோடும் பாளையக்காரனோடும் தொடர்புகொண்ட இன்னொருதுறை படை நிர்வாகத்துறை (Military Administration) ஆகும். பிறநாட்டு மன்னர்கள் படையெடுப்பைத் தடுக்கவும் உள்நாட்டில் ஏற்படும் எதிர்ப்புகளை அடக்கவும் அரசனுக்குப் படை அமைப்பு அவசியம். நாயக்க மன்னர்கள் தங்களுக்கெனத் தனியாகப் படைகளை வைத்திருந்தனர் என்ற போதிலும் அப்படைகள் அரண்மனைக் காவல், கோட்டைக்காவல் போன்ற தலைநகர்ப் பயன்பாட்டுக்கு மட்டுமே உரியதாக இருந்துள்ளன. பிற நாட்டின்மீது படையெடுத்துச் செல்லும் போது இப்படைகள் போதியனவாக

இல்லை. எனவே, பாளையக்காரர்களிடம் படையுதவி கோரியும் ஆணையிட்டும் பெறப்பட்டுள்ளது

இக்காலத்தில் காலாட் படை, குதிரைப் படை, யானைப் படை, தேர்ப் படை என நால்வகை பிரிவுகள் இருந்துள்ளன. அப்படைகளுடன் நாட்டின் பல்வேறுபகுதிகளுக்கும் சென்று வந்திருக்கின்றனர் என்பதைச் செப்பேட்டுகள் தெரிவிக்கின்றன. திருமலை நாயக்கர் திருவில்லிபுத்தூர் நாச்சியாரை வழிபடுவதற்காக வருவதை, திருமலைநாயக்கறவற்கள்சிரிவில்லிபுத்தூர் நாச்சியாரைச் சேவிக்க வேண்டி ரத, கெச, துரக, பதாதி சேனையுடனே சமுத்திரகோசம் போலவே மகா ஆடம்பரதத்துடனே வந்து திருவண்ணாமலையில் யிரங்கி யிருக்கும்போது[207] என இலந்தைக்குளம்செப்பேடு குறிப்பிடுகிறது. இதிலிருந்து அரசருடன் வந்த படைகளை அறியமுடிகிறது.நாயக்கர் கால மக்கள் வேட்டையாடுவதற்கு வில்லைப் பயன்படுத்தியுள்ளதையும் வில்லிற்கு வரி வசூலிக்கப்பட்டதையும் வெண்பக்கோட்டைச் செப்பேடு குறிப்பிடுகிறது[208] திருமலை நாயக்கர் கால தருமத்துப்பட்டிச் செப்பேட்டில் இராணுவ வீரர்களுக்கு உணவு வழங்கியதைத் தெரிவிக்கிறது.[209] இரகுநாத நாயக்கர் காலத்தில் வெளியிடப்பட்ட திருக்கண்ணமங்கைச் செப்பேட்டில் கோட்டோவியமாக இறை உருவங்கள், அரசர் எனப் பல உருவங்கள் வரையப்பட்டுள்ளன. அவற்றில் மூன்றாவது பிரிவில் இரகுநாத நாயக்கரும் அவர் அருகில் படை வீரனும் கோட்டோவியமாக வரையப்பட்டுள்ளதைக் காணமுடிகிறது.[210]

நாயக்க அரசர் படைகளின் தலைவன் என்றாலும் தளவாய் அரசனுக்கு அடுத்த நிலையில் இருந்து படை நடவடிக்கைகளைக் கவனித்து வந்துள்ளனர். இவர்கள் பல சமூகத்தினரைச் சார்ந்தவர்கள். எடுத்துக்காட்டாக, அரியநாத முதலியார், இராமப்பய்யன், கோவிந்த தீட்சிதர், வேங்கடாத்ரி ஆகியோரைக் குறிப்பிடலாம். படைத் தலைவர்களின் தகுதி, பணி விவரங்கள் ஆகியன ஆவணப் பதிவுகளில் உள்ளதாகத் தெரியவில்லை.

ஆயுதங்கள்

நாயக்கர் காலப் படைவீரர்கள் கத்தி, அம்பு, குத்துவாள், வளைதடி, கல்வெடி, துப்பாக்கி ஆகிய ஆயுதங்களைப் பயன்படுத்தியுள்ளனர். சிங்கமுகவேல் போன்ற ஈட்டியைப் படைக்கலனாகக் கொண்டிருந்தனர் என்பதை, சிங்கமுகவேல்

கையிலே வாங்கி [211] என இலந்தைக்குளம் செப்பேட்டின் வழி அறியமுடிகிறது. துப்பாக்கிகளையும் நாயக்கர் படை வீரர்கள் பயன்படுத்தியுள்ளதை, ரத கெக துரக பதாதி சேனையும் குலையபாரைப் பருவதத்தை துப்பாக்கி மனை மளைமாரி பொளிந்து[212]

என்ற செப்பேட்டு வாசகத்தால் அறியமுடிகிறது. கல் உருண்டைகளைத் தோட்டாவாகக் கையாண்டனர் என்பதை, ரெங்கயசாமி னாக்கன் கல் வெடியால் ரெட்டைக்குண்டு போட்டுக் சுட்டான[213] என்று திருமலை நாயக்கரின் சிந்துமேட்டுப்பட்டிச் செப்பேடு குறிப்பிடுகிறது. கல் உருண்டை கல்வெடி என்று அழைக்கப்பட்டதை அறியமுடிகிறது. இக்காலத்தில் வெளியிடப்பட்ட காசுகளில் வில், வாள், குத்துவாள் போன்ற உருவங்கள் பொறிக்கப்பட்டுள்ளன. இவை படை வீரர்கள் பயன்படுத்திய ஆயுதங்களாகக் கருதலாம்.

போர்

நாயக்கர் கால அரசர்கள் விசயநகரப் பேரரசர்களின் ஆணைப்படியும் தன்னிச்சையாகவும் பல போர்களை நடத்தியுள்ளனர். இக்காலத்தில் தலைக்கோட்டைப் போர், முதல் மைசூர் போர், சேதுபதியுடன்போர், மூக்கறுப்புப் போர் அல்லது இரண்டாம் மைசூர் போர் தஞ்சை நாயக்கருடன் போர் ஆகிய பல போர்கள் நடந்துள்ளன.

தஞ்சை நாயக்கர் காலத்தில் வல்ல பிரகாரப்போர் வல்லம் எனும் இடத்தில் போரிட்டதாகவும் அப்போரில் வீரப்ப நாயக்கரின் படை தோற்று ஓடும்போது அச்சுதப்ப நாயக்கர் படைகளும் ஓடியதாகவும் அதிவீரராம ஸ்ரீவல்லபன் வரதுங்கராமன் வெளியிடப்பட்ட செப்பேட்டில் குறிப்பிடப்பட்டுள்ளது.[214] இரகுநாத நாயக்கர் காலத்தில் வெளியிடப்பட்ட திருக்கண்ணமங்கைச் செப்பேட்டில் இரகுநாத நாயக்கரை ஈழம்துறை வென்றவன் என்று குறிப்பிடப் படுகிறது.[215]

கோட்டைகள்

திருமலை நாயக்கர் காலத்தில் திண்டுக்கல், தாராபுரம், கோயம்புத்தூர், தணைநாயக்கன்கோட்டை, சத்தியமங்கலம், அந்தியூர், ஈரோடு, காங்கேயம், விசயமங்கலம், கருவூர், நாமக்கல், சேந்தமங்கலம், பெரியசேலம், ஓமலூர், சங்கைகிரி, சாமபள்ளி, ஆற்றூர், அனந்தகிரி, பரமத்தி, அரவக்குறிச்சி, மோகனூர் ஆகிய ஊர்களில் கோட்டைகள் இருந்ததாக டெயிலர் பாதிரியார்

பதித்துள்ள கையெழுத்துப் பிரதியிலிருந்து தெரிந்துகொள்ள முடிகிறது.

இக்காலத்தில் கொங்கு நாட்டில் தாராபுரம், விசயமங்கலம், டணாயக்கன்கோட்டை, ஈரோடு, சத்தியமங்கலம், அந்தியூர், குன்னத்தூர், காங்கயம், பெருந்துறை, கோசணம், கொளாநல்லி, பாலத்தொழு போன்ற ஊர்களில் கோட்டைகள் இருந்தன. இக்கோட்டைகளில் சிறுபடையும் ஒரு தலைவனும் இருந்துள்ளனர்.

தரங்கம்பாடியில் கோட்டை இருந்ததை மாசிலாமணீசுவரர் கோயில் உள்ள அச்சுதப்ப நாயக்கர் கல்வெட்டு, மாசிலாமணி தம்பிரானார்க்குப் பூஜை திருப்பணிக்கும் சேத்த திருநாமத்துக் காணி தில்லையாளி நிலம் நால் வேலி அளம் சந்திரப்பாடி கோட்டை சேனைக் கைக்கோளர் தெருவும்[216] என்ற குறிப்பிடுவதிலிருந்து அறியமுடிகிறது. தஞ்சை நாயக்கர் காலத்தில் தஞ்சாவூர் கோட்டை, சிவகங்கைக் கோட்டை ஆகிய கோட்டைகள் இருந்துள்ளன.

கொடியும் குலவிருதும்

விசயநகரப் பேரரசர்கள் தங்கள் குலச்சின்னமாக பன்றி (வராகம்), கட்டாரி எனும் குறுவாள், சூரிய சந்திர வட்டங்கள் ஆகியவை கொண்ட இலச்சினையைக் கொண்டிருந்தனர். இம்மரபைப் பின்பற்றியே நாயக்க அரசர்களும் குலச்சின்னமும் கொடியும் கொண்டிருந்தனர்.

திருவரங்கம் திருக்கோயிலில் அச்சுதப்ப நாயக்கர் திருப்பணி செய்த கோபுரத்தில் மகர உருவமும், அருகே விசயநகர இலச்சினையில் காணப்பெறுவது போன்ற குறுவாள் உருவம் ஒன்றும் உள்ளன. சுதையில் செய்யப்பெற்ற இதனை ஒத்த மகர உருவங்கள் தஞ்சை அரண்மனையில் சில இடங்களில் காணப்பெறுகின்றன.

திருமலை நாயக்கர் மரத்தினடியில் அமர்ந்திருக்கும் காளையின் உருவத்தைத் தமது குலச் சின்னமாகக் கொண்டிருந்தார் என்பதை மதுரையிலும் திருப்பரங்குன்றத்திலும் இவர் நட்டுவித்த கோயில் கொடிமரங்களில் இவ்வுருவம் காணப்படுவதிலிருந்து அறியலாம்.

கிருஷ்ணதேவராயர் காலத்திலிருந்து விசயநகரப் பேரரசர்கள் கருடக்கொடியைத் தங்களுக்கு உரியதாகக் கொண்டனர். அவர்களது காசுகளிலும் கருட உருவம் காணப்படுகின்றது. தஞ்

சாவூர் மேலவீதி கொங்கனேஸ்வரர் செப்பேடு கெருடத்துஜ அலங்கிறுதரான செவ்வப்பனாயக் கரய்யனவர்கள்[217] என்றும் மகரத்துச போசலாதீசுரன்மேய கோகி மகாராசாசாயி[218] என்றும் கூறுவதால் மராட்டியர்களின் கொடியாக மகரக் கொடி திகழ்ந்ததை அறியமுடிகிறது.

இரகுநாத நாயக்கர் காலத்தில் வெளியிடப்பட்ட காசில் மன்னர் உருவமும் பின்புறம் மகரக்கொடியும் பொறிக்கப்பட்டுள்ளதைக் காணமுடிகிறது.

வெளிநாட்டு உறவு

தஞ்சை இரகுநாத நாயக்கர் டென்மார்க் மன்னர் நான்காம் கிருஷ்டியன் (Christian-IV) என்பவருக்கு எழுதிய நட்புறவுக் கடிதமான பொன்னோலை கோபன்ஹேகன் நகரிலுள்ள ஆவணக் காப்பகத்தில் பாதுகாக்கப்பட்டு வருகிறது.[219] இவ்வாவணத்தில் ஹாலந்து தளபதியும் கேப்டனுமான ரோலண்ட் கிரேப்புக்குப் பல்லக்கு வழங்கியதையும் டென்மார்க் மக்கள் தரங்கம்பாடியில் குடியேற கடற்கரைப் பகுதியை ஒதுக்கியதையும் தமிழ்நாட்டிலிருந்து மிளகு ஏற்றுமதி செய்ய வரிவகை செய்துள்ளதையும் குறிப்பிட்டுள்ளனர். மேலும் தளபதிக்கு இடையூறுகள் செய்த போர்த்துக்கீசிரியர்களை எச்சரிக்கை செய்து தண்டமாக 1200 பொன் வாங்கியதையும் தெரிவிக்கிறது. பரிசுப் பொருளாக பீதாம்பரம், புருசூர்துப்பட்டி, படாங்க பச்சவடம், எழுத்துப்பட்டி, சமதாடு, தோப்பாகத்தி, சிங்க உருவம் உள்ள கட்டாரி, சூகக்கட்டாரி ஆகியவற்றை அனுப்பி வைத்ததையும் குறிப்பிட்டுள்ளார்.

இரகுநாத நாயக்கரின் வேண்டுகோளை ஏற்று ஓவஜெட்டே தஞ்சைக்கு வந்து நான்காம் கிருஷ்டின் உடன் ஒப்பந்தம் செய்துகொண்டது போர்த்துகீசிய மொழியில் எழுதப்பெற்ற காகித ஆவணத்தில் குறிப்பிடப்பட்டுள்ளது.[220]

கி.பி.1609 இல் டச்சக்காரர்கள் சோழநாட்டுப் பட்டணமான திருமலைராயன் பட்டினத்தில் வணிகக் களன் அமைக்க இரகுநாத நாயக்கருடன் கடிதம் மூலம் தொடர்பு கொண்டதை டச்சு ஆவணங்கள் தெரிவிக்கின்றன.[221]

இவ்வுடன்படிக்கைப்படி டேனிஷ் கிழக்கிந்தியக் கம்பெனி தரங்கம்பாடி கடற்கரையில் கோட்டை கட்டி அவற்றிற்கு டேன்ஸ்பர்க் என்று பெயர் சூட்டியதையும் கோட்டை தளபதிகளாக ஹென்ரிக் ஹெஸ், ஜெட்டை ரோலண்ட் கிரேப்பு ஆகிய இருவர் நியமிக்கப்பட்டதையும் அவ்வாவணங்கள் தெரிவிக்கின்றன.

குறிப்புகள்

1. ச.கிருஷ்ணமூர்த்தி, திருவாவடுதுறை ஆதீனச் செப்பேடுகள், ப.335.
2. ஆவணம், இதழ்—7, ப.69.
3. வரலாறு, இதழ்—1, ப.57.
4. S.I.I., Vol.23, No.497.
5. நடன.காசிநாதன், சி.வீரராகவன், தொன்மைத் தடயம், ப.64.
6. நடன.காசிநாதன், மா.சந்திரமூர்த்தி, வேலூர் மாவட்டத் தடயங்கள், தொகுதி—2, ப.113.
7. P.R.Srinivasan, Tiruvannamalai a saiva sacred complex of South India, Inscription, No.430, A.R.E., 421 of 1929.
8. S.I.I., Vol.XXIII, No.497.
9. A.R.E., 567 of 1902.
10. ஆவணம், இதழ்—12, ப.111.
11. S.I.I., Vol.XXIV, No.506.
12. S.I.I., Vol.XXIV, No.389.
13. A.R.E., 72 of 1972.
14. Epigraphia Indica, Vol.30.
15. ஆவணம், இதழ்—19, ப.121.
16. A.R.E., 335 of 1952-53.
17. A.R.E., 497 of 1917.
18. A.R.E., 3 of 1936-37.
19. தென்னிந்தியக் கோயிற் சாசனங்கள், பாகம்—1, எண்.782.
20. நடன.காசிநாதன் மற்றும் பலர், திருமலை நாயக்கர் செப்பேடுகள், ப.79,
21. மேலது, ப.79.
22. அ.கிருட்டினன், சேலம்—நாமக்கல் மாவட்டக் கல்வெட்டுகள், எண்.76, ப.81.
23. மேலது, எண். 276, ப.218.
24. தென்னிந்தியக் கோயிற் சாசனங்கள், பாகம்—1, எண்.688.

25. தென்னிந்தியக் கோயிற் சாசனங்கள், பாகம்.2, எண்.769.

26. மா.செந்தில்செல்வகுமரன் மற்றும் பலர், திருநெல்வேலி மாவட்டக் கல்வெட்டுகள், தொகுதி—1, எண்.155/2005.

27. ஆவணம், இதழ் —12, ப.112.

28. வரலாறு, இதழ்—12,13, ப.16.

29. செ.இராசு, ஈரோடு மாவட்டக் கல்வெட்டுகள், தொகுதி—1, ப.16.

30. Travancore Archaeological Series, Vol.I,II and III. No.67.

31. S.I.I., Vol.XXIII, No.497.

32. மேலது.

33. C.P.No.9 of 1951-52.

34. S.I.I., Vol.XXIII, No.416.

35. S.I.I., Vol.XXIV, No.339.

36. S.I.I., Vol.XXIII, No.389.

37. மேலது.

38. மேலது.

39. மேலது.

40. A.R.E., 140 of 1895. 40A. A.R.E., 567 of 1902.

41. நடன.காசிநாதன், மா.சந்திரமூர்த்தி, வேலூர் மாவட்டத் தடயங்கள், தொகுதி— 2, ப.113.

42. A.R.E., 567 0f 1902.

43. S.I.I., Vol. XXIII, No.122.

44. இரா.நாகசாமி, ஓவியப்பாவை, ப.134.

45. சி.கோவிந்தராசன், கல்வெட்டுக் கலைச்சொல் அகரமுதலி, ப.65.

46. நடன.காசிநாதன், கல்லெழுத்துக் கலை, ப.247.

47. S.I.I., Vol.XXIV, No.482.

48. மேலது, எண்.389.

49. மேலது, எண்.389.

50. குடவாயில் பாலசுப்ரமணியன், தஞ்சை நாயக்கர் வரலாறு, ப.72

51. பொ.இராசேந்திரன், மற்றும் பலர், அழகர்கோயில் கல்வெட்டுகள், பக்.169—168,

52. சொ.சாந்தலிங்கம் மற்றும் பலர், தமிழ்நாட்டுக் கல்வெட்டுகள், தொகுதி—3, ப.8.

53. தென்னிந்தியக் கோயிற் சாசனங்கள், பாகம் —2, எண்.799.

54. மேலது, எண்.1039.

55. மேலது, எண்.720.

56. அ.கிருட்டினன், சேலம்—நாமக்கல் மாவட்டக் கல்வெட்டுகள், எண்.59.

57. மேலது, எண்.76.

58. மேலது.

59. மேலது.

60. மேலது.

61. மேலது.

62. மேலது.

63. மேலது.

64. மேலது.

65. மேலது.

66. Mysore Archeaological Report, 1917. p.57.

67. ஆவணம், இதழ்—7, ப.69,

68. மேலது.

69. ஆவணம், இதழ்—19, ப.121.

70. A.R.E., 275 of 1968-69.

71. A.R.E., 567 of 1902

72. S.I.I., Vol.XXIV, p.473.

73. S.I.I., Vol.XXIV, No.514.

74. மேலது.

75. A.R.E., 423 of 1918.

76. A.R.E., 104 of 1938-39.

77. வே.மகாதேவன், ஸ்ரீசங்கர மடம் வரலாறு, ப.210.

78. மேலது.

79. தென்னிந்தியக் கோயிற் சாசனங்கள், பாகம்—1, எண்.779.

80. நடன.காசிநாதன், சி.வீரராகவன், தொன்மைத் தடயம், ப.62.

81. S.I.I., Vol.17, No.263.

82. மேலது.

83. மேலது.

84. மேலது.

85. மேலது.

86. நடன.காசிநாதன், மா.சந்திரமூர்த்தி, வேலூர் மாவட்டத் தடயங்கள், தொகுதி—2, ப.113.

87. A.R.E., 13 of 1936-37.

88. ஆவணம், இதழ்—19, ப.111.

89. அ.கிருட்டிணன், சேலம்—நாமக்கல் மாவட்டக் கல்வெட்டுகள், எண்.59.

90. ஆவணம், இதழ்—19, ப.112.

91. மா.செந்தில்செல்வக்குமரன் மற்றும் பலர், கன்னியாகுமரி மாவட்டக் கல்வெட்டுகள், தொகுதி—6, எண்.474/2007.

92. குடவாயில் பாலசுப்ரமணியன், தஞ்சாவூர் நாயக்கர் வரலாறு, ப.73.

93. மேலது.

94. மேலது.

95. நடன.காசிநாதன், மா.சந்திரமூர்த்தி, வேலூர் மாவட்டத் தடயங்கள், தொகுதி—2, பக்.112—113.

96. S.I.I., Vol.XVII, No.765.

97. ஆவணம், இதழ்—7, ப.69.

98. R.Sathyanatha Aiyar, History of the Nayaks of Madurai, p.178.

99. A.R.E., 309 of 1923.

100. K.Rajayyan, History of Tamilnadu, (1565-1982) p.65.

101. என்.மார்க்சீய காந்தி, குடந்தை வட்டக் கல்வெட்டுகள், எண்.125 /1975.

102. மேற்கோள்: அ.கி.பரந்தாமனார், மதுரை நாயக்கர் வராறு, ப.296.

103. தென்னிந்தியக் கோயிற் சாசனங்கள், பாகம்—2, எண்.904.

104. மேலது, எண்.1088.

105. S.I.I., Vol.XVII, No.762.

106. A.R.E., 289 of 1927-28.

107. செ.இராசு,கொங்கு வேளாளர் கல்வெட்டும் காணிப்பாடலும், ப.182.

108. மா.செந்தில்செல்வகுமரன் மற்றும் பலர், திருநெல்வேலி மாவட்டக் கல்வெட்டுகள், தொகுதி—1, எண்.217/2005.

109. A.R.E., 10 of 1913.

110. A.R.E., 42 of 1942.

111. A.R.E., 582 of 1926.

112. தென்னிந்தியக் கோயிற் சாசனங்கள், பாகம்—1, எண்.760.

113. செ.இராசு,கொங்கு வேளாளர் கல்வெட்டும் காணிப்பாடலும், பக்.139—140.

114. S.I.I., Vol.XXIII, No.470, A.R.E., 470 of 1907.

115. செ.இராசு,கொங்கு வேளாளர் கல்வெட்டும் காணிப் பாடலும், பக்.99—100.

116. தென்னிந்தியக் கோயிற் சாசனங்கள், பக்.1178—79.

117. A.R.E., 144 of 1990-93.

118. செ.இராசு,கொங்கு வேளாளர் கல்வெட்டும் காணிப் பாடலும், ப.182.

119. அ.கிருட்டிணன், சேலம்—நாமக்கல் மாவட்டக் கல்வெட்டுகள், எண்.229.

120. A.R.E., 6 of 1915

121.மேலது.

122.மேலது.

123. தென்னிந்தியக் கோயிற் சாசனங்கள், பாகம்—2, எண்.883.

124. மேலது, எண்.788.

125. மேலது, எண்.1088.

126. S.I.I., Vol.XXIV, No.394.

127. நட.ன.காசிநாதன் மற்றும் பலர், திருமலை நாயக்கர் செப்பேடுகள், பக்.14—17.

128. மேலது, ப.10.

129. மேலது, ப.40.

130. மேலது, பக்.18—19.

131. மேலது, பக்.88—89.

132. A.R.E., 280 of 1938-39.

133. A.R.E., 102 of 1946-47.

134. A.R.E., C.9 of 1922.

135. A.R.E., 77 of 1890.

136. A.R.E., 309 of 1923.

137. செந்தமிழ், தொகுதி— 43, மே, ஜூன்—1946. எண்.7.

138. A.R.E., 166 of 1925.

139. S.I.I., Vol.XVII, No.766, A.R.E., 709 of 1904.

140. A.R.E., 614 of 1909.

141. A.R.E., 543 of 1918.

142. A.R.E., 462 of 1922.

143. என்.மார்க்சீய காந்தி, குடந்தை வட்டக் கல்வெட்டுகள், எண்.121/1979.

144. A.R.E., 320 of 1955-56.

145. A.R.E., 286 of 1927.

146. A.R.E., 705, 707 of 1904.

147. A.R.E., 101 of 1941-42.

148. A.R.E., 381 of 1925.

149. A.R.E., 179 of 1941-42.

150. A.R.E., 194 of 1933.

151. A.R.E., 154 of 1941-42.

152. A.R.E., 77 of 1911, 412 of 1925.

153. A.R.E., 112 of 1924.

154. A.R.E., 308 of 1923.

155. A.R.E., 40 of 1923.

156. ஆவணம், இதழ்—20, ப.70.

157. A.R.E., 357 of 1984-85.

158. A.R.E., 445 of 1938.

159. இரா.நாகசாமி, ஓவியப்பாவை, ப.134.

160. ஆவணம், இதழ்—17, ப.70.

161. அ.கி.பரந்தாமனார், மதுரை நாயக்கர் வரலாறு, ப.84.

162. மேலது, ப.84.

163. V.Vriddhagirisan, The Nayaks of Tanjor, p.173.

164. அ.கிருஷ்ணசாமி (மேற்கோள்) அ.இராமசாமி நூல், ப.114.

165. R.Sayhanathaiyar, History of the Nayaks of Madurai, p.58.

166. நடன.காசிநாதன் மற்றும் பலர், திருமலை நாயக்கர் செப்பேடுகள், பக்.14—17.

167. மேலது, பக்.19—22.

168. மேலது, பக்.2—5.

169. அ.கிருஷ்ணசாமி (மேற்கோள்) அ.இராமசாமி நூல், ப.114.

170. அ.கி.பரந்தாமனார், மதுரை நாயக்கர் வரலாறு, ப.303.

171. நடன.காசிநாதன் மற்றும் பலர், திருமலை நாயக்கர் செப்பேடுகள், பக்.6—8.

172. சு.இராசகோபால், தமிழகச் செப்பேடுகள், தொகுதி—1, பக்.17—19.

173. நடன. காசிநாதன் மற்றும் பலர், திருமலை நாயக்கர் செப்பேடுகள், பக்.28—30.

174. மேலது, பக்.1—5.

175. வெ.வேதாசலம், வன்னிவலம்பட்டி செப்பேடு, கல்வெட்டு, இதழ்—53, பக்.1—8.

176. அ.கி.பரந்தாமனார், மதுரை நாயக்கர் வரலாறு, பக்.314—315.

177. A.R.E., 255 of 1929-30.

178. A.R.E., 136 of 1936-37.

179. தே.வே.மகாலிங்கம், விஜயநகரப் பேரரசில் நிலைபெற்றிருந்த பொருளாதார வாழ்க்கை வரலாறு, பக்.143—144.

180. A.R.E., 19 of 1930-31.

181. நடன.காசிநாதன், சி.வீரராகவன், தொன்மைத் தடயம், பக்.62—65.

182. அ.கி.பரந்தாமனார், மதுரை நாயக்கர் வரலாறு, ப.89.

183. வே.மகாதேவன், ஸ்ரீசங்கர மடம் வரலாறு, பக்.200—210.

184. அ.கி.பரந்தாமனார், மதுரை நாயக்கர் வரலாறு, ப.316.

185. மேலது, ப.317.

186. A.R.E., 225 of 1967-68.

187. நடன.காசிநாதன் மற்றும் பலர், திருமலை நாயக்கர் செப்பேடுகள், பக்.90—94.

188. P.R.Srinivasan, Tiruvannamalai a saiva sacred complex of South India, Inscription, No.438, A.R.E., 426 of 1929.

189. தென்னிந்தியக் கோயிற் சாசனங்கள், பாகம்—1, எண்.720.

190. நடன.காசிநாதன் மற்றும் பலர், திருமலை நாயக்கர் செப்பேடுகள், ப.59.

191. சு.இராசகோபால், தமிழகச் செப்பேடுகள், தொகுதி—1, ப.8—10.

192. R.Sathyanatha Aiyar, History of the Nayaks of Madurai, p.183.

193. நடன.காசிநாதன், தொல்லியல் கட்டுரைகள், பக்.87—88.

194. அ.கி.பரந்தாமனார், மதுரை நாயக்கர் வரலாறு, ப.306.

195. R.Nagaswamy, Studies in Ancient Tamil Law and Society, pp.90-97.

196. A.R.E., 582 of 1926.

197. R.Nagaswamy, Studies in Ancient Tamil Law and Society, pp.90-97.

198. அ.கி.பரந்தாமனார், மதுரை நாயக்கர் வரலாறு, பக்.309—310.

199. அ.கிருட்டிணன், சேலம்—நாமக்கல் மாவட்டக் கல்வெட்டுகள், க.ஆ.அ.413/1913. பக்.70—71,

200. நடன.காசிநாதன் மற்றும் பலர், திருமலை நாயக்கர் செப்பேடுகள், பக்.36—38.

201. மேலது, பக்.65—87.

202. Madras Report of South Epigraphy, (1927)

203. தென்னிந்தியக் கோயிற் சாசனங்கள், ப.1095.

204. அ.கி.பரந்தாமனார், மதுரை நாயக்கர் வரலாறு, ப.104.

205. P.R.Srinivasan, Tiruvannamalai a saiva sacred complex of South India, Inscription No.432, A.R.E., 423 of 1927. 206.A.R.E., 427 of 1929.

207.நடன.காசிநாதன் மற்றும் பலர், திருமலை நாயக்கர் செப்பேடுகள், ப.2.

208. சு.இராசகோபால், தமிழகச் செப்பேடுகள், தொகுதி—1, ப.9.

209. நடன.காசிநாதன் மற்றும் பலர், திருமலை நாயக்கர் செப்பேடுகள், பக்.28—30.

210. R.Nagasamy, Studies in Ancient Tamil Law and Society, p. 116,

211. நடன.காசிநாதன் மற்றும் பலர், திருமலை நாயக்கர் செப்பேடுகள், ப.4.

212. மேலது, ப.3.

213. மேலது, ப.7.

214. Tiruvancore Archaeological Series, Vol.I, pp.61-68, Appendix,A, 1906 Report on South India Epigraphy.

215. R.Nagasamy, Studies in Ancient Tamil Law and Society, p. 116,

216. S.I.I., Vol.IV, No.401. A.R.E., 76 of 1890.

217. குடவாயில் பாலசுப்ரமணியன், தஞ்சாவூர் நாயக்கர் வரலாறு, ப.344.

218. மேலது, ப.344.

219. R.Nagaswamy, Tarangampadi, pp.4, 21.

220. மேலது, ப.6.

221. The Dutch beginnings in India, T.I.Poonen Chapter, III.

4. சமுதாயம் மற்றும் பொருளாதாரம்

ஒரு நாட்டின் சமுதாய வரலாற்றில் இருநூற்றைம்பது ஆண்டு காலம் என்பது நெடிய காலக்கட்டமாகும். இக்காலக் கட்டத்தில் அந்நாட்டுச் சமுதாய அமைப்பு, நாட்டு மக்களின் வாழ்க்கைமுறை, பண்பாட்டு வளர்ச்சி ஆகியனவற்றில் பல மாற்றங்கள் ஏற்படுவது இயற்கையாகும். இதற்கு நாயக்கர் காலச் சமுதாயம் விதிவிலக்கன்று. நாயக்கர் காலச் சமுதாயம் தமிழ் இன மக்களோடு வேற்று இன மக்களும், பலமொழி பேசும் மக்களும் பல இடங்களிலிருந்து விரும்பி வந்து குடியேறிய மக்களுமாகிய அனைவரையும் கொண்ட ஒரு கூட்டமைப்பாக விளங்கியது.

சமூகப் பிரிவுகள்

நாயக்கர் காலச் சமுதாயம் தமக்கென ஏற்றுக் கொண்ட சில நெறிமுறைகளையும் மரபுகளையும் பழக்க வழக்கங்களையும் அடிப்படையாகக் கொண்ட பல பிரிவுகள் இணைந்த ஒரு கூட்டமைப்பாக விளங்கியது. சமுதாயப் பிரிவுகள் நாளடைவில் பிறப்பின் அடிப்படையிலும் வாழும் இடம், செய்யும் தொழில், பின்பற்றப்படும் சமயம் போன்றவற்றின் அடிப்படையிலும் சாதிப் பிரிவுகளாக உருவெடுத்தன. இப்பிரிவுகளுக்கென பல உரிமைகள் அளிக்கப்பெற்றிருந்தன.

நாயக்கர் காலச் சமூக அமைப்பில் முக்கியமானது சாதி முறையாகும். தமிழகத்தில் முன்னர் இருந்த பல வகைச் சாதி அமைப்புச் சமுதாயம் இவர்கள் காலத்திலும் ஏற்கப்பட்டது. ஒரு சாதிக்குள் பல உட்பிரிவுகளும் பேணப்பட்டன.

நாயக்கர் காலச் சமூகம் உயர்வுதாழ்வு உடைய சமுதாயப் பிரிவுகளைக் கொண்டிருந்தது என்பதை நாயக்கர் கால ஆவணங்கள் காட்டுகின்றன. அய்யர், பிள்ளை, முதலியார், ரெட்டியார், கவுண்டர், ஆசாரி, செட்டியார், கோனார் (இடையர்) போயர், நாடார் என்று பல சாதிப் பெயர்களைத் தத்தம் இயற்பெயர்களுடன் மக்கள் கொண்டிருந்தனர். பிறப்பின் அடிப்படையில் சாதிப் பிரிவுகளைக் கருதும் வழக்கம் நிலவியிருக்கிறது. தொழில் அடிப்படையில் ஏற்பட்ட சாதிப் பிரிவிற்கு ஏற்றாற்போல் மக்கள் தொழில் செய்து வாழ்ந்தனர் என்பதை நாயக்கர் கால ஆவணங்கள் மூலம் அறியமுடிகிறது.

பிராமணர்கள்

நாயக்கர் காலச் சமுதாய அமைப்பில் பிராமண இனத்தவர்களுக்குச் சிறப்பான இடமளிக்கப்பட்டிருந்தது. இவர்கள் சமூகத்தில் மிகுந்த உயர்மதிப்புடையவர்களாக விளங்கினர். நாயக்கர் நிர்வாகத்தில் பெரும்பாலும் பிராமணர்களே தளவாய், பிரதானி, இராயசம் போன்ற உயர் பொறுப்புகளைப் பெற்றிருந்தனர். திருக்கோயில் காரியங்களைக் கண்காணித்து வந்த அமைப்புகளிலும் பிராமணர்கள் செல்வாக்குப் பெற்றிருந்தனர். அர்ச்சகர், சிவப்பிராமணர், சிறீவைணவர், பண்டிதர், தமிழ் அர்ச்சகர், தமிழ் ஆரியர் எனப் பல பிராமணப் பிரிவினர் கோயில்களில் பணிபுரிந்து வந்தனர்.

மதுரை நாயக்கர் காலத்தில் தளவாய், பிரதானி ஆகிய பொறுப்புகளை இராமப்பையன், வயித்தியப்பையன் போன்ற பிராமணர்கள் வகித்தனர். தஞ்சை நாயக்கர் காலத்தில் கோவிந்த தீட்சிதர் என்ற கன்னட பிராமணருக்கு தளவாய்ப் பதவி வழங்கப்பட்டிருந்தது. பெருங்கோயில்களில் வழிபாடுகளை நடத்துபவர்களாகச் சிவபிராமணர்கள் விளங்கினர். நாயக்கர் காலத்தில் இராமேசுவரம் கோயிலின் வழிபாடு செய்வதற்காகத் தமிழ்நாட்டிற்கு வெளியிலிருந்தும் பலர் குடிபெயர்ந்து வந்துள்ளனர்.

உடுமலைப்பேட்டை கண்ணாடிப்புத்தூரில் கிடைத்த விசுவநாத நாயக்கர் காலச் செப்பேடு[1] கணியூர் கிராமத்தில் பதினைந்து மா நிலத்தைப் பிராமணர்களுக்குத் தானமாக வழங்கியதையும் சென்னை அருங்காட்சியகத்தில் உள்ள தஞ்சை விஜயராகவ நாயக்கர் செப்பேடு[2] அலர்மேல்மங்காபுரம் எனும் ஊரினை அவர்களுக்குக் கொடையாகக் கொடுத்துள்ளதையும் குறிப்பிடுகின்றன. மதுரை விசயரங்க சொக்கநாத நாயக்கர் செப்பேட்டில்[3] ஊற்றத்தூர் சீர்மையில் ஆதனூர், சாத்தனூர் என்ற இரு ஊர்களில் பிராமணக் குடியிருப்புகளை உருவாக்கி அந்தணர் பலருக்குத் தானமாக வழங்கியதைக் காணமுடிகிறது.

திருமலை நாயக்கரின் அரசப்பிரதிநிதி இரகுநாத பண்டிதரும் திருமுருகன்பூண்டி ஊரார்களும் ஒன்று கூடித் திருமுருகன்பூண்டித் திருக்கோயில் அர்ச்சகரான சுப்பிரமணி பண்டிதருக்குச் சதுர்வேதி மங்கலத்தில் ஒரு பங்கு நிலம் தானமாகக் கொடுத்துள்ளனர்.[4] இராமநாதபுரம் அரண்மனையில் உள்ள திருமலை நாயக்கர் காலச் செப்பேடு[5]

இராமேசுவரம் கோயிலில் உள்ள குருக்கள்மார், சபையார், தமிழ் ஆரியர் அனைவரும் ஒன்றுகூடி, இராமேசுவரம் கோயிலில் உள்ள தெய்வங்களுக்குப் பூசைகள் செய்வது, விழாக்கள் நடத்துவது ஆகியவற்றில் தாங்கள் பெற்றுக்கொள்ளும் பங்குகள் என்ன என்பதை நிர்ணயித்துத் திருமலை நாயக்கருக்கும் தளவாய் சேதுபதி காத்த தேவரவர்களுக்கும் இசைவுமுறி எழுதிக் கொடுத்துள்ளதைத் தெரிவிக்கிறது.

அதே செப்பேட்டில் குருக்கள்மார்களுக்கு அனுமேசுரம் பூசை, இராமநாதசுவாமி பூசை, மலைவளர் காதலியம்மன் பூசை, படிக லிங்கம் பூசை, உற்சவ விக்கிரகம் பூசை, தாண்டவேசுவர பூசை, அம்பலவாணர் பூசை, பல்லக்கு நாயகர் பூசை, வெள்ளைத் துர்க்கை பூசை, சுற்றுக்கோயில் பரிவாரங்களுக்குத் தீபாராதனைக் காட்டல், திருவாபரணம் சார்த்துதல் போன்ற பணிகள் ஒதுக்கப்பட்டுள்ளன. சபையார் செய்த பணிகளாகத் தாண்டவேசுவர சேவை, திருமஞ்சனம் எடுத்தல், நெய்வேத்தியம் கொண்டு வருதல், தூப தீபம் கொடுத்தல், பல்லக்கு எழுந்தருளல், யானைமேல் திருமஞ் சனம் கொண்டு வருதல், பரிசுக்குக் கோடி தீர்த்தமெடுத்தல் ஆகியன கூறப்பட்டுள்ளன.

தமிழ் ஆரியர்களுக்கு நெய்வேத்தியம் செய்த தளிகையை மாற்றுதல், சைவப் பண்டாரங்கள் இருக்கின்ற அறைபோகம் மாற்றுதல், சந்தனம் அரைத்தல், திருவிளக்குப் பார்த்தல், பல்லக்கு எழுந்தருளல், உற்சவ சுவாமியைத் தேரில் வைத்தல், சன்னிதி வாசல் காத்தல், வில்வம், திருமாலை கட்டுகின்ற பண்டாரங்களைக் கண்காணித்தல், தானத்தார் கொடுக்கும் திருவாபரணங்களைக் கொண்டு போய்வைத்தல், கட்டியம், அடப்பம், காளாஞ்சி, அன்னக்கெண்டி, சலம் ஆகியன பார்த்தல், மக்களுக்குப் பிரசாதம் வழங்கல் போன்ற பணிகள் கூறப்பட்டுள்ளன. இப்பணிகளுக்காக அவர்களுக்குப் பணமும் பொருளும் வழங்கப்பட்டுள்ளன. இச்செப்பேட்டின் இறுதியில் குருக்கள்மார் பெயர்களும் பட்டர் பெயர்களும் காணப்படுகின்றன. அலர்மேல்மங்காபுரம் எனும் கிராமம் வேதம் வல்ல அந்தணர்களுக்கு விசயராகவ நாயக்கரால் அளிக்கப்பட்டதைச் சென்னை அருங்காட்சியகச் செப்பேட்டால் அறியமுடிகிறது.[6]

முதலியார்

நாயக்கர் காலச் சமுதாய அமைப்பில் சிறப்புடன் விளங்கிய பிரிவினர்களில் முதலியாரும் அடங்குவர். இவர்கள் படைப் பிரிவுகளிலும் அரசுப் பணிகளிலும் கோயில் பொறுப்புகளிலும்

சமுதாயத்தின் பல்வேறு துறைகளிலும் முதன்மை பெற்று விளங்கினர்.

மதுரை நாயக்கர் வரலாற்றில் அழியாப் புகழைப் பெற்றவர் தளவாய் அரியநாத முதலியார். இவர் தொண்டை மண்டல வேளாளர் மரபில் காஞ்சிபுரம் மாவட்டத்தில் உள்ள மப்பேடு (மெய்ப்பேடு) என்னும் சிற்றூரில் பிறந்தவர். விசுவநாத நாயக்கர், முதலாம் கிருஷ்ணப்ப நாயக்கர், வீரப்ப நாயக்கர், இரண்டாம் கிருஷ்ணப்ப நாயக்கர் ஆகியோருக்கு ஆலோசனைகள் கூறி நாட்டில் அமைதி ஏற்பட வழிவகுத்தவர்.

கிருஷ்ணப்ப நாயக்கர் காலத்தில் தொண்டை மண்டலப் பகுதியிலிருந்த முதலியார்கள் பாண்டிய நாட்டிற்குக் குடியேற்றப்பட்டதை, காஞ்சிபுரத்திற்கு அருகிலுள்ள மப்பேட்டில் வாழ்ந்து கொண்டிருந்த தம் உறவினரைப் பாண்டி நாட்டிற்கு வரவழைத்துச் சோழவந்தானில் குடியேற்றினார். இப்போது சோழவந்தான், திருநெல்வேலி முதலிய இடங்களில் இருக்கும் தொண்ட மண்டல முதலியார்கள் அரியநாதர் காலத்தில் தொண்டை நாட்டிலிருந்து பாண்டிய மண்டலத்தில் குடியேறியவர்களுடைய கால்வழியில் வந்தவர்கள். தொண்டை மண்டலத்திலிருந்து வந்த காரணத்தால், இவர்கள் தொண்டை மண்டல முதலியார்கள் எனப்படுகின்றனர்[7] என்று அ.கி.பரந்தாமனார் குறிப்பிடுகிறார்.

நாயக்கர் காலத்தில் முதலியார்கள் தளவாய், வாசல், அரசப்பிரதிநிதி போன்ற உயர்பதவிகளில் இருந்துள்ளனர். திருமலை நாயக்கர் அலுவலராகக் காளத்தியப்ப முதலியார் இருந்துள்ளார். இவர் தளவாய் அரியநாத முதலியாரின் மகன் ஆவார். வாசல் பிரதானியாகச் சின்னத்தம்பி முதலியார் பதவி வகித்ததை சொக்கநாதர் நாயக்கர் கல்வெட்டின் மூலம் அறியமுடிகிறது.[8]

திருமலை நாயக்கர் ஆட்சியில் கோணப்பையன், கோபாலய்யன், கஸ்தூரியப்பன் ஆகிய அரசப்பிரதிநிதிகளுக்கு நன்மை உண்டாகும் பொருட்டுப் பருத்திப்பள்ளி அவினாசிக்குளத்தில் இருக்கும் வாலீசுவரர் கோயிலுக்கு இரு பங்கும், ஆதிநாராயணப் பெருமாள் கோயிலுக்கு ஒரு பங்கும் என முதலியார்கள் கொடை வழங்கியுள்ளனர்.[9] சொக்கநாத நாயக்கர் காலத்து மும்முடிச் சோழப்பேட்டைச் செப்பேட்டில்[10] நயினாத்தை முதலியார் குமாரன் தாண்டவராய முதலியார் புண்ணியமாகத் தண்டேசுவர சுவாமிக்குக் கட்டளை

ஏற்படுத்தியதை விவரிக்கிறது.

அலகுமலைக் குமரன் கோயிலில் சீர்பாதம் தாங்கும் உரிமையைச் சமய முதலிகளாகிய வீரபாகு தேவர், காசாவர்க்கத்தார் ஆகிய செங்குந்த முதலியார்க்கு உரியது என்று அரசு அதிகாரம் செய்து ஆணை வழங்கியதைத் திருமலை நாயக்கர் கல்வெட்டின் மூலம் அறியமுடிகிறது.[11] திருநெடுங்குளம் நெடுங்களநாதர் திருக்கோயில் கல்வெட்டு[12] பூசைக் கட்டளைக்குச் சொக்கநாத நாயக்கரின் அரசப்பிரதிநிதி வடமலையப்ப முதலியார் மகன் சுப்பிரமணிய முதலியார் நிலக்கொடை வழங்கியுள்ளதைக் கூறுகிறது.

பஞ்ச கம்மாளர்

தட்டார், கன்னர், கொல்லர், சிற்பி, தச்சர் என்ற பஞ் சகம்மாள சமூகத்தினர் வாழ்ந்திருக்கின்றனர். இவர்கள் பொன், வெண்கலம், இரும்பு, கல், மரம் ஆகியவற்றால் பொருள்களை உருவாக்கும் தொழிலாளர்களாக இருந்துள்ளனர். சில வகுப்பினர் அரசரிடம் புதிய உரிமைகளைப் பெற்று வாழ்ந்து வந்தனர். தட்டார் என அழைக்கப்படும் ஆசாரிமார் செப்பேட்டை உருவாக்கும் பணிகளில் ஈடுபட்டிருக்கின்றனர். நாயக்கர் காலத்தில் இலந்தைக்குளம் செப்பேட்டைத் திருப்பதி ஆசாரி[13] அரசப்பட்டிச் செப்பேட்டை மதுரை வடக்குவாசல் மீனாட்சி ஆசாரி[14] இராசக்காபட்டிச் செப்பேட்டை மதுரை வடக்குவாசல் சொக்கலிங்கம் ஆசாரி[15] சிந்துமேட்டுப்பட்டிச் செப்பேட்டை மேலவாசல் சுப்பையன் ஆசாரி[16] திருகண்ணமங்கை ஓவியச் செப்பேட்டை ஓவியன் தஞ் சாவூர் லெக்ஷ்மண ஆச்சாரியின் மகன் வெங்கிடாசல ஆச்சாரி[17] ஆகியோர் உருவாக்கியுள்ளனர் என்பதை அறியமுடிகிறது.

தச்சர்

தச்சர் இனத்தவர் திருக்கோயில் பணிகளைச் செய்யவும் தொழில் நடத்தவும் நாயக்கர் காலத்தில் உரிமை தரப்பட்டது. இப்பணிகளுக்காக நிலம், வரி ஆகியன வழங்கப்பட்டதோடு சில வரிகளையும் நீக்கியுள்ளனர். கல்லிடைக்குறிச்சி குலசேகரமுடையார் திருக்கோயிலில் உள்ள கல்வெட்டால்[18] கொல்லர்க்கும் தச்சர்க்கும் (கருமான்) வீரப்ப நாயக்கர் வரி நீக்கியுள்ளார் என்பதை அறியமுடிகிறது. தஞ்சை பெரிய கோயிலில் உள்ள அச்சுதப்ப நாயக்கர் கல்வெட்டு[19] தஞ்சாவூர் தட்டார்க்குத் தன்ம சாதனப் பட்டயம் கொடுத்ததையும்

தடாகம் வெளியீடு

கந்தநொலு நாரயக் குருநாதன், சிங்கப்பள்ளி நாகபத்த சேஷாஸித்ரி ஆகியோருக்கு மானியமாக வரியினை நீக்கியுள்ளதையும் குறிப்பிடுகிறது.

வேட்டுவர்

ஈரோடு வட்டம் ஊஞ்சலூர் நாகீசுவரர் கோயிலில் உள்ள திருமலை நாயக்கர் காலக் கல்வெட்டு[20] வெள்ளாளர் தனிஞ்சிகளில் தாயாண்டார்க்கும் மலைய வேட்டுவர், அந்துவ வேட்டுவர், நச்சுழி வேட்டுவர் போன்ற ஏழு பேருக்கும் ஏழு மா நிலம் கொடுமுடி இலிங்கன் வீரநாராயணப்பெருமாள், சிவன் கோயில் பணிகளுக்காகக் கொடை வழங்கியுள்ளதைத் தெரிவிக்கிறது.

செட்டியார்

மாரியம்மன் கோயில் திருவிழா நடைபெறுவதற்காகத் தாசன் செட்டி மகன் புல்லன் செட்டிக்கு மதுரை விசுவநாத நாயக்கர் 3 3/4 சதுர நிலத்தைக் கொடையாக அளித்துள்ளார் என்பதை வீரபாண்டிச் செப்பேட்டின் மூலம் அறியமுடிகிறது.[21] மேலும் அச்செப்பேடு திருமலை நாயக்கர் காலத்தில் முதனூறு, பெனுகொண்டா, படைவீடு, தாராபுரம் ஆகிய இடங்களில் வாழ்ந்த செட்டி குலத்தினர் மதுரை, திருமங்கலம், விருதுநகர் வட்டத்தில் வெம்பக்கோட்டை, தாயநேரி உள்ளிட்ட 14 ஊர்களில் உள்ள செட்டி சாதியார்கள் ஒன்று கூடி திம்மிசெட்டி, காரமல்லி செட்டி ஆகிய இருவருக்கும் மரியாதை செய்ததையும் இரு செட்டிகளும் வசூலித்த 7000 பொன், திருமண வரி, இதர பிற வரிகள் மூலம் கிடைத்த 5400 பொன் ஆகியவற்றைக் கொண்டு மதுரைச் சொக்கநாதசுவாமிக்குக் கட்டளை ஏற்படுத்தியுள்ள செய்தியையும் பதிவுசெய்துள்ளது.[22] இதற்காக இரு செட்டிகளுக்கும் குற்றச் சட்டம் நிர்வகிக்கும் உரிமை, கோயிலில் பஞ்சாட்சரம், பாக்கு வெற்றிலை, சந்தனம் ஆகியன முதலில் பெறும் உரிமை போன்றவை கொடுக்கப்பட்டுள்ளன. திருமலை நாயக்கரின் மற்றொரு செப்பேட்டில் மும்முடி செட்டி என்பவன் கலிபொன் 4000 கொடுத்து ஒரு குறிப்பிட்ட நிலத்தை விலைக்கு வாங்கியுள்ளான் என்ற செய்தியும் பதிவு செய்யப்பட்டுள்ளது.[23]

பிடாரனேந்தல் வேதபுரிசுவாமி கோயில் இறைவனுக்கும் பூவிலிமேல்லி நல்லதேவியாருக்கும் சிவதர்மம், திருப்பணி ஆகியவற்றிற்காக மும்முடி செட்டி என்பவர் திருமலை நாயக்கரிடம் கலிபொன் 4000 விலை கொடுத்து நிலம்

வாங்கிக்கொடுத்ததை இராமநாதபுரம் செப்பேடு குறிப்பிடுகிறது.[24] மும்முடிசோழப்பேட்டை சோழீச்சுரமுடையார் கோயில் தண்டேசுவர சுவாமிக்குக் குழித்தண்டலையைச் சேர்ந்த கவந்தா செட்டி, தம்பி செட்டி, கலிச்சி செட்டி, காத்தி செட்டி, அன்னமை செட்டி ஆகியோர் எட்டுத்துறைக்குப் பொதி ஏற்றிச் சென்றமைக்காகப் பொதி ஒன்றுக்கு அரை வீசம் வீதம் சுங்க வரியை கற்பூரவள்ளியம்மன் அர்த்தசாம பல்லக்குச் சேவைக்கு வழங்கியுள்ளதை சொக்கநாத நாயக்கர் செப்பேடு குறிப்பிடுகிறது.

மதுரை விசயரங்க சொக்கநாத நாயக்கர் நவராத்திரிக் கொலு வீற்றிருந்தபோது நங்கவரம் அம்மணமார நாயுடு, பீம நாயக்கன்பாளையம் திம்ம நாயுடு, ஜைமங்கலம் கஸ்தூரி நாயுடு, பெராட்டூர் ஸ்ரீரங்க நாயுடு, கொடுந்தர வட்டல நாயுடு ஆகிய கற்பூர செட்டிகள் வாணவேடிக்கை நடத்தினர். அதனைக் கண்டு மகிழ்ந்த நாயக்கர் அவர்களுக்குத் ஜம்புகேசுவரத்துக்குப் போகும் வழியில் திருமுகவாசல் ராயகோபுரத்தை ஒட்டி நிலம் வழங்கியதையும் கற்பூரசெட்டிகள் அரண்மனைக்கு வெடி உப்புத் தர இசைவு தெரிவித்ததையும் உப்பிலிய நாயக்கர் மடச் செப்பேடு தெரிவிக்கிறது.[25]

கோனார்

இடையர், கோன், கோனார், பிள்ளை, யாதவர் என்று பல பெயர்களில் கல்வெட்டுகளிலும் இலக்கியங்களிலும் இடையர் குறிக்கப்பட்டுள்ளனர். பெத்த பிள்ளை, புன்னைத்தேவன் இருவருக்கும் 'பெத்தபிள்ளை' என்றும் 'திருமலை' என்றும் பட்டம் வழங்கப்பட்டது. மேலும், கம்பிளி அதிகாரம், பாதகுறடு, காளாஞ்சி முதலிய சிறப்புகள் செய்யப்பட்டன. கம்பிளி போடுகின்றபோது பாத காணிக்கையாக ஐந்து பணமும் அரண்மனையிலிருந்து பணமுடிப்பு அறுபது பணமும் அவர்களுக்குக் கொடுக்கப்பட்டுள்ளது. அவர்களுக்குப் பெண் குழந்தை பிறந்தால் 'திருமலை புண்ணியக்கா' என்று பெயரிட்டுத் தங்கப்பதக்கம் வழங்குவதற்கு உச்சப்பட்டி, தருமத்துப்பட்டி ஆகிய கிராமங்களை விட்டுக்கொடுத்ததையும் திருமலை நாயக்கர் கால தருமத்துப்பட்டி செப்பேட்டால் அறியமுடிகிறது. மேலும் பதினெட்டுப்பட்டிக் கோனார்கள் அவர்களுக்குச் செய்ய வேண்டிய சிறப்புகளையும் குறிப்பிடுகிறது.[26]

ஐம்பது பணம், ஓர் ஆட்டுக்கிடாய், அரிசி, பருப்பு, ஐந்து கலம் என பல்வகைப் பொருட்களைத் திருமலை நாயக்கர்

முன்வைத்து திருமலை புன்னைத் தேவன், ஆறுதாயமகன் ஆகிய இருவரும் வணங்கினர். கோனார் தெருவில் வீட்டுமனைகள், பதினெட்டுப்பட்டி கிராம கோங்கிமார்கள் இராவணச் சாவடியில் கூடும் போது கொம்புக்கிடாய், குத்துக்கிடாய், கிடை வருமானத்தில் ஒரு பங்கும் கொடுக்க வேண்டும் என்று புன்னைத் தேவனும் ஆறுதாயமகனும் கேட்டனர். அதற்கு மன்னன் இசைந்து பட்டயம் வழங்கியதைக் காணமுடிகிறது.[27]

பெண்ணையாற்றின் வடகரையில் அமைந்துள்ள ஜெயங்கொண்ட சோழ மண்டலத்து வானகோபாடி நாட்டு செங்குன்றக் கோட்டத்தில் வாழ்ந்த இடையர்களின் ஆட்டுப்பண்ணைக்குச் சில வரிகள் வசூலிக்கப்பட்டதை அச்சுதப்ப நாயக்கரின் திருவண்ணாமலை கல்வெட்டு கூறுகிறது.[28]

கவுண்டர்

கவுண்டர்கள் தங்களுக்குள் ஒரு குடித்தலைவனைத் தேர்வு செய்து அவர்களுக்குரிய கம்பிளி அதிகாரத்தினை நாயக்க மன்னர் மூலம் பெற்றுத் தங்கள் சமூகத்தினை நடத்தி வந்திருக்கின்றனர். இவர்கள் கன்னடம் பேசும் கவுண்டர் ஆவர்.

வீரப்ப நாயக்கரின் வெண்பக்கோட்டை செப்பேடு[29] சிறுவாலை அச்சராமக் கவுண்டர் என்பவர் நாயக்கரிடம் ஆணைபெற்று குண்டாறு, தாமிரபரணி, இராமேசுவரம், தென்காசி ஆகிய இடங்களிலுள்ள கம்பளத்துக் கவுண்டர்களிடம் இனவரி வசூலிக்கச் சென்றபோது, வெண்பக்கோட்டை புல்லா கவுண்டர் என்பவர் இனவரி வசூலிப்பதை அதிவீரராம பாண்டியனிடம் சென்று கூறி வாதாடி இனவரி வசூலிப்பதைத் தடுத்துள்ள செய்தியைக் கூறுகிறது. கம்பளக்கவுண்டர்கள் ஒன்று சேர்ந்து புல்லா கவுண்டரைப் பாராட்டி வெகுமதியாக 1500 பொன் கொடுத்தனர். இவ்வினத்தவர் ஒவ்வொரு வில்லுக்கும் ஒரு பணம் வீதம் கொடுக்கவும் இசைவளித்துள்ளனர். இனவரி வசூலித்த அச்சராமக் கவுண்டனை எதிரியாகக் கருதி அவருடன் யாரும் சேரக்கூடாது என்று முடிவு செய்து பட்டயம் அளிக்கப்பட்டுள்ளது.

குமரமங்கலம், சீராப்பள்ளி, பாலமேடு, முடுதுறை, தும்மங்குறிச்சி, கீரம்பூர், கோதையூர், இடையாரை, பெருங்குறிச்சி, காங்கயம், தூறாம்பாடி, மானூர், வெங்கம்பூர், முடக்குறிச்சி, பாசியூர் ஆகிய ஊர்களில் வாழும் தூரன் குலக் கோத்திரத்தைச் சார்ந்த பெருமக்கள் குமரமங்கலம் பொன்காளியம்மன்

சந்நிதியில் ஒன்றுகூடி மகுடாசல மாணிக்கியின் மகளான நல்ல பெண்ணுக்குத் 'தூரகுல மாணிக்கி' என்ற பட்டமும் அவள் திருமணத்திற்கு ஒரு பணமும் ஒரு வள்ள அரிசியும் குமரமங்கலத்தில் ஐம்பது குழி நிலமும் ஒரு மிடாக்காடும், பண்ணையில் ஒரு கட்டுக் கதிரும் ஆகியன தானமாகக் கொடுக்கப்பட்டதை முத்துவீரப்ப நாயக்கர் காலத்தில் வெளியிடப்பட்ட தூரன் குலச்செப்பேடு தெரிவிக்கிறது.[30]

கவுண்டர் சமூகத்தில் கம்பிளி, காளாஞ்சி, பிடிசெம்பு ஆகிய மரியாதைகள் வழங்கப்பட்டதையும், சாதியில் நல்லவை — தீயவை, சேர்த்தல் — விலக்கல் போன்ற பெரியதன அதிகாரங்களை வழங்கப்பட்டதையும் திருமலை நாயக்கரின் மற்றொரு செப்பேட்டின் மூலம் அறியமுடிகிறது.[31] இவ்வூரில் கிடைத்த மற்றொரு செப்பேடு பொம்மையகவுண்டனுக்கு இரவிகுல சாதியில் முதல் அதிகாரம் தரப்பட்டதைக் குறிப்பிடுகிறது.[32]

அழகர்கோயிலில் தங்கம், வெள்ளி பாத்திரங்களை வேடர்கள் களவாடிச் சென்றுள்ளனர். வெள்ளியங்குன்றம் பாளையக்காரர் இம்முடி கனகராமயக் கவுண்டர் கள்ளர்களைப் பிடித்துக் கொள்ளைபோன பொருட்களை மீட்டுக் கொடுத்துள்ளார். இதற்காகத் திருமலை நாயக்கர், கவுண்டர்களுக்குக் காட்சி, கப்பம் முதலியவற்றை நீக்கியதோடு சித்திரை விழா, ஆடித் திருவிழா, திருமங்கையாழ்வார் திருவிழா போன்றவற்றில் சுற்றத்தாரோடு சிறப்புப்பெற ஆணையிட்டுள்ளார்.[33] திருமலை நாயக்கரின் சிறுவாலை ஜமீன் செப்பேடு[34] இம்முடி அச்சிராம கவுண்டருக்குப் பரிவட்டம் கட்டி அவர் திருக்கோயிலையும் இறைவன் செல்கின்ற திருவீதிகளையும் காவல் காப்பதற்குச் சிறுவாலை என்ற ஊரினைக் காவல் காணியாட்சியாக வழங்கியதைத் தெரிவிக்கிறது. பழனிமலைச் செப்பேடு[35] பழனி சீர்மை அதிபன் சின்னோப நாயக்கன், தேவராச பண்டிதர், பாணிபத்திர உடையார், பெரிய விருமயண பிள்ளை, பழனிக் கவுண்டர் ஆகியோர் சேர்ந்து பழனி தெற்கு மாட சிவன் கோயில் பூசைக்கு திருமலை நாயக்கர் காலத்தில் நிலக்கொடை வழங்கியுள்ளதைச் செப்புகிறது. எனவே, கவுண்டர் சமூகத்தினர் நாட்டாண்மை, குடித் தலைவன், பாளையக்காரர் போன்ற பிரிவுகளில் இருந்துள்ளதை நாயக்கர் கால ஆவணங்கள் மூலம் அறியமுடிகிறது.

ரெட்டியார்

தெலுங்கு பேசும் ரெட்டியார் சமூகத்தினர் பலர் நாயக்கர் காலத்தில் தமிழ்நாட்டில் குடியேறியுள்ளனர். இவர்கள்

அரசவையில் முக்கிய பொறுப்புகளில் இருந்துள்ளனர். திருமலை நாயக்கர் அம்மையநாயக்கனூர் பல்லக்குத் தூக்கிகளுக்கு அளிக்க வேண்டிய வெகுமதியை ரங்கா ரெட்டியார் என்பவரைக் கேட்டு முடிவு செய்ததை அம்மையநாயக்கனூர் செப்பேடு தெரிவிக்கிறது.[36] சின்னாரெட்டிப்பட்டி என்ற கிராமத்தை விற்கச் சிந்துரெட்டி என்பவர் எண்ணினார். சோலப்பரெட்டி என்பவர் அக்கிராமத்தை வாங்க முன்வந்தார். சிந்துரெட்டி சோலப்பரெட்டியைக் குரவரெட்டி என்று இகழ்ந்து பேசிக் கிராமத்தை விலைக்குக் கொடுக்க மறுத்ததைத் திருமலை நாயக்கரின் மங்கலரேவுச் செப்பேடு குறிப்பிடுகிறது.[37] இராசாக்காப்பட்டிச் செப்பேட்டில் குருவரெட்டி என்பவர் ஓர் ஆவணத்தில் சாட்சியாகக் குறிப்பிடப்படுகிறார். எனவே, ரெட்டியார் சமூகத்தில் பல பிரிவுகள் இருந்ததையும் உயர்வு தாழ்வு நிலவியதையும் காணமுடிகிறது.

போயர்

திருமலை நாயக்கர் அவசர பயணமாகத் திருச்சிக்குச் சென்று மூன்று நாட்களில் மதுரைக்கு திரும்ப வேண்டியிருந்தது. அப்பொழுது பல்லாக்குத் தூக்குபவர்களைக் கேட்க, அழகபோயனும் கம்பபோயனும் உடல்நிலை சரியில்லை என்றனர். அப்பொழுது அம்மைய நாயக்கனூர் பாளையப்பட்டுப் பல்லக்குத் தூக்கிகள் மூன்று நாட்களில் மன்னரைத் திருச்சிக்குத் தூக்கிச் சென்று திரும்பினர். மன்னர் மகிழ்ந்து அவர்களுக்கு உப்பளமும் நிலங்களும் தானமாகக் கொடுக்க முன்வந்தார். ஆனால், அவற்றை வாங்க மறுத்து இருவரும் நீர்நிலைகளில் மீன்பிடிக்கும் உரிமை வேண்டினர். அதனையேற்று பண்ணிமுட்டி, விளாம்பட்டி, கருப்பண்ணசுவாமி கோயில், மாடக்குளம் போன்ற இடங்களில் உள்ள நீர்நிலைகளில் வலைவீசி மீன்பிடிக்கும் உரிமையினை வழங்கியுள்ளதை அம்மைய நாயக்கனூர் செப்பேடு குறிப்பிடுகிறது.[38]

பிள்ளை

பிள்ளை சமூகத்தினர் நாயக்கர் காலத்தில் அதிகாரிகளாகவும் கிராமக் கணக்கர்களாகவும் விளங்கியிருக்கின்றனர். திருமலை நாயக்கரின் அரசப்பிரதிநிதி வடமலையப்பப்பிள்ளை திருநெல்வேலி பகுதிகளில் பல கோயில்களைத் திருப்பணி செய்துள்ளார். அவரைத் தொடர்ந்து திருமலைக் கொழுந்துப் பிள்ளை, மெய்க்கும் பெருமாள் பிள்ளை, திட்டப்பிள்ளை,

இராமலிங்கம்பிள்ளை போன்ற கணக்கர்களின் பெயர்களைச் செப்பேடுகள் குறிப்பிடுகின்றன.

அஞ்சு இல்லமுறைப் பிள்ளைமார் என்ற பெருங்குடியினரின் உறவுமுறையினர் திருப்பரங்குன்றம் சுப்பிரமணிய சுவாமி திருக்கோயிலில் அன்னதான மடம் அமைத்து, நாள்தோறும் விளக்கேற்றவும் சேகண்டிநாதம் முழுங்கவும் கார்த்திகை நட்சத்திர பூசை, பங்குனி திருவிழா ஆகியன சிறப்புடன் நடைபெறுவதற்கும் ஆண்டுதோறும் வீட்டுக்கு ஒரு பணம் கொடுக்க மதுரைப் பட்டணத்திலிருக்கும் உறவுமுறையினர் ஏற்பாடு செய்ததை இராணி மங்கம்மாள் கால இல்லத்துப் பிள்ளைமார் செப்பேடு தெரிவிக்கிறது.[39]

வெள்ளாளர்

நாயக்கர் காலச் சமுதாய அமைப்பில் பிராமணர்களுக்கு அடுத்த நிலையில் வைத்து மதிக்கப்பட்ட பிரிவினர் வெள்ளாளர் ஆவர். இவர்கள் படைத்தலைவர்களாகவும் அரசியல் அதிகாரிகளாகவும் அமைச்சர்களாகவும் சிறப்புற்று விளங்கினர். பெருமாநல்லூர் உத்தமசோழீசுவரமுடையார் கோயிலில் காணப்படும திருமலை நாயக்கர் கல்வெட்டு இராமப்பய்யனின் காரிய கர்த்தரான சிதம்பரநாத பிள்ளை என்பவருக்காக வடபரிசார நாட்டு உத்தனூர் பெரும்பழனம் காணியுடைய வெள்ளாளர் மூலர்களின் உத்தமன் என்பவன் சோழீசுவரமுடையார் கோயில் அபிஷேகம், நைவேத்தியம், சந்தியா தீபம், நந்தா தீபம் ஆகியவற்றிற்குச் சந்தை மகமை (காசு வரி) வழங்கியுள்ளமையைத் தெரிவிக்கிறது.[40] இலவம்பட்டி கன்னிமார் பாழிபாறை திருமலை நாயக்கர் கல்வெட்டு[41] குன்றத்தூர்ச் சாவடியைச் சேர்ந்த பூவாணிய நாட்டுத் தாரமங்கலத்தில் வாழ்ந்த வெள்ளாளன் இம்முடி சீயால கட்டி முதலியார் தம் குலதெய்வமான கைலாசநாதர் சிவகாமி அம்மைக்குப் பூசைக் கட்டளையாக இலவம்பட்டி என்ற ஊரைக் கைலாசநாதபுரம் என்று பெயர் மாற்றம் செய்து எல்லா வரிகளையும் கொடையாகக் கொடுத்துள்ளார் என்பதைக் கூறுகிறது.

தஞ்சை இரகுநாத நாயக்கரிடம் வேளாளர் அளித்த அரித்துவாரமங்கலச் செப்பேடு இவ்வூரிலுள்ள பாதாளீசுவரர் திருக்கோயிலுக்கு பூசைக்கும் திருப்பணிக்கும் அளித்த ஒப்பந்தக் கொடையை விளக்குகிறது. மேலும், இது வடக்கில் திருக்காளத்தி மலை, தெற்கில் கன்னியாகுமரி, கிழக்கில் நாகப்பட்டினம்,

மேற்கில் மலைநாடு ஆகிய நான்கு எல்லைக்குட்பட்ட தொண்டை மண்டல வெள்ளாளர், சோழிய வெள்ளாளர், காரைக்காட்டு வெள்ளாளர், செயின வெள்ளாளர், காரணிமாள் வெள்ளாளர், கொடிக்கால் வெள்ளாளர், ஊற்றத்தூர் வெள்ளாளர், துளுவ வெள்ளாளர், மிழலைக் கூற்ற வெள்ளாளர், வெண்பா நாட்டு வெள்ளாளர், தென்மண்டல வெள்ளாளர் ஆகிய குலத்தார் இவ்வறக்கொடைக்கு உதவவேண்டும் என்று குறிப்பிடப்பட்டுள்ளது. மேற்குறிக்கப் பெற்ற வெள்ளாளர்கள் பல்லக்கு வைத்திருப்பவர் பத்துப் பணமும் தண்டிகை வைத்திருப்பவர்கள் ஐந்து பணமும் குதிரை, குடை வைத்திருப்போர் மூன்று பணமும் அட்டவணைப் பதவி, அதிகாரம் பெற்றவர்கள் ஒரு பணமும், பயிர்த்தொழில் செய்யும் வேளாண் மக்கள் ஏர் ஒன்றுக்குக் கால் பணமும் பயிர்தொழில் செய்யாத குடிகள் அரைக்காற் பணமும் ஆண்டுதோறும் வர்த்தனையாகப் பாதாள ஈசுவர சுவாமிக்கு அளிக்க வேளாளப் பெருமக்கள் செய்துகொண்ட உடன்படிக்கையினையும் குறிப்பிடுகிறது.[42]

ஓதுவார்

கோயில்களில் தேவாரத் திருப்பதிகங்கள், திருவெம்பாவை, திருப்பள்ளியெழுச்சி, திருவாய்மொழி ஆகியன ஓதப்பட்டு வந்துள்ளன. தேவாரம் பாடிய ஓதுவார்கள் 'திருப்பாட்டு ஓதும் மாகேசுவர்' என்று அழைக்கப்பட்டனர். இவர்களுக்குக் கொடையாகத் திருப்பதியக்காணி என்ற பெயரில் நிலம் வழங்கப்பட்டது. திருவண்ணாமலை கிருஷ்ணதேவராயர் கல்வெட்டில்[43] பெரிய திருப்பாட்டு ஓதுவார், திருப்பாட்டு ஓதுவார் ஆகியோர் திருக்கோயிலில் பணியாற்றியதைக் காணமுடிகிறது.

நாயக்கர் காலத்தில் கோயிற் பணிகள் பல தொடர்ந்து நடைபெற்றன. பல அறக்கொடைகளைக் கோயில்களுக்கு அளித்திருப்பதை ஆவணங்கள் உணர்த்துகின்றன. கோயில்களில் திருமுறைகள் ஓதிவர ஏற்பாடு செய்யப்பட்டதை மதுரைச் செப்பேடு குறிப்பிடுகிறது. மதுரை மீனாட்சியம்மன் கோயிலில் பணிபுரிந்த அலங்கார ஓதுவார், ஆனந்து ஓதுவார், சித்திரபுத்திர ஓதுவார், கனக சபாபதி ஓதுவார், வீதிவிடங்க ஓதுவார், தாண்டவமூர்த்தி ஓதுவார் ஆகியோருக்கு காணியாட்சி நிலமாக நன்செய் நிலம் முப்பத்தைந்து காணியும் புஞ்சை நிலம் இருபத்துமூன்று விரைப்பாடும் செங்குளத்தில் திருமலை நாயக்கரால் வழங்கப்பட்டுள்ளது.[44] எனவே, நாயக்கர்கள்

தெலுங்கு இனத்தவராக இருந்தாலும் கோயில்களில் தமிழ் நூல்களான தேவாரம், திருவாசகம் ஓத உரிமையளித்ததைக் காணமுடிகிறது.

சேர்வைக்காரர்

அதலை கிராமத்தில் கண்டறியப்பட்ட அடிமை ஓலை ஆவணத்தில்[45]ஏல விற்பனை மூலம் சுப்பிரமணிய சேர்வைக்காரன் என்பவன் தீண்டப்படாத இனத்தைச் சேர்ந்த பெரியகருப்பனை அடிமையாக வாங்கியுள்ளான். அதில் காவல்காரன் மணியன் சேர்வைக்காரன், குமார இருளப்ப சேர்வைக்காரன், முத்திருளாண்டி சேர்வைக்காரன், சோணை சேர்வைக்காரன், வீரணன் சேர்வைக்காரன், சுப்பிரமணியன் சேர்வைக்காரன் ஆகிய உறவுமுறையினர் பெயர்கள் எழுதப்பட்டுள்ளதை விசயரங்க சொக்கநாத நாயக்கரால் வெளியிடப்பட்ட ஓலையில் காணமுடிகிறது. எனவே, சேர்வைக்காரர்கள் சமுதாயத்தில் வசதிபடைத்தவர்களாக இருந்துள்ளனர்.

சௌராட்டிரர்

கி.பி.16—ஆம் நூற்றாண்டின் பிற்பகுதியில் விசயநகரத்திலிருந்து தமிழ்நாட்டிற்கு சௌராஷ்டிரர் குடியேறியுள்ளனர். நாயக்கர் காலத்தில் மாரியம்மன் கோயில், குடந்தை, அம்மாப்பேட்டை, அய்யம்பேட்டை, அம்மையப்பன், அறந்தாங்கி, திருபுவனம், திருச்சேறை, திருநாகேசுவரம், மதுரை, பரமக்குடி, பாளையங்கோட்டை, திண்டுக்கல், நிலக்கோட்டை, சேலம், திருச்சி, கும்பகோணம், சென்னை, பட்டீசுவரம் முதலிய இடங்களில் சௌராஷ்டிரர் குடியேற்றப்பட்டுள்ளனர். விசயநகர ஆட்சியில் மதுரை, தஞ்சை நாயக்க வமிசத்துடன் தமிழ்நாட்டில் சௌராஷ்டிரர்களின் குடியேற்றத்துக்கும் வித்திட்டது என்பர் அ.கி.பரந்தாமனார்.[46]

பட்டு நூல் நெசவுத் தொழிலுக்காகத் திருமலை நாயக்கர் சௌராட்டிரரை மதுரை நகரில் குடியேற்றி மகாலைச் சுற்றிலும் வசிக்க வசதிசெய்து கொடுத்துள்ளார். இதனால், சௌராட்டிரர்களைத் தமிழர்கள் 'பட்டு நூல்காரர்கள்' என்று இன்றும் அழைக்கின்றனர்.

இராணி மங்கம்மாள் காலத்தில் சௌராட்டிரர்களுக்கும் பார்ப்பனர்களுக்கும் ஆசாரங்களுக்குரியவர் யார் என்ற பிரச்சனை எழுந்தது. அப்பொழுது எழுதிய பனையோலை ஆவணம் கி.பி.1705 இல் மதுரை ஆளுநராய் இருந்த ஜோஸ்யம்

வேங்கடரங்க அய்யர் சௌராட்டிரர்களுக்குப் பூணூல் அணியும் பார்ப்பன ஆசாரம் இல்லையென்று கூறி, பதினெட்டு சௌராட்டிரர்களைப் பிடித்துத் திரிசிரபுரத்துக்கு அனுப்பிச் சிறையில் அடைத்து வைக்கும்படி செய்ததாகவும் இதை இராணி மங்கம்மாள் அறிந்து சௌராட்டிரர்கள் பூணூல் அணிதல் முறையாகுமா என்று சாத்திர வல்லுநர்களை ஆராயுமாறு சொல்லியதாகவும் அவர்கள் கூறிய முடிவுப்படி பார்ப்பனரைப் போலே சௌராட்டிரரும் பூணூல் அணியலாம் என்ற உரிமையை மங்கம்மாள் சௌராட்டிரர்களுக்குக் கொடுத்ததாகவும் அ.கி.பரந்தாமனார் தெரிவிக்கிறார்.[47]

இரகுநாத நாயக்கர் காலத்திய கும்பகோணம் பெரிய மடத்து கல்வெட்டு[48] கும்பகோணத்திலுள்ள பட்டீசுவரத்துப் பட்டு நூல்காரர்களுக்கும் (சௌராட்டிரர்) செட்டியார்களுக்கும் இடையே திருமணங்களின் போது கொடுக்கப்படும் முதல் மரியாதைப் பற்றிக் குறிப்பிடுகிறது.

கள்ளர்

தேவர் என்ற பட்டப் பெயரைப் பெற்ற கள்ளர் சமூகத்தினர், அரச ஆதரவு பெற்ற நாட்டுத் தலைவர்களாகவும் கம்பளி பெறும் அதிகார முடையவர்களாகவும் இருந்து சமூகத்தில் ஏற்படும் பிரச்சினைகளைத் தீர்த்துவைத்துள்ளனர் என்பதை நாயக்கர் கால ஆவணங்களின் வழி அறியமுடிகிறது. தஞ்சாவூர் சமசுப்ரு பள்ளிவாசல் கல்வெட்டு நாஞ்சிக்கோட்டையில் உள்ள கள்ளர் மரபினரான மண்ணையார், தம்ப மண்ணையார் ஆகியோர் பள்ளி வாசலுக்கு ஏழு வேலி நிலம் கொடுத்துள்ளதைக் குறிப்பிடுகிறது.[49] மண்ணையார் என்பவர்கள் கள்ளர் சமூகத்தில் ஒரு பிரிவினர் ஆவர்.

பிற சமூகத்தினர்

மக்கள் தாம் செய்து வந்த தொழில்களை மையமாக வைத்து தனித்தனிச் சமூக அமைப்புகளாகச் செயற்பட்டு வந்ததை நாயக்கர் காலச் சமூகத்தில் மிகுதியாகக் காணமுடிகிறது. வண்ணார், நாவிதர், குடும்பன், வைத்தியர், பொற்கொல்லர் ஆகியோர் ஒவ்வொரு ஊரிலும் வாழ்ந்திருக்கின்றனர். வண்ணார்கள் ஆடைகளைத் தூய்மையாக்கும் பணியில் ஈடுபட்டனர். வண்ணார் ‘நிறமகன்’ என்றும் முடிதிருத்துவோன் என்ற நாவிதன் ‘குடிமகன்’ என்றும் அழைக்கப்பட்டதை இலந்தைக்குளம் செப்பேட்டால் அறியமுடிகிறது.[50] நீர் நிலைகளில் மடை யடைத்துத் திறக்கும் பணியினைச்

செய்தவர்கள் நீராணிக் குடும்பன் என்றழைக்கப்பட்டனர். குடும்பன் என்பவர் பள்ளர் சமூகத்தினைச் சேர்ந்த குடித்தலைவன் ஆவன். மாதாரி என்றழைக்கப்பட்ட வைத்தியர் மருத்துவப் பணிகளில் சிறந்து விளங்கியதை நாயக்கர் ஆவணங்கள் தெரிவிக்கின்றன.

தேவரடியார்

நாயக்கர் ஆவணங்களில் தேவரடியார் பலர் குறிப்பிடப் பெறுகின்றனர். அவர்கள் சமூதாயத்தில் உயர்ந்த இடத்தில் வைத்து மதித்துப் போற்றப்பட்டுள்ளனர். தேவரடியாள், அடிகள், தளிச்சேரிப்பெண்டுகள், பதியிலார், பொட்டுக்கட்டி, தளியிலார் என்று பல பெயர்களில் அழைக்கப்பெற்றுள்ளனர். இவர்கள் பல கொடைகளாலும் காணிகளாலும் போற்றி வளர்க்கப்பட்டனர்.

இவர்கள் நாள்தோறும் முக்காலங்களிலும் பணியாற்றுவதற்குத் திருக்கோவிலைச் சார்ந்த இடங்களில் வாழ்ந்து வந்ததைப் பற்றித் தளிச்சேரிப் பெண்டுகள் எனவும் இறைவனுக்குத் தொண்டு புரிந்து வந்தமை பற்றித் தேவரடியார் எனவும் நாட்டியத்தில் வல்லுநராயிருந்தமை பற்றி நாடகக் கணிகையர் எனவும் யாரையும் மணந்து கொள்ளாமை பற்றிப் பதியிலார் எனவும் அந்நாளில் வழங்கப்பெற்றுள்ளனர்[51] என்பார் சதாசிவ பண்டாரத்தார்.

தேவடியார் பணி மிகவும் பொறுப்புவாய்ந்த ஒன்றாகும். இத்தகைய பணிக்கு உயர்ந்த குடியில் பிறந்து கல்வியில் சிறப்புப் பெற்றவர்களே தகுதி பெற்றவராவர். இவர்களுக்குக் கலைகளில் தனித் தேர்ச்சியும் திறனும் இருத்தல் வேண்டும்[52] என்பார் டி.என்.குஞ்சன் பிள்ளை.

கல்வெட்டு சொல்லகராதி, தேவரடியாள் என்பவர் சிவன் திருக்கோயிலில் பணிசெய்யும் அந்தண மகளிர்; ஆடல் பாடல் நிகழ்த்தும் பதியிலாளர் என்று குறிப்பிடுகிறது.[53]

நாயக்கர் காலத்தில் தேவரடியார்களுக்கு நிலம், பட்டம், வரி விலக்கு ஆகியன அளிக்கப்பட்டுள்ளன. முசிறி சந்திரமௌலீசுவரர் கோயிலில் உள்ள சொக்கநாத நாயக்கர் செப்பேடு[54] இத்திருக்கோயிலுக்கு வழங்கப்பட்ட 11 1/2 காணி நிலத்தில் தேவரடியார்க்கு இரண்டு காணி நிலம் பிரித்து ‘தாசியள் மானியம்’ என்ற பெயரிட்டு சண்டேசுவரர் பெயரில் வழங்கப்பட்டுள்ளதைக் குறிப்பிடுகிறது. தஞ்சை செவ்வப்ப நாயக்கர் காலத்தில் தேவரடியார்களுக்கு வீடு,

நிலம் ஆகியன வழங்கப்பட்டதையும் இராயப்பரசர் என்பவர் திருவண்ணாமலைச் சீமையைக் குத்தகைக்கு எடுத்து காணிக்கை வரியாகப் பொற்காசுகளைக் கட்டாயப்படுத்தி வசூலித்துள்ளதையும் இதனை அறிந்த அச்சுதப்ப நாயக்கர் திருவண்ணாமலை மேலத்தெரு, கீழத்தெருவைச் சார்ந்த தேவரடியார்களுக்குச் சேரர், பாண்டியர், வல்லாளராயர், சோமய்ய தேணாயக்கர் ஆகியோர் விட்ட உரிமைகளின் படி வரி வசூலிக்கக்கூடாது என்று ஆணை வழங்கியதையும் திருவண்ணாமலைக் கல்வெட்டில் காணமுடிகிறது.[55]

தஞ்சை இரகுநாத நாயக்கர் காலத்தில் திருவாஞ்சியம் திருவாஞ்சிநாதர் கோயில் கல்வெட்டு மாதய்ய மல்ல நாயக்கர் என்ற அரசப்பிரதிநிதி திருவாஞ்சியம் தேவரடியார்க்குச் சில சருவமானிய கட்டளை வழங்கியதையும்[56] செஞ்சி— சித்தாமூர் கல்வெட்டு சிங்கபுரிநாதர் கோயிலில் பணிபுரிந்த தேவரடியார் பன்னிரண்டு பேருக்கும் முட்டுக்காரன், மெய்மட்டு ஆகியோருக்கும் சர்வமானியமாக நிலம் அளித்ததையும்[57] நெடுங்குன்றம் கல்வெட்டு இராமச்சந்திர பெருமாள் கோயில் நிர்வாகிகளும் நாயக்கரின் அரசப்பிரதிநிதி சோணாத்திர ஐயரும் இணைந்து வடுகவகைத் தேவரடியார் அத்திகிரி மகள் முத்து என்பவளுக்கு 'விசையராகுவ மாணிக்கம்' என்ற பேர் மானியம் (பட்டம்), நிலம், பொன், பணம் ஆகியன கொடுத்ததையும்[58] கோவிந்தவாடி அருகிலுள்ள புகலூரில் உள்ள தேவடியாள் மான்யம் என்ற நிலத்தில் காணப்படும் கல்வெட்டு புள்வேளூரைச் சார்ந்த பெண்ணொருத்திக்குக் காஞ்சிபுரம் ஏகாம்பரநாதர் கோயில் ஸ்தானத்தார்கள் நாற்பது குழி நிலத்தைக் கொடையாக அளித்துள்ளதையும் குறிப்பிடுகிறது.[59]

கலைகள்

நாயக்கர் காலத்தில் திருக்கோயில்களில் அமைந்துள்ள பெரிய மண்டபங்கள் நாட்டிய சாலைகளாகவும் பயன்படுத்தப் பட்டிருக்கலாம். கோயில்தோறும் நாடகங்கள், நாட்டியங்கள் என்ற பெயரில் ஆடற்கலைகள் சிறப்பாக நடைபெற்றுள்ளன. ஆடற்கலையால் ஆண்டவனையும் ஆள்வோரையும் மக்களையும் மகிழ்வித்த தேவரடியார்கள் சிறந்த நாடக மகளிர் என்ற பட்டங்கள் கொடுத்துச் சிறப்பிக்கப்பட்டுள்ளனர். நாயக்கர் ஆட்சியில் ஆடற்கலையில் தேர்ச்சி பெற்றவர்களுக்கு 'மாணிக்கம்' என்ற பட்டம் வழங்கியுள்ளனர். மதுரை சொக்க நாதர் கோயிலில் நடைபெற்ற மார்கழி மாத விழாவின்

போது ஐந்து கலைஞர்கள் கலந்துகொண்டதைக் கல்வெட்டு குறிப்பிடுகிறது.60 நெடுங்குன்றம் இராமச்சந்திரப் பெருமாள் கோயில் ஸ்ரீகாரியம் செய்வார் திருமலையங்கார், கோயில் ஸ்ரீபண்டாரத்தார், இரகுநாத நாயக்கரின் அரசப்பிரதிநிதி சோணாத்திரி அய்யன் ஆகியோர் இணைந்து இரகுநாத நாயக்கரின் கட்டளையாக நாட்டிய நங்கை ஒருத்திக்கு 'ராமச்சந்திர மாணிக்கம்' என்ற விருதினை வழங்கி நிலக்கொடை அளித்துள்ளனர்.[61] இராமச்சந்திரப் பெருமாள் கோயில் வைகாசி மாதத் திருநாளில் பெரியண்ணன் மண்டபத்தில் எழுந்தருளிய போது வடுக வகைத் தேவரடியாரான முத்து என்பவளுக்கு 'விசையராகுவ மாணிக்கம்' என்ற விருதும் நிலமும் அளித்ததை விசயராகவ நாயக்கர் கல்வெட்டுத் தெரிவிக்கிறது.[62]

சோழர் காலத்தில் நாட்டிய நங்கையர்களுக்கு நக்கன், காவிதி, தலைக்கோலி போன்ற பட்டங்கள் வழங்கியதைபோல் நாயக்கர் காலத்தில் 'மாணிக்கம்' என்ற பட்டம் வழங்கியதைக் காணமுடிகிறது.

சத்திரங்கள்

சத்திரங்கள் உணவுச் சாலைகளாக மட்டுமன்றி மருத்துவச் சாலைகளாகவும் கல்விச் சாலைகளாகவும் விளங்கியிருக்கின்றன. நாயக்கர் காலத்தில் சத்திரங்கள் புகழ்பெற்றுவிளங்கின. சத்திரங்களில் இலவசமாக உணவு வழங்கப்பட்டன. விசுவநாத நாயக்கர் கால கொண்டங்கி கீரனூர் கல்வெட்டு அரசப்பிரதிநிதி காளத்தியப்ப முதலியார், இருபத்து நான்கு நாட்டு கவுண்டர், காங்கய மன்றாடி, சக்கரை கவுண்டர் ஆகியோர் சேர்ந்து அன்னதானம் செய்வதற்காக மல்லிகார்ச்சுன தேவரைச் சந்தித்து நிலம் வழங்கியுள்ளதைக் குறிப்பிடுகிறது.[63]

இராணி மங்கம்மாள் கால திருப்பரங்குன்றம் அன்னதான மடச் செப்பேடு மதுரை நகரத்திலுள்ள அஞ்சில்ல உறவுமுறைப் பணிக்கமார், அஞ்சில்ல உறவுமுறையார் ஆகியோர் அன்னதான மடம் ஒன்றை ஏற்படுத்தியும் இம்மடம் நடத்துவதற்கு பணிக்க உறவுமுறையினர் ஆண்டுக்கு நூற்று ஐந்து பணம் வழங்கியதையும் குறிப்பிடுகிறது.[64] தஞ்சை செவ்வப்ப நாயக்கர் காலத்தில் மூவலூர் மார்க்கசகாயேசுவரர் கோயிலுடன் இணைந்த சத்திரத்தின் நிர்வாகத்திற்கும் அதில் உணவளிப்பதற்கும் பதிமூன்றுவேலி நிலம் வழங்கப்பட்டதைக் கல்வெட்டால் அறியமுடிகிறது.[65]

திருக்கோட்டியூர் சௌமியநாராயணப் பெருமாள் கல்வெட்டால் இரகுநாத நாயக்கர் நன்மைக்காக அரசப்பிரதிநிதி கொழுந்தப்பர் என்பவர் பெருமாள் பூசைக்கும் இராமானுஜக் கூடத்தில் உணவளிப்பதற்கும் குறிப்பிட்ட காசினை முதலாக வைத்துள்ளதை அறியமுடிகிறது.[66] சென்னை அருங்காட்சியகச் செப்பேடு இராமேசுவரம் செல்லும் வழியில் அமைந்துள்ள சாளுவநாயக்கன் பட்டினத்துச் சத்திரத்தின் நிர்வாகத்திற்கும் யாத்திரை செல்வோர்க்கும் உணவு வழங்குவதற்கு விசயராகவ நாயக்கரால் பட்டுக்கோட்டை சீர்மையில் நாடியம், துறையூர் உடையநாடு ஆகிய ஊர்களைத் தானமாக வழங்கியுள்ளார்.[67]

அளவை முறைகள்

நாயக்கர் ஆட்சியில் வழக்கத்திலிருந்த நீட்டல், நிறுத்தல், முகத்தல் முதலிய அளவைகளைப் பற்றிய செய்திகள் ஆவணங்களில் கிடைக்கின்றன. இவ்வளவைகள் இடத்திற்கும் காலத்திற்கும் ஏற்றவாறு மாறுபட்டிருந்தன. நிலத்தை அளக்க குழி, மா, காணி, வேலி, முந்திரிகை போன்ற அளவைகள் பயன்படுத்தப்பட்டுள்ளன. நிலத்தைத் தானமாக இறைவனுக்குக் கொடுக்கும்போதும் விற்கும்போதும் அளவைகள் குறிக்கப் பெற்றிருக்கின்றன.

விசுவநாத நாயக்கரின் வீரபாண்டிச் செப்பேடு மாரியம் மனுக்குச் சீதனமாக புல்லைநல்லூர் நான்கு எல்லைகளை ஒட்டி $3_{1/2}$ நாழிகை சதுர எல்லை கொண்ட நிலம் வழங்கப்பட்டுள்ளதைக் குறிப்பிடுகிறது.[68] கிருஷ்ணப்ப நாயக்கர் காலத்தில் சென்னராசப் பெருமாள் கோயில் கட்டளைக்காக ஏழு மா நிலம் கொடையாகத் தரப்பட்டதை ஆத்தூர் கல்வெட்டுத் தெரிவிக்கிறது.[69] திருமலை நாயக்கரின் அரசப்பிரதிநிதி இராமப்பய்யன் குளக்காநத்தம் மதனகோபால சுவாமி திருக்கோயில் திருப்பணிக்காக ஆயிரம் குழி நிலம் கொடுத்ததைக் கல்வெட்டால் அறியமுடிகிறது.[70]

இரகுநாத நாயக்கர் காலத்தில் கோவிந்தவாடி இறைவனுக்கு நாற்பது குழி நிலம் அளிக்கப்பட்டதையும்[71] தரங்கம்பாடி மாசிலாமணீசுவரர் கோயில் திருப்பணிக்காக நான்கு வேலி நிலம் வழங்கப்பட்டதையும்[72] குடவாசல் கல்வெட்டு கோணேரீசுவரர் கோயிலுக்குச் சில வேலி நிலம் கொடுக்கப்பட்டதையும் குறிப்பிடுகின்றன.[73] திருக்கண்ணமங்கை ஓவியச் செப்பேடு திருவிழாவிற்காக அறுபது வேலி நிலமும்[74] முசிறி சந்திரமௌலீசுவரர் கோயில் செப்பேடு[75] கற்பூர

வல்லியம்மைக்கு எட்டு காணியும் தலத்தார் நம்பியார்க்கு ஒரு காணியும் தேவரடியாளுக்கு இரண்டு காணியும் எனப் பிரித்து மானியமாக வழங்கப்பட்டதை விவரிக்கின்றது. முகத்தல் அளவை தானியங்களை அளப்பதற்காகப் பயன்பட்டது. ஆழாக்கு, உழக்கு, உரி, நாழி, குறுணி, குளகம், பதக்கு, தூணி, கோட்டை போன்றவை முகத்தலளவை பெயர்களாகும். மகதை மண்டலத்தில் சிற்றரசனாகப் பதவி வகித்த இம்மடி இராயப்ப நாயக்கர் என்பவர் தன்னுடைய ஆட்சிக்குட்பட்ட இடங்களில் தானியங்களை அளப்பதற்கு முகத்தல் அளவை கருவியைக் கொண்டுவந்ததாகக் கூகையூர்க் கல்வெட்டு குறிப்பிடுகிறது.[76] நாயக்கர் காலத்தில் குளகம் என்னும் முகத்தல் அளவை தர்மபுரி பகுதியில் வழக்கிலிருந்த தானியமளக்கும் பெரிய அளவையின் பெயராகும்.[77]

முத்துவீரப்ப நாயக்கர் திருநெல்வேலி பெருமாளுக்கு நடைபெறும் கால சந்திக்காகச் சீபண்டாரங் காரியம் செய்வார், கோயில் தர்மகத்தா, கோயில் கணக்கர் ஆகியோர் இணைந்து நாளொன்றுக்குக் குறுணி சோறு வழங்க ஒரு நாளுக்குக் குறுணியாகக் கணக்கிட்டு ஒரு மாதத்திற்கு இருகலனே தூணி பதக்கு என்று கூறி ஓர் ஆண்டிற்கு ஐம்பத்தாறு கால்கோட்டை நெல் வழங்கியுள்ளதைக் கல்வெட்டால் அறியமுடிகிறது.[78]

முத்துவீரப்ப நாயக்கர் வழங்கிய சங்கரன்கோயில் செப்பேடு திருவாவடுதுறை ஆதீனத்திற்கு ஆண்டு ஒன்றுக்கு நெல் கோட்டைக்கு 1097 மரக்கால் வீதம் குத்தகை செலுத்தியதை விவரிக்கிறது.[79] வீரப்ப நாயக்கர் காலத்தில் நம்பிராமய்யன், சிஞ்சபெருமாள் ஆகியோர்க்கு இரு கலம் விதையும் பிராமணற்கு இருபத்து நான்கு கலம் விதையும் வழங்கப்பட்டதை பழனிச்செப்பேடு கூறுகிறது.[80] அச்சுதப்ப நாயக்கர் கால திருச்சத்துறை புஷ்பவனநாத கோயில் கல்வெட்டு அபிஷேகக் கட்டளையாகப் பாக்கு, மிளகு ஆகியன ஒரு பொதிக்கு இரண்டு பலமும் அரிசிப் பொதிக்கு இரு நாழியும் கொடுக்கப்பட்டதைத் தெரிவிக்கிறது.[81]

பொருளாதார நிலை

நாயக்கர் காலப் பொருளாதார நிலையை அப்பொழுது வழங்கிய காசுகள், உற்பத்தி, வரிகள், வணிகம், கொடை போன்றவற்றால் அறியலாம். பொருளாதார நிலைக்குறித்து பேசும்போது, ஒரு கால கட்டத்தின் பொருளாதார நிலையென்பது அக்காலப் பகுதியில் உற்பத்தி செய்யப்படும்

பொருள்களின் உற்பத்தியைச் சார்ந்ததாகும். வாழ்க்கைக்கு வேண்டிய நுகர்பண்டங்களை உண்டாக்குவதற்குரிய உழைப்பு நடவடிக்கையான உற்பத்தி, மக்களின் உழைப்பு, அன்றியும் உற்பத்தி செய்யப்படுகின்ற பொருட்களையும் உற்பத்திக்குத் துணை செய்கின்ற கருவிகளையும் சார்ந்ததாகும். இவற்றிற்கிடையேயுள்ள உறவுகள் உற்பத்தி உறவுகள் எனப்படும். உற்பத்தி உறவுகளின் ஒட்டுமொத்தமே பொருளாதார அமைப்பு அல்லது பொருளாதார நிலை எனப்படும் [82] என்று அ.இராமசாமி குறிப்பிடுகிறார்.

காசுகள்

தமிழகத்தில் பொருளாதார நடவடிக்கைகளில் காசுகள்முக்கிய பங்காற்றின. இக்காசுகள் அக்கம், காணம், அச்சு, மாடை என்ற பல பெயர்களில் அழைக்கப்பட்டன. இவை தங்கம், வெள்ளி, செம்பு ஆகிய உலோகங்களால் ஆனவை. விசயநகரப் பேரரசுக்குக் கீழிருந்த நாயக்க மன்னர்கள் பேரரசு வெளியிடும் காசுகளைப் பயன்படுத்தினர். மகாநாயக்க தானம் பெற்ற பின்னர் இவர்கள் தங்கள் பெயரில் காசுகளை வெளியிடும் உரிமையினைப் பெற்றிருந்ததை அறியமுடிகிறது.

நாயக்க மன்னர்களும் பொதுமக்களும் திருக்கோயில்களுக்குக் கொடையாகக் காசுகளை வழங்கியுள்ளனர். தேவிகாபுரம் பிரகதாம்பாள் கோயில் பங்குனி உத்திரத் திருநாளுக்கு அடப்பம் மல்லப்ப நாயக்கரின் அரசப்பிரதிநிதி நயினியப்ப நாயக்கர் என்பவர் செவ்வப்ப நாயக்கர் புண்ணியமாகக் காசுகளைக் கொடையாக வழங்கியதைக் காணமுடிகிறது.[83] திருக்கோட்டியூர் சௌமிய நாராயணப்பெருமாள் வழிபாட்டிற்கும் உணவளிப்பதற்கும் காசுகளை முதலாக வைத்த செய்தி கல்வெட்டில் கூறப்பட்டுள்ளது.[84]

பாபநாசம் ஸ்ரீநினிவாசப் பெருமாள் கோயிலில் தீபம் ஏற்றுவதற்கு கோவிந்ததீட்சிதரின் ஆணைப்படி மூன்று பணம் வழங்கப்பட்டதைக் கல்வெட்டு தெரிவிக்கிறது.[85] நெடுங்குன்றத்தில் மார்கச்சகாய பண்டிதர் என்ற மருத்துவரை நியமித்து அவருக்கு மாதமொன்றுக்கு ஆறு பணம் வழங்கியதை இரகுநாத நாயக்கர் கல்வெட்டால் அறியமுடிகிறது.[86]

இரகுநாத நாயக்கர் டென்மார்க் மன்னர் நான்காம் கிருஸ்டியன் (Christian-IV) அவர்களுடன் செய்துகொண்ட

ஒப்பந்த அடிப்படையில் தரங்கம்பாடி கடல்துறையில் டேனியர்கள் கோட்டை அமைத்து அங்கு வணிக மையம் ஒன்றினை நிறுவினர். தரங்கம்பாடியில் டேனியர் தங்கள் முத்திரை பொறித்த காசுகளை வெளியிட இரகுநாத நாயக்கர் அனுமதித்தார். இக்காசுகள் ஈயம், செம்பு, வெள்ளி போன்ற உலோகங்களில் வெளியிடப்பட்டன. மூன்றாம் பிரெடெரிக் காலத்தில் துகட் என்ற தங்க நாணயங்கள் கோபான்ஹேகன் நாணயச் சாலையில் அச்சிடப்பெற்றதாகக் குறிப்பிடுகிறார்.[87]

பொன் தானம்

மதுரை முத்துவீரப்ப நாயக்கர், திருவேங்கடநாதர் என்பவர் நலத்திற்காக நெல்லையப்பர் திருக்கோயிலுக்கு வன்னிக்குட்டத்தில் உள்ள தரிசு நிலத்தைக் காட்டி ஐந்து பொன் காசுக்கு விற்றுக்கொடுத்துள்ளதைக் காணமுடிகிறது.[88] திருமலை நாயக்கர் மும்முடி செட்டி என்பவரிடம் 4000 கலிபொன் கொடுத்து நிலத்தை விலைக்கு வாங்கியுள்ளார்.[89] சொக்கநாத நாயக்கர் காலத்தில் திருவரங்கம் அரங்கநாதர் கோயில் திருவமுதுக்காக இருபத்துநான்கு பொன் கொடுக்கப் பெற்றதையும்[90] முசிறி சந்திரமௌலீசுவரர் கோயில் கற்பூரவல்லியம்மன் திருவிழாவிற்காக நாளொன்றுக்கு இரண்டு பணம் வீதம் மாதம் ஆறு வராகன் பொன்னைக் கூடலூர் காவல் தீர்வையிலிருந்து வழங்கியுள்ளதையும் செப்பேடு குறிப்பிடுகிறது.[91]

உத்தமபாளையம் காளத்தீசுவரர் கோயிலில் உள்ள தண்டேசுவர பிள்ளையார்க்கு விற்பனை செய்யும் வணிகர் அரைப்பணமும் மறுமூலப் பொதிக்குக் கால் பணமும் மானியமாக இராணி மங்கம்மாள் காலத்தில் வழங்கியுள்ளனர்.[92] தஞ்சை செவ்வப்ப நாயக்கர் காலத்தில் தாத்தயன் மகன் தன்மயன் என்பவன் ஐம்பது பொன்னைத் திருவரங்கநாதப் பெருமாளுக்கு முதலீடாக வைத்ததையும் திருவிழாவிற்காக 6200 பொன்னை வருவாயுடன் கொடுத்ததையும் கல்வெட்டுகள் குறிப்பிடுகின்றன.[93]

இரகுநாத நாயக்கர் காலத்தில் வெட்டப்பட்ட சித்தாமூர் கல்வெட்டு[94] ஆதிநாதர் கோயில் தெய்வத் திருமேனிகளுக்குத் திருமஞ்சனத்திற்கு முப்பது பொன் கொடுக்கப்பெற்றதைக் குறிக்கிறது. பாபநாசம் சீனிவாசப்பெருமாள் கோயில் தீபம் ஏற்றுவதற்காகக் கோவிந்த தீட்சிதரின் ஆணைப்படி மூன்று

பணம் வழங்கப்பட்டுள்ளது.[95] நொடியூர் ஆதிநாதர் கோயிலில் நாயகர், நாச்சியார் செப்புத் திருமேனிகளை அமைத்துப் பூசை செய்ய களக்குடி ஊரவர் அரண்மனை இலக்கத்தில் இருபத்தஞ்சு பொன்னும் உழவடையில் ஐந்து பொன்னும் வழங்கப்பட்டதைக் கல்வெட்டுகள் விவரிக்கின்றன.[96]

வரிச் சுமை

நாயக்கர் காலக் குடிமக்கள் வரிச்சுமையால் பெரிதும் வருந்தியுள்ளனர். இதனால் பலர் வறுமையால் வளத்தையும் நிலத்தையும் இழந்து வேறு இடத்திற்குக் குடிபெயர்ந்துள்ளனர். அத்தகைய பல்வேறு நிகழ்வுகளை ஆவணங்கள் படம்பிடித்துக் காட்டுகின்றன. வந்தவாசி — சேத்துப்பட்டு தர்மராசர் கோயிலில் உள்ள இரகுநாத நாயக்கர் கல்வெட்டில் பல ஆண்டுகளாகக் குடியானவர்களிடமிருந்து வசூலிக்கப் பெற்ற குத்தகை வரி அதிகமாக இருந்ததால் குடியானவர்கள் அவ்வூரிலிருந்து இடம் பெயர்ந்து சென்றபோது அரசப்பிரதிநிதியான சேஷாத்திரி அவர்களுக்குக் குத்தகை வரியைக் குறைத்து ஆணையிட்டதைக் காணமுடிகிறது.[97]

சின்னப்ப நாயக்கர் தம்பி ஆதியப்ப நாயக்கரின் கல்வெட்டு பதினேழு பற்றுடைய நாட்டு மக்கள் வரிமிகுதியால் வரி செலுத்த இயலாமல் இடம் பெயர்ந்த செய்தியைக் குறிப்பிடுகிறது. அம்மக்களுக்கு நிரூபா என்னும் வரி விலக்கு அளித்ததாகக் கூறப்பெறுகின்றது. அக்காலத்தில் ஏற்பட்ட நிலவரி உடன்பாட்டின் அடிப்படையில் கடமை, காணிக்கை, குடி, மாடு காணிக்கை, புரவுக் காணிக்கை, விநியோகம் முதலியவற்றுக்காக நன்செய் நிலங்களினின்று இருபத்தி இரண்டு கலம் நிலையாக வாழ்கின்ற அவ்வூரினர் செலுத்த வேண்டுமெனவும் அவ்வூரில் வசிக்காமல் வெளியில் சென்று இருப்பவர்கள் நன்செய் நிலத்துக்கு இருபது பணமும் புன்செய் நிலத்துக்குப் பதினைந்து பணமும் வரியாகச் செலுத்த வேண்டுமெனவும், அந்த மாவட்டத்தில் தொடர்ந்து வசிக்காமல் வெளியில் வசித்து வந்த புறக்குடியினர் நன்செய் நிலத்துக்குப் பதினைந்து பணமும் புன்செய் நிலத்துக்குப் பத்துப்பணமும் வரியாகச் செலுத்த வேண்டுமெனவும் ஆணை வழங்கப்பெற்றுள்ளது.[98]

வரி மிகுதியால் தற்கொலை

மதுரை சொக்கநாத கோயிலில் உள்ள விசயநகரக் காலக் கல்வெட்டு, சாமநத்தம், சிக்கலை, பூங்கண்குளம், சேங்குளம் ஆகிய

சிற்றூர்கள் வரிவிலக்கு அளிக்கப்பெற்று அவை சர்வ மான்ய நிலங்களாக அறுபத்து நான்கு கோயில் பணியாளர்களுக்கு உரிமையாக்கப்பட்டன என்றும் பின்னர், விசயரங்க சொக்கநாதர் ஆட்சிக் காலத்தில் அரண்மனை அலுவலர்கள் அக்கொடை நிலங்கள் மீது சில வரிகளை விதித்தனர். அவ்வரிச் சுமையைத் தாங்கமாட்டாமையால் திருத்தொண்டு புரிந்த பணியாளர்கள் அறுபத்து நால்வரும் தற்கொலை செய்து கொள்ள முடிவுசெய்தனர். அவர்களுள் ஒருவன் அக்கோயில் கோபுர உச்சிக்குச் சென்று தற்கொலை முடிவுடன் கீழே விழுந்துமாண்டான் என்றும் அதனைக் கண்ட மக்கள் வருந்தி அக்கோயில் கோபுர வாயில்களைச் சுற்றிச் சூழ்ந்தனர் என்றும் அக்கோவில் பொறுப்பிலிருந்த அலுவலர்களும் அவ்வூரைச் சார்ந்த மானியம் சம்பிராட்டி, தினசரிக்காரர் என்னும் காவலர்களும் கூடி அறுபத்து நால்வரையும் அழைத்து மேற்குறிப்பிட்ட நான்கு கிராமங்களையும் முன்னர் வரியின்றிச் சர்வமான்யமாக அனுபவித்து வந்ததுபோல் மீண்டும் தொடர்ந்து அனுபவித்து வரலாம் என உறுதிசெய்து ஆணை வழங்கியுள்ளனர் என்றும் கூறுகிறது.[99]

வணிகர்

நாயக்கர் ஆட்சியில் பெருவாரியான ஊர்களில் வணிகர்கள் இருந்துள்ளனர். இவர்கள் வணிகர், வியாபாரி, வர்த்தகர் என்றழைக்கப்பட்டனர். வணிகர்களில் சிலர் பிற ஊர்க் கோயில்களுக்குக் கொடை வழங்கியுள்ளனர். இரங்கய்யங்கார் என்பவர் அப்பன்திருப்பதி என்ற கிராமத்தில் திருவேங்கடமுடையாரை நாயக்கர் காலத்தில் பிரதிட்டை செய்துள்ளார். பெருமாளுக்குத் திருவாராதனைக் கட்டளைக்கு வணிகர்கள் பணம் வழங்கிவர இசைவு தெரிவித்து அழகர் ஸ்ரீபண்டாரத்திற்கான அறுபத்தாறு தேசத்து வணிகர்கள் தர்ம பட்டயம் வழங்கியுள்ளனர். தர்ம சாசனத்தின்படி பலசரக்கு, பயறு, உளுந்து, அரிசி முதலியவற்றை வணிகம் செய்யும் கடை வைத்திருப்போர் கடை ஒன்றுக்கு ஒரு பணமும் முத்து, பவளம் வணிகம் செய்வோர் கடை ஒன்றுக்குக் கால் பணமும் காசுக்கடை வைத்திருப்போர் கடை ஒன்றுக்குக் கால் பணமும் புடவைக்கடை ஒன்றுக்குக் கால் பணமும் சில்லறைக் கடை வைத்திருப்போர் கடை ஒன்றுக்கு மாகாணி பணமும், பாக்கு, மிளகு, கடலை, எள்ளு, வெல்லம், காய், பழம், வெற்றிலை போன்ற பொருட்கள் வணிகம் செய்வோர் பொதி ஒன்றுக்கு அரைக்கால் பணமும், சுகந்தக் கடை வைத்திருப்போர்

கடை ஒன்றுக்குக் கால் பணமும் கஸ்தூரி, கற்பூரம் புழுகுச் சட்டம் முதலான சுகந்தப் பொருள் விற்போர் பதுமப் பொருள் ஒன்றுக்கு ஒரு பணம் வீதமும் வழங்கிவர வேண்டும் என்றும் கூறுப்பட்டுள்ளதை அழகர்கோயில் கல்வெட்டில் காணமுடிகிறது.[100]

துறைமுகங்கள்

நாயக்கர் ஆட்சி காலத்தில் கடற்கரையில் துறைமுக நகரங்கள் இருந்தன. ஏற்றுமதிப் பொருள்களுக்கும் இறக்குமதிப் பொருள்களுக்கும் மதுரை நாயக்கர் சுங்க வரி வாங்கியதைச் சாசனங்கள் குறிப்பிடுகின்றன. இதனால், கடல் வாணிகம் நடந்தது தெரிகிறது. ஆனால், கடற் சுங்க வரி பெருவருவாயாய் இருந்ததில்லை. கடல் வாணிகத்தை டச்சுக்காரர்களும் போர்ச்சுகீசியர்களுமே நடத்தி வந்தார்கள். இவர்களே முத்தையும் சங்கையும் குறைந்த விலைக்கு வாங்கி வெளிநாட்டில் உயர்ந்த விலைக்கு விற்றுப் பெரும்பயனடைந்தார்கள்[101] என்று அ.கி.பரந்தாமனார் குறிப்பிடுகிறார். இதன் மூலம் நாயக்கர் காலத்தில் துறைமுகங்கள் செயல்பட்டன என்பதை அறியமுடிகிறது.

வீரப்ப நாயக்கர் காலத்தில் குலசேரன்பட்டினம் துறைமுகமாக விளங்கியதையும்[102] திருமலை நாயக்கர் காலத்தில் காயல்பட்டினம் துறைமுகப்பட்டினத்தில் செட்டிகள் மற்றும் மரக்காயர்களின் செயல்பாடுகள் இருந்தது பற்றியும் கல்வெட்டுகள் குறிப்பிடுகின்றன.[103] மாசிலாமணீசுவரர் கோயிலில் உள்ள அச்சுதப்ப நாயக்கர் கல்வெட்டைக் கொண்டு இடைக்காலத்தில் தரங்கம்பாடி என்ற இவ்வூர் சடங்கன்பாடி என்று அழைக்கப்பட்டதையும் இத்துறைமுகத்தில் கைக்கோளர், வாணிபப் படைகள் இருந்ததையும் பா.செயக்குமார் சுட்டிக்காட்டுகிறார்.[104]

மேலும், தஞ்சை நாயக்கர்களின் ஆட்சிப் பரப்பிலிருந்த தரங்கம்பாடித் துறைமுகம், இரகுநாத நாயக்கர் காலத்தில் போர்ச்சுக்கீசியர்கள் குடியேற்றங்களைக் கொண்டதாகவும், பின்னர் டச்சுக்காரர்களின் முழுக்கட்டுப்பாட்டில் இருந்ததோடு இசுலாமிய சமயம் சார்ந்த வணிகர்களின் செயல்பாடுகளையும் கொண்டிருந்ததாகவும் குறிப்பிடுகிறார்.

ஏலமுறையில் அடிமை விற்பனை

ஊரில் பலர் முன்னிலையில் பொதுவாக ஏலம்விட்டு நிலத்தையோ, பொருளையோ விற்பனை செய்யும் முறையைக்

கல்வெட்டில் காணலாம். மனிதனை விலைபேசி விற்று அதற்காக எழுதிப் பதிவு செய்யும் ஆவணங்கள் ஆள் ஓலை, ஆள்விலைப் பிரமாணம் என்று குறிப்பிடப்படுகின்றன. ஓர் அடிமையை ஏலத்தின் மூலம் விற்பனை செய்தமை மதுரை அதலைக் கிராமத்தில் கிடைத்த ஓலைச் சுவடியில் பதிவாகியுள்ளது.

மதுரை சொக்கநாத நாயக்கர் காலத்தில் அதலைக் கிராமத்தில் இருந்த காவல்கார மணியன் வீரணன் சேர்வைக்காரன் மகன் சுப்பிரமணிய சேர்வைக்காரனுக்கு அதே ஊரிலிருக்கும் தீண்டப்படாத இனத்தைச் சேர்ந்த பறைவயிரன் மகன் கட்டையன் என்பவன் மகனான பெரியகருப்பனை அடிமையாக ஏல விற்பனை மூலம் விலை கூற, அதற்கு விலையாகக் கலியுக ராமன் புதுமின்னல் பணம் முப்பது, ஊசி கிரந்தம் பணம் ஒன்று ஆக முப்பத்தொரு பணம் பெற்றுக்கொண்டு பெரியகருப்பனை அடிமை சாசன முறி எழுதிக் கொடுத்துள்ளனர். ஏல விற்பனையின் போது இருந்த நாட்டாண்மை, சாட்சிகள் போன்றோர் பெயர்கள் ஓலை ஆவணத்தில் குறிப்பிடப்பட்டுள்ளன.[105]

கி.பி.1568 இல் செஞ்சி மன்னர் சூரப்ப நாயக்கர் காஞ்சி காமாட்சி கோயிலுக்கு நந்தவனஞ் செய்வோரை அடிமையாகக் கொடுத்துள்ளார். திருமலை நாயக்கர் ஆட்சிக் காலத்தில் வெளியிடப்பட்ட செப்பேடு ஒன்று குமரன் என்ற நாவிதர் ஒருவரை இரும்புலி என்ற ஊரிலிருந்த கவுண்டர்கள் விலைக்கு வாங்கி வந்து ஊத்தனூரில் வீடுகட்டிக் குடியேற்றியதைக் குறிப்பிடுகிறது.[106]

மருத்துவ மனைகள்

நாயக்க மன்னர்கள் மருத்துவர்களை நியமித்து அவர்களுக்கு நிலம் தானமாக அளித்துள்ளனர். ஸ்ரீகாரிய கர்த்தர் திருமலையன், கோயில் பண்டாரத்தார், அரசப்பிரதிநிதி சோணாத்திரி அய்யன் மூவரும் கூடி மார்க்கசகாய பண்டிதர் என்பவரை வைத்தியராக நியமித்து மாத ஊதியமாக ஆறு பணமும் திருமலையன் மனையும் கிணறும் அரசம்பட்டு கிராமத்தில் பூதானமாக 150 குழி நிலமும் வழங்கியதை, “மாற்கசகாய பண்டிதருக்கு பூதான தன்மம் சாதனம் பண்ணிக்குடுத்தபடி நெடுங்குன்றத்து வையித்தியர் வேணுமென்று தமக்கு கட்டளையிட்டது.... மாதம் ஒன்றுக்கு பணம் ஆறும் திருமா... திருமலையன் மனையும் கிணறும் அரசம்பட்டில் கீழை

விளமுடங்கு குழி 100ம் நல்லாம்பிள்ளை பெற்றான் குழி 50 ஆக குழி 150க்கு பூதானமாக கட்டளையிட்டோம்".[107] என்று வரும் தஞ்சை இரகுநாத நாயக்கரின் நெடுங்குன்றம் இராமச்சந்திரப் பெருமாள் கோயில் கல்வெட்டால் அறியமுடிகிறது. இரகுநாத நாயக்கரின் சித்தாமூர் சிங்கபுரி நாதசுவாமி திருக்கோயில் கல்வெட்டு பண்டிதர்களுக்குச் சர்வமானிய நிலம் வழங்கப்பட்டதைக் குறிப்பிடுகிறது.[108] எனவே, நாயக்க மன்னர் மருத்துவர்களை நியமித்து அவர்களுக்குச் சர்வமானியமாக நிலம் வழங்கியுள்ளதைக் காணமுடிகிறது.

கோயில் நிலங்களும் குறியீடுகளும்

நாயக்கர் காலத்தில் கோயில்களுக்கு நிலங்களைத் தானமாகக் கொடுக்கும் வழக்கம் மிகுதியாக இருந்துள்ளது. வெவ்வேறு சமயம் சார்ந்த கோயில்களுக்கு வெவ்வேறு பெயர்களில் நிலங்கள் வழங்கப்பெற்றன. சைவக் கோயில்களுக்கு விடப்பட்ட நிலங்கள் 'தேவதானம்' என்றும் வைணவக் கோயில்களுக்கு விடப்பட்ட நிலங்கள் 'திருவிடையாட்டம்' என்றும் சமண, பௌத்தக் கோயில்களுக்கு விடப்பட்ட நிலங்கள் 'பள்ளிச்சந்தம்' என்றும் வழங்கப்பெற்றன.

கோயிலுக்குக் கொடுக்கப்படும் நிலத்தை அளந்து, பின்னர் அவ்வக் கோயிலுக்குரிய சமயக் குறியீடுகள் பொறித்து எல்லைக் கற்கள் நடப்பட்டன. சிவன் கோயிலுக்குரிய நில எல்லைக் கல் 'திரிசூலக்கல்' என்றும் வைணவக் கோயிலுக்குரிய நில எல்லைக் கல் 'முக்கிடைக்கல்' அல்லது 'குண்டிகைக் கல்' என்றும் பெயர்கள் வழங்கப்பெற்றன. கோயில்களுக்கு வழங்கப்பட்ட நிலங்கள் பெரும்பாலும் வரி செலுத்தத் தேவையற்ற இறையிலி நிலங்களாக இருந்தன.

ஒரு நிலம் கோயிலுக்கோ அல்லது பிறருக்கோ தானமாக அளிக்கப்படும் பொழுது, அவற்றின் மேல் இருந்த வாரம், வரி விதிப்பு உரிமை, காணிக்கல் அடையாளங்கள் முதலியவற்றை நீக்கியுள்ளதை கே.கே.பிள்ளை எடுத்துக்காட்டுகிறார்.[109]

தஞ்சை செவ்வப்ப நாயக்கரின் தர்மமாகச் சர்க்கரை அப்பர் என்பவர் வழங்கிய நிலக்கொடையைக் குறிப்பிடும் சூலக்கல் ஒன்றினைக் குடவாயில் பாலசுப்பிரமணியன் கண்டுபிடித்துள்ளார். இச்சூலக்கல்லில் திரிசூலமும், அதன் கீழாகச் சிவலிங்கத்திற்குப் பால்சொரியும் பசு உருவமும், உருவத்தின் கீழ்ப்பகுதியில், "சகாத்தம் 1500 இதில்லா நிண்ண வெதாநிய வரு பங்குநி மாதம் 15 உ பசுபதீஸ்வரர்க்கு செவ்வப்

பனாயக்கர் தன்மமாகச் சக்கரை அப்பர் உகிதம் பண்ணிந சிங்கரசன் பாளையம்'' [110] என்று பொறிக்கப்பட்டுள்ளது. இவ்வாறான சூலக்கற்கள் நில நிர்வாகமுறைக்குச் சிறந்த சான்றாகத் திகழ்கின்றன.

சைவக் கோயில் நில எல்லையில் 'சூலக்கல்' நடுவதுபோன்று வைணவக் கோயில் நில எல்லையில் 'திருவாழிக்கல்' நடப்படுவது வழக்கமாக இருந்துள்ளது. திருவரங்கத் திருக்கோயிலில் உள்ள அச்சுததேவராயர் கல்வெட்டில் 'திருவாழிக்கல்லும் போடுவித்து' என்ற வாசகம் காணப்படுகிறது.[111] தஞ்சை அச்சுதப்ப நாயக்கர் ஆட்சிக் காலத்தில் சிங்கபெருமாளுக்குத் திருப்பணி செய்ய அளித்த திருவிடையாட்டக் கொடைக்காக நட்டுவித்த சக்கரசாமம் திருவாழிக்கல் ஒன்று தஞ்சை மராட்டியர் அகழ்வைப்பகத்தில் உள்ளது.[112] இதில் மேற்பகுதியில் சக்கரமும் அதன்கீழ் கும்பமும் அலங்கரிக்கிறது.

கைவினைஞர்கள்

வணிகப் பொருள் உற்பத்தியில் ஈடுபட்ட மற்றொரு வகுப்பினர் கை வினைஞர் ஆவர். இவர்கள் கைவினைத் திறத்தால் பல பொருள்களை ஆக்கினர். நாயக்கர் காலத்தில் வேளாண்மைத் தொழிலோடு தொடர்புடைய பல சிறுதொழில்களைச் செய்யும் தச்சர், கொல்லர், குயவர் போன்ற தொழிலாளர்கள் ஒவ்வொரு கிராமத்திலும் இருந்துள்ளனர். இக்காலத்தில் ஏற்படுத்தப்பட்ட அதிக வேளாண்மை உற்பத்தியால் விவசாயத் தொழிலுக்கான கருவிகள் மிகுதியான அளவில் தேவைப்பட்டன. இதனால் உழவுக் கருவிகளின் தேவையும் அதை உருவாக்கித் தரும் கைவினைஞர்களின் தேவையும் மிகுதிப்பட்டன. ஆகவே, ஒவ்வொரு கிராமத்திலும் கொல்லர், தச்சர் போன்ற கைவினைஞர்கள் குடியமர்த்தப்பட்டார்கள். கைவினைஞர்களுக்கு நிலங்களிலிருந்து வரி விலக்கும் தொழில் வரி விலக்கும் அளிக்கப்பட்டன.

வீரப்ப நாயக்கர் காலத்தில் தச்சர், மரவேலை செய்வோர் ஆகியோருக்குக் கொடை வழங்கியதை கல்லிடைக்குறிச்சிக் கல்வெட்டு குறிப்பிடுகிறது.[113] அம்பாசமுத்திரம் கல்வெட்டு கம்மாளர்களுக்கு நிதி உதவி செய்ய பொது ஆணை வெளியிட்டதைத் தெரிவிக்கிறது.[114] மதுரை சொக்கநாத நாயக்கரின் திருச்சி செவ்வந்திநாதர் கோயில் கல்வெட்டு[115] அஞ்சு சாதியரான தட்டார், கன்னர், கொல்லர், சிற்பி, தச்சர் ஆகிய கைவினைஞர்களுக்கு யானை, சாமரம்,

வெள்ளக்குடை, பல்லாக்கு, கூடாரம் ஆகியவற்றை மதுரை, திருச்சிராப்பள்ளி தேசத்தில் மட்டும் பயன்படுத்திக்கொள்ள ஆணை வழங்கியுள்ளதைத் தெரிவிக்கிறது. தஞ்சாவூர்ப் பெரிய கோயிலிலுள்ள அச்சுதப்ப நாயக்கர் கல்வெட்டு கந்தநொலு நாரயக் குருநாதன், சிங்கப்பள்ளி நாகபந்த சேஷாத்திரி என்ற இருவர் வேண்டுகோளுக்காக அரசர் பொன்னணி செய்யும் தட்டார்கள் அரசுக்குச் செலுத்தும் தொழில் வரியில்லாமல் தள்ளுபடி செய்துள்ளதைக் குறிப்பிடுகிறது.[116]

உதிரப்பட்டிகை

போரில் இறந்த வீரர்களின் வாரிசுதாரர்களுக்கு அரசன் அளிக்கும் மானியம் 'உதிரப்பட்டிகை' எனப்படும்.[117] இதனை 'உதிரப்பட்டி' எனவும் அழைப்பர். திருவண்ணாமலை அண்ணாமலையார் திருக்கோயிலில் உள்ள செவ்வப்ப நாயக்கர் கல்வெட்டு[118] திருக்கோயில் சிவனேசபண்டாரம், ஆனையப்ப பிள்ளை மற்றும் தானத்தார்கள் கூடி வரியாகக் கிடைக்கும் வருவாயிலிருந்து அமராபதி காத்த பிள்ளையார் சோணாசலப் பிள்ளையார் போன்ற தெய்வங்களுக்கு நந்தவனம் பராமரிப்பு செய்வதற்குக் கொடைகள் வழங்கியதையும் காவன் இளையான் என்பவன் உதிரம் சிந்தி இறந்த வீரனுக்கு உதிரப்பட்டியாகச் சில வருவாய்களை அவ்வீரனின் மாமன் பட்டுச்சோலை என்பவனுக்கு செவ்வப்ப நாயக்கரின் பெயரில் உதிரப்பட்டியாகத் தானம் அளித்ததையும் விவரிக்கிறது.

தஞ்சாவூர் விசயரகுநாத நாயக்கர் காலத்தில் வெளியிடப்பட்ட செப்பேடு[119] ஒன்று ஒரு பார்ப்பனப் பெண்ணின் பொருட்டு உயிர்துறந்து வீர மரணம் அடைந்த ஒரு தீரமிக்க இஸ்லாமிய பக்கிரிசாயபுவின் வரலாற்றைக் குறிப்பிடுகிறது. தஞ்சாவூரிலிருந்து வல்லத்திற்குக் காட்டுவழியில் பக்கிரிசாயபு நடந்துசென்றுகொண்டிருந்தார். அப்போது எதிர்நோக்கி வந்துகொண்டிருந்த ஒரு பெண்ணைச் சிலர் வழிமறித்துக் கற்பழிக்க முயன்றனர். அதைக் கண்ட பக்கிரிசாயபு திருடர்களைத் தாக்கமுயன்றபோது திருடன் ஒருவன் பக்கிரி சாயபுவைக் கத்தியால் குத்திக் கொன்றான். தன்னைக் காக்கும்பொருட்டு இறந்தவனை நினைத்து தன் நாக்கைப் பிடுங்கிக் கொண்டு அந்தப் பெண் இறந்துபோனாள். அதைக் கண்ட திருடர்களுக்குக் கண்பார்வை இழந்துவிட்டது. திருடர்கள் இறைவனை நோக்கி "நாங்கள் அறியாமல் செய்துவிட்டோம். எங்களை மன்னித்தால் பார்ப்பனப் பெண்ணுக்குக் கோயில் கட்டுகிறோம்" என்று வேண்டினர்.

இறையருளால் கண்பார்வை கிடைத்த உடன் அப்பெண்ணிற்கு நினைவுக் கோயில் கட்டியும் குளம் வெட்டியும் தந்துள்ளனர். விசயராகவ நாயக்கர் இந்நினைவுக் கோயிலுக்கு 1500 குழி நஞ்சை நிலத்தைக் கொடையாக அளித்ததை அந்தச் செப்பேடு தெரிவிக்கிறது.

பண்டாரம்

பண்டாரம் என்பது கருவூலமாகும். பண்டைய தமிழகத்தில் அரசின் முக்கிய வருவாய் நிலவரியாகும். நிலத்திலிருந்து வரும் இவ்வரி பணமாகவோ, பொன்னாகவோ மட்டுமின்றிப் பொருளாகவும் அதாவது பண்டங்களாகவும் பெறப்பட்டன. பண்டாரத்திற்குச் சரக்கறை என்று தமிழ்ச் சொல்லகராதி பொருள் கூறுகிறது. செவ்வப்ப நாயக்கர் காலத்தில் திருவரங்கம் அரங்கநாதர் திருக்கோயில் ஸ்ரீபண்டாரத்தில் முதலீடாக ஐம்பது பொன் வைத்து அவற்றின்மூலம் வரும் ஆறு பொன் வட்டியைக் கொண்டு வழிபாடு நடத்தியதை,

“திருவரங்கத் திருப்பதி பெருமாள் ஸ்ரீரங்கநாத தேவர் ஸ்ரீபண்டாரத்துக்கு இத்திருப்பதி த்ரைவர்ணிக்க ஸ்ரீவைஷ்ணவர் களின் செயங்கொண்டல கோத்ரத்து தாத்தயன் மகன் தன்மயன்”[120] என்ற கல்வெட்டு குறிப்பைக் கொண்டு அறியமுடிகிறது.

நிலப் பிரிவுகள்

நாயக்கர் காலத்தில் பயிர் செய்யும் நிலங்கள், தரிசு நிலங்கள் (மானாவாரி நிலங்கள்) என்று நிலங்களைப் பகுத்தனர். பயிர் செய்யப்பயன்படும் நிலத்தை நஞ்சை, புஞ்சை எனப் பிரித்தனர். நஞ்சை நிலத்தில் இருபோகங்கள் பயிரிடப்பட்டன. இந்நிலத்தில் நெல், கரும்பு, வாழை, கத்திரி, பரங்கி, மஞ் சள், இஞ்சி, வெங்காயம், பூண்டு, பருத்தி ஆமணக்கு, வரகு, கடுகு, கடலை, கோதுமை போன்றன விளைவிக்கப்பட்டன. ஆனி, ஆடி மாதங்களில் விதை விதைக்கப்பெற்று ஐப்பசி, கார்த்திகை மாதங்களில் அறுவடையாயிற்று ஆவணி, புரட்டாசி மாதங்களில் நடவு நட்டு தை, மாசி மாதங்களில் அறுவடையாயிற்று.[121] புஞ்சை நிலத்தில கமுகு, தென்னை, மா, பலா, வேம்பு முதலியவை விளைவிக்கப்பட்டன.

நிலங்கள் நஞ்சை, புஞ்சை, நத்தம், படுகை, காடு, திட்டு திடல், தரிசு ஆகிய பெயர்களில் அழைக்கப்பட்டதை, “செந்த நஞ்சை புஞ்சை நத்தம் படுகை திட்டுதிடல் மாவடை

மரவடை சிலதொரு பாசாணம்''[122] என்ற திருநாராயணபுரம் ஓலைச்சுவடிக் குறிப்பைக் கொண்டு அறியமுடிகிறது.

கெல்லை உள்ப்பட்ட நஞ்சை புஞ்சை நத்தஞ் செய்த்தலைத்திடர் மாவடை மரவடை சாரடை உள்பட.[123]

நஞ்சை புஞ்சை செத்திலைக்கை கரைக்காடு காடுதரிசு

மாவடை மரவடை பாசிலை கறவைக்காணம்.[124]

என நிலங்கள் வகைப்படுத்தப்படுவதை நாயக்கர் ஆவணங் களில் காணமுடிகிறது.

நீர்ப்பாசனம்

பண்டைய கால நீர்ப்பாசன முறையினை அறிந்துகொள்வதற்கு இலக்கியங்கள், தொல்லியல் சான்றுகள், கல்வெட்டுகள் ஆகியன உதவுகின்றன. நாயக்க மன்னர்கள் நீர் மேலாண்மையில் சிறந்து விளங்கியுள்ளனர். ஏரிகள், கண்மாய்கள், குளங்கள், வாய்க்கால்கள் போன்றவற்றை வெட்டியுள்ளனர். மதுரை நாயக்கர்கள் நாட்டு வருவாய் பெருகவும் குடிமக்களுக்கு உதவி செய்யவும் பாசன வசதிகளை மேம்படுத்தியுள்ளனர். விசுவநாத நாயக்கர் திருச்சியிலும் தென்பாண்டி நாட்டிலும் நீர்ப்பாசன வசதி செய்து கொடுத்துள்ளார்.

சோழர் காலத்தில் கட்டப்பட்ட அணையை நாயக்கர் புதுப்பித்தமையைப் பற்றி திருச்சிராப்பள்ளி வட்டம், பெட்டைவாய்த்தலையில் காணப்படும் கல்வெட்டு குறிப்பிடுகிறது.[107] அது ரெங்ககிருஷ்ணமுத்து வீரப்ப நாயக்கரின் அரசப்பிரதிநிதி ஒகநதாச்சியா பிள்ளை என்பவர் சிதிலமான அணையைச் சீர்படுத்தியதையும் மணியம் திருமலைநாதபிள்ளை என்பவர் ஒன்பதாம் கல் வரிசையில் அனுமார் சிலை அமைத்துத் தந்ததையும் அனுமார் சிலைக்கு மேல் நீர் வழிந்தால் 21 பெறனையினைக் கொண்டும் மரம் கொண்டும் அடைக்கக் கட்டளையிட்டமையும் குறிப்பிடுகிறது.

"முத்துவீரப்ப நாயக்கர் அவர்கள் காரியத்துக்கு கர்த்தரான ஒகநதாச்சியா பிள்ளை அவர்கள் சோழன் கட்டிவிச்ச வாயித்தொலை சிற்ணமாய் போனத்துனாலே னாளது னாயக்கரவர்கள் உத்தாரமாயி கட்டிவிச்சோம் அப்போ வாயித்தொலை மணியம் திருமலநாத பிள்ளை ஒன்பதாம் கல் வரிசையில் அனுமாற் அதில் முக்காலாறு அது ற மேல் வன்தால உக பெறனை யெட்டுப்பட்டிக் கீழ்திறனை அது வரைக்கும் வந்தால் மறம் போட்டு பத்திரப்படுத்துகுறது'[125] என்பது கல்வெட்டு வாசகம்.

ஆந்திர மாநிலம் சித்தூர் மாவட்டம் பொம்மசமுத்திரத்திற்கு அருகிலுள்ள கெட்ரால்ல மிட்டா என்னும் கிராமத்தில் அமைந்துள்ள குன்றின் அடிவாரத்தில் காணப்படும் சின்னபொம்ம நாயக்கர் காலக் கல்வெட்டில், வீரப்ப நாயக்கர் மற்றும் அவருடைய கோத்திரத்திற்குப் புண்ணியம் உண்டாவதற்காக பொம்மு நாயக்கன் குருகுன்றம் என்ற இடத்தில் பொம்ம சமுத்திரம் என்ற ஏரியை வெட்டிய குறிப்பு கீழ்வருமாறு உள்ளது:

வீரப்பனாயக்கரய்யனவர்கள் மற்று முண்டான கோத்திரங்களுக்கு புண்ணியமு உண்டாகத் தக்கதாக சின்னவீரப்ப னாயக்கரய்யன் குமாரன் சின்னமொம்முனாயன் குருகுன்றம் ஏரியும் ஊரும் நாற்பது வருஷமாய் யிறந்த போகையில் கங்கன கோத்திர மத்தனநக கோமகுரல மக்கள் சகெற் தக்கதாக ஏரியும் வெட்டிவிச்சு[126]

திருமலை நாயக்கர் மதுரை அருகில் உள்ள வண்டியூரில் பெரிய தெப்பக்குளத்தை அமைத்து அதன் நடுவே அழகிய சிற்பக் கலை வாய்ந்த மைய மண்டபத்தைக் கட்டினார். திருமலை நாயக்கர் காலத்தில் அமைக்கப்பட்ட இவ்வகையான குளங்கள் அவர்களின் நீர்மேலாண்மைக்குச் சிறந்த எடுத்துக்காட்டுகளாகும்.

திருநெல்வேலி மாவட்டம் நாங்குனேரி வட்டம் விஜயநாராயணம் என்ற ஊரில் மனோமயன் எனும் ஏரி உள்ளது. மனோமயன் ஏரி பெருமழையால் ஏற்பட்ட உடைப்பு சோழர் காலத்தில் சீரமைக்கப்பட்டது. இவ்வேரி சீரமைக்கப்பட வேண்டி, கரையில் உள்ள பனைமரங்கள், குளத்து மீன்கள் ஆகியன மூலம் வரும் வருவாயினைக் கொண்டு ஆண்டுதோறும் இவ்வேரி பராமரிக்கப்பட்ட செய்தியினை விஜயரங்க சொக்கநாத நாயக்கர் கல்வெட்டால் அறியமுடிகிறது.[127]

கும்பகோணம் வட்டம் மருத்துவக்குடி எனும் ஊரில் உய்யக்கொண்டான் கால்வாயில் கிடைத்த பலகைக் கல்வெட்டு[128] மதுரையை ஆண்ட ராணி மங்கம்மாள் காலத்தில் தளவாய் நரசப்பன், திம்மப்பன் ஆகியோர் கலிங்கு கட்டிக்கொடுத்ததைக் குறிப்பிடுகிறது.

செவ்வப்ப நாயக்கர் தஞ்சாவூர் நகரத்துக்கு அளித்த முதற்கொடை செவ்வப்ப நாயக்கன் ஏரி ஆகும். அவர் தஞ்சைப் பெரிய கோயிலுக்கு மேற்காக மிகப்பெரிய ஏரி

ஒன்றினை வெட்டுவித்து அதற்கு மழைநீர் வரும் வழிகளையும் உருவாக்கியுள்ளார். திருவண்ணாமலைத் திருப்பணிகளின்போது செவ்வப்ப நாயக்கர் பெரிய குளங்களை வெட்டி நீர்ப்பாசன வசதி செய்ததைத் திருவண்ணாமலைக் கோயில் கல்வெட்டுகள் குறிப்பிடுகின்றன. தஞ்சை நாயக்கர் கும்பகோணம் மகாமகக் குளம், மன்னார்குடி ஹரித்திரா நதிக்குளம் ஆகிய குளங்களை வெட்டி நீர்வளத்தை மேம்படுத்தியுள்ளனர்.

திருமலைராஜபுரம் எனும் பிரமதேய கிராமத்தினர் புதியதாகப் பாசன வாய்க்கால் வெட்டுவதற்குத் திருவிளந்துறை கிராமத்து புத்தர் கோயிலுக்குரிய நிலத்தினை பெற்றுக்கொண்டு அதற்கு ஈடாக வேறு நிலத்தினைப் புத்தர் கோயிலுக்கு வழங்கியதை கும்பகோணம் கும்பேஸ்வர சுவாமி கோயிலில் உள்ள செவ்வப்ப நாயக்கர் கல்வெட்டால் அறியமுடிகிறது.[129]

திருவையாறு புஷ்ப மண்டபப் படித்துறையில் காணப்படும் கிரந்தக் கல்வெட்டு அச்சுதப்ப நாயக்கர் காவிரிக்கு அணை கட்டியதையும் துலாபார தானம் கொடுத்ததையும் கூறுகிறது.[130]

விழுப்புரம் — திருவாமாத்தூர் அபிராமேசுவரர் கோயிலில் காணப்படும் கல்வெட்டு, அச்சுதப்ப நாயக்கரின் அரசப்பிரதிநிதி பொம்முரெட்டியார் முன்பு திருவண்ணாமலை கோயில் நிர்வாகிகளும் பண்டாரிகளும் பெரும்பாக்கம் சிவ—விஷ்ணு கோயில் நிர்வாகிகளும் ஊர் மக்களும் இணைந்து செய்து கொண்ட ஒப்பந்தச் சாசனத்தில் பெரும்பாக்கம் கிராமத்தின் வழியாகப் புதிய வாய்க்கால் தோண்டி திருவாமாத்தூர் குளத்திற்கு நீர் செல்வதற்காக ஒரு வாய்க்கால் வெட்டப்பட்டதையும் அதற்கு இழப்பீடாக வேடம்பட்டு கிராமத்தில் 300 குழி நிலம் வழங்கப்பட்டதையும் கூறுகிறது.[131]

நன்னிலம் — சோழக்குடி கிராமத்தில் காணப்பெறும் சமண தீர்த்தங்கரர் சிற்பத்தின் பின்புறம் விஜயராகவ நாயக்கர் கல்வெட்டு காணப்படுகிறது.[132] ராஜமான்ய ராஜஸ்ரீ மல்லாரிராயர் என்பவரால் சோழக்குடியில் குளம் வெட்டப்பட்டதையும் அக்குளத்திலிருந்து கூடையால் தண்ணீர் இறைப்பதற்கும் குளத்தைச் சுற்றியுள்ள மரங்களை வெட்டுவதற்கும் தடை விதிக்கப்பட்டிருந்த செய்தியும் கூறப்பட்டுள்ளது. இதன்மூலம் பண்டைய காலத்தில் கூடையால் நீரிறைக்கும் முறை இருந்துள்ளமை தெரிகிறது.

நாயக்கர் காலத்தில் கண்மாய்களை மீன் குத்தகைக்கு விட்டு அப்பணத்தால் வேறு பல கண்மாய்கள் வெட்டப்பட்டதை ஏசு கழகத் தொண்டர் கடிதங்கள் புலப்படுத்துகின்றன. ஏரி, கண்மாய், குளம் இவற்றிலுள்ள மீன்களைப் பிடித்து விற்ற பணம் அரசாங்கத்தைச் சாரும். இது பாசை வரி எனப்பட்டது. இவ்வரி வயல்களுக்குத் தண்ணீர் பாய்ச்சும் பணியாளர்களுக்குக் கூலியாக வழக்கப்பட்டுள்ளன.

திருவாபரணப் பாதுகாப்பு

திருவாரூர் தியாகராசர் கோயிலிலுள்ள விசயராகவ நாயக்கர் கல்வெட்டு, திருவாரூர் பெரியகோயில் பொற்பண்டாரத் திருவாபரணம், திருவாபரணப் பெட்டி ஆகியவற்றைப் பாதுகாக்கும் உரிமையைப் பிரம்மராயன் முகாமாகிழார், விஸ்வநாத விழுப்பரையர் என்ற இருவரின் கூட்டுப் பொறுப்பில் விடப்பட்டுள்ளதைக் குறிப்பிடுகிறது. திருவாபரணப் பெட்டியை முத்திரை போட்டு (Zeal) துரவுகோலை வைத்துகொண்டு இருவரும் பிரியாமல் இருந்து பெட்டி பாதுகாக்கப்பட்டதை,

"திருவாரூர் பெரிய கோயில் பொற்பண்டாரத்தில் திருவாபரணமும் வன்மீகநாத சுவாமியார்க்கு பொற்பண்டாரப் பெட்டி உள்பட நாளது வரைக்கும் விராமராயர் வசமாக இருந்து பூட்டு முத்திரை உள்பட ஒருவன் வசமாக இருந்த படியினாலே தியாகராசசுவாமி திருவாய்..... பிரமராயர் முகாமா கிழாரும் விழுப்பதரையர் இவர்கள்க்கு இருக்க பிரியா கூட இருந்து பெட்டிக்கெல்லாம் உள்ச்சாபாடு போட"[133] என்ற கல்வெட்டு தெரிவிக்கிறது. இவ்வாவணத் தால் அக்காலத்திய பாதுகாப்புமுறையை அறிந்துகொள்ள முடிகிறது.

தொழில் செய்வோர்க்கு வரி விலக்கு

திருவண்ணாமலை அண்ணாமலையார் கோயில் செவ்வப்ப நாயக்கர் கல்வெட்டு[134] புல், விறகு, முள்கட்டு, வராட்டி, பால், தயிர், மோர், கைக்குத்தல் அரிசி விற்கும் பெண்கள், அங்காடிப் பெண்கள், எண்ணெய் விற்கும் பெண்கள் ஆகியோர்க்கு அரசு வரியிலிருந்து வரி விலக்குச் செய்யப்பட்டது என்பதைக் குறிப்பிடுகிறது. இதனை,

"புதன் சந்தை இரண்டு நாள் சந்தைக்கு உள் தீர்வை நீங்கலாக புல்லு கைக்கோல் விறகு முள்ளுக்கட்டு எருமுட்டை பால் தயிர் மோர் இந்த வகையளுக்கு ஆயம் அனுப்பு ஆளு வேண்டாமென்று மலைக்காவலுக்கு இருக்கும் குற்றரசிக்காரியள் அங்காடிக் காரியள் எண்ணெக்காரியள்

கூலி ஆள் பொறுப்பு வேண்டுமாம் என்று கூறி ஆளும் மாசம் ஒன்றுக்கு கால் காலே அரைக்கால் அரைப்பனத்து உள்பட அதிகம் ஒரு காசு அளவுக்கு வாங்காமலும் ......இவைக் கெல்லாம் சர்வமான்யமாகக் கட்டளை..."[135] என்று கல்வெட்டு விவரிக்கிறது. இவ்வூரில் உள்ள அச்சுதப்ப நாயக்கர் கல்வெட்டு திருவண்ணாமலைப் பகுதியில் வாழ்ந்த இடையர்களின் ஆட்டுப் பண்ணைக்குரிய சில வரிகள் பற்றிக் குறிப்பிடுகிறது.[136] நாடார் சமூகத்தினர்க்கு குடிமை வரி, மாட்டுப் பணம் ஆகியவற்றிலிருந்து விலக்கு அளிக்கப்பட்டதை திருமலை நாயக்கரின் குதிரைமொழி கல்வெட்டு தெரிவிக்கிறது.[137]

குறிப்புகள்

1. தென்னிந்தியக் கோயிற் சாசனங்கள், ப.1250.
2. A.R.E., 10A of 1921-22.
3. பெ.கௌதமபுத்திரன், எஸ்.இராமச்சந்திரன், விசயரங்க சொக்கநாத நாயக்கரின் ஆதனூர், சாத்தனூர் பட்டயம், வரலாறு, இதழ்—1, பக்.57—58.
4. தென்னிந்தியக் கோயிற் சாசனங்கள், ப.1178—79.
5. நடன.காசிநாதன் மற்றும் பலர், திருமலை நாயக்கர் செப்பேடுகள், பக்.42—45.
6. A.R.E., 16 of 1945-46.
7. அ.கி.பரந்தாமனார், மதுரை நாயக்கர் வரலாறு, ப.94.
8. தென்னிந்தியக் கோயிற் சாசனங்கள், பாகம்.2, எண்.788.
9. அ.கிருஷ்ணன், சேலம்—நாமக்கல் மாவட்டக் கல்வெட்டுகள், க.எண்.276.
10. ஆவணம், இதழ்—19, பக்.111—112.
11. செ.இராசு, செங்குந்தர் வரலாற்று ஆவணங்கள், எண். 64.
12. மேலது, எண்.111.
13. நடன. காசிநாதன், மற்றும் பலர், திருமலை நாயக்கர் செப்பேடுகள், ப.5.
14. மேலது, ப.27.
15. மேலது, ப.25.
16. மேலது, ப.8.
17. குடவாயில் பாலசுப்ரமணியன், தஞ்சாவூர் நாயக்கர் வரலாறு, ப.211.
18. A.R.E., 113 of 1907.
19. S.I.I., Vol.II Part. III. IV and V, No.97.
20. செ.இராசு, கொங்கு வேளாளர் கல்வெட்டும் காணிப் பாடலும், பக்.99—100.

21. ப.கருணானந்தன், வீரபாண்டிச் செப்பேடு, கல்வெட்டு, இதழ்—21, பக்.6—13

22. நடன. காசிநாதன் மற்றும் பலர், திருமலை நாயக்கர் செப்பேடுகள், பக்.90—93.

23. மேலது, பக்.39—41.

24. மேலது.

25. ஆவணம், இதழ்—10, ப.75.

26. நடன. காசிநாதன், மற்றும்பலர், திருமலை நாயக்கர் செப்பேடுகள், பக்.31—33.

27. மேலது, பக். 34—35.

28. P.R.Srinivasan, Tiruvannamalai a saiva sacred complex of South India, Inscription, No.438. A.R.E., 426 of 1929.

29. எஸ்.எம்.கமால், வெண்பக்கோட்டை செப்பேடு, கல்வெட்டு, இதழ்—29, பக்.6—11.

30. ஆவணம், இதழ்.12, பக்.87—89.

31. நடன. காசிநாதன் மற்றும் பலர், திருமலை நாயக்கர் செப்பேடுகள், பக்.65—67.

32. மேலது, பக்.70—72.

33. மேலது, பக்.13—17.

34. மேலது, பக்.18—22.

35. கொங்கு களஞ்சியம், தொகுதி—1, பக்.436—437.

36. நடன. காசிநாதன் மற்றும் பலர், திருமலை நாயக்கர் செப்பேடுகள், பக்.10—12.

37. மேலது, 36—38.

38. மேலது, பக்.9—12.

39. தா.குருசாமி தேசிகர், தமிழக ஊரும் பெயரும், பக்.84—86.

40. செ.இராசு, கொங்கு வேளாளர் கல்வெட்டும் காணிப் பாடலும், பக்.139—140.

41. அ.கிருட்டிணன்.சேலம்—நாமக்கல் மாவட்டக் கல்வெட்டுகள், பக்.80—81, க.ஆ.அ.312/1919.

42. குடவாயில் பாலசுப்ரமணியன், தஞ்சாவூர் நாயக்கர் வரலாறு, பக்.213—216.

43. மேலது, ப.118.

44. நடன.காசிநாதன் மற்றும் பலர், திருமலை நாயக்கர் செப்பேடுகள், பக்.61—64.

45. ஆவணம், இதழ்—18, பக்.122—124.

46. அ.கி.பரந்தாமனார், மதுரை நாயக்கர் வரலாறு, பக்.271—72.

47. மேலது.

48. குடவாயில் பாலசுப்ரமணியன், தஞ்சாவூர் நாயக்கர் வரலாறு, ப.230.

49. ஆவணம், இதழ்—4, பக்.102—103.

50. நடன. காசிநாதன் மற்றும் பலர், திருமலை நாயக்கர் செப்பேடுகள், ப.5.

51. டி.வி.சதாசிவ பண்டாரத்தார், பிற்காலச் சோழர் வரலாறு, பக்.567—568.

52. பி.என்.குஞ்சன்பிள்ளை, Studies in Kerala History, p.276.

53. சி.கோவிந்தராசன், கல்வெட்டுக் கலைச் சொல் அகராதி, ப.276

54. அ.அப்துல்மஜீத், முசிறி சந்திரமௌலீசுவரர் கோயில் செப்பேடு, கல்வெட்டு, இதழ்—16, பக்.32—34.

55. S.I.I., Vol. VIII, No.158, Thiruvannamalai Inscriptions, No.424.

56. ஆ.பத்மாவதி, நன்னிலம் வட்டக் கல்வெட்டுகள், தொகுதி—1, எண்.49/1977. கி.ஸி.ணி., 77 ஷீயீ 1911.

57. தென்னிந்தியக் கோயிற் சாசனங்கள், பாகம் —1, எண். 3.

58. A.R.E., 706 of 1904, A.R.E., 707 of 1904.

59. A.R.E., 57 of 1923.

60. A.R.E., 287 of 1941-42.

61. S.I.I., Vol.XVII, No.764, A.R.E., 707 of 1904.

62. S.I.I., Vol.XVII, No.762, A.R.E., 705 of 1904.

63. தென்னிந்தியக் கோயிற் சாசனங்கள், பாகம்—2, எண்.904.

64. செ.போசு, திருப்பரங்குன்றம், பக்.151—152

65. A.R.E., 27 of 1925

66. A.R.E., 308 of 1923.

67. A.R.E., 16 of 1945-46.

68. ப.கருணானந்தன், வீரபாண்டி செப்பேடு, கல்வெட்டு இதழ்—21, பக்.6—13.

69. ஆவணம், இதழ்—15, பக்.101

70. ஆவணம், இதழ்—17, பக்.89—90.

71. A.R.E., 40 of 1923.

72. A.R.E., 106 of 1918.

73. ஆ.பத்மாவதி, நன்னிலம் வட்டக் கல்வெட்டுகள், தொகுதி—3, எண்.458 /1978.

74. R.Nagasamy, Studies in Ancient Tamil Law and Society, p.116.

75. அ.அப்துல்மஜீத், முசிறி சந்திரமௌளீசுவரர் கோயில் செப்பேடு, கல்வெட்டு, இதழ்—16, பக்.32—34.

76. A.R.E., 106 of 1918

77. A.R.E., 96 of 1918

78. மா.செந்தில் செல்வக்குமரன் மற்றும் பலர், கன்னி யாகுமரி மாவட்டக் கல்வெட்டுகள், தொகுதி—6, பக்.45—48.

79. ச.கிருஷ்ணமூர்த்தி, திருவாவடுதுறை ஆதீனச் செப்பேடுகள், பக்.314—317.

80. E.I.pp -159 -187.

81. தென்னிந்தியக் கோயிற் சாசனங்கள், பாகம்—2, எண்.1066.

82. அ.இராமசாமி, நாயக்கர் காலம் வரலாறும் இலக்கியமும், ப.38.

83. A.R.E., 383 of 1912.

84. A.R.E., 308 of 1923.

85. A.R.E., 161 of 1941-42.

86. S.I.I., Vol.XVII, No.763.

87. ஆளங்குடி ஆறுமுகசீதாராமன் என்பவரால் வரலாற்றுக்கு தெரிக்கப்பெற்றதாகும். தினமணிச் சுடர், 20,08,1996.

88. தெ.இ.கல். தொகுதி—7 எண்.11

89. ச.கிருஷ்ணமூர்த்தி, திருவாவடுதுறை ஆதீனச் செப்பேடுகள், பக்.303—317.

90. S.I.I., Vol.XXII, No.470.

91. தென்னிந்தியக் கோயிற் சாசனங்கள், பாகம்—2, எண்.1066, A.R.E., 119 of 1931.

92. தென்னிந்தியக் கோயிற் சாசனங்கள், பாகம்—2, எண்.1088.

93. S.I.I., Vol.XXIV, No.507, A.R.E., 336 of 1952-53.

94. A.R.E., 194 of 1933.

95. A.R.E., 460 of1922.

96. ஆவணம், இதழ்—16, ப.92.

97. A.R.E., 161 of 1941-42.

98. அ.கிருட்டினன், கல்வெட்டில் வாழ்வியல், ப.333

99. தெ.இ.கல்., தொகுதி—6, எண்.1015

100. பொ.இராசேந்திரன் மற்றும் பலர், அழகர்கோயில் கல்வெட்டுகள், பக்.88—90

101. அ.கி.பரந்தாமனார், மதுரை நாயக்கர் வரலாறு, ப.333.

102. A.R.E., 308 of 1964.

103. A.R.E., 305 of 1963-64.

104. பா.ஜெயக்குமார், தமிழகத் துறைமுகங்கள், ப.105.

105. ஆவணம், இதழ்—18, பக்.122—124.

106.அ.கிருஷ்ணன், சேலம்—நாமக்கல் மாவட்டக் கல்வெட்டுகள், க.எண்.62, பக்.70—71.

107. தெ.இ.கல்., தொகுதி,17, எண்.763.

108. தெ.இ.கல்., தொகுதி—1, எண்.31.

109. கே.கே.பிள்ளை, தமிழக வரலாறு மக்களும் பண்பாடும், ப.247

110. குடவாயில் பாலசுப்ரமணியன், தஞ்சை நாயக்கர் வரலாறு, ப.79

111. தெ.இ.கல்., தொகுதி—24, எண்.416

112. குடவாயில் பாலசுப்ரமணியன், தஞ்சை நாயக்கர் வரலாறு, ப.81.

113. A.R.E., 113 of 1907.

114. A.R.E., 309 of 1916.

115. தென்னிந்தியக் கோயிற் சாசனங்கள், பாகம்—1, எண்.748.

116. தெ.இ.கல்., தொகுதி—2 பாகம்.4,5 , எண்.97.

117. சி.கோவிந்தராசன், கல்வெட்டுக் கலைச் சொல் அகரமுதலி, ப.70.

118. P.R.Srinivasan, Tiruvannamalai a saiva sacred complex of South India, Inscription, No.435.

119. A.R.E., 292 of 1972.

120. S.I.I., Vol.XXIV, No.507, A.R.E., No.336 of 1952-53

121. தே.வே.மகாலிங்கம், விஜயநகரப் பேரரசில் நிலைபெற்றிருந்த பொருளாதார வாழ்க்கை வரலாறு, ப.50

122. தென்னிந்தியக் கோயிற் சாசனங்கள், பாகம்.2, எண்.799.

123. S.I.I., Vol.23 No.427.

124. S.I.I. ,Vol.5 No.410.

125. தென்னிந்தியக் கோயிற் சாசனங்கள், பாகம்.1, எண் 760.

126. ஆவணம், இதழ்—13, பக்.65—66.

127. மா.செந்தில்செல்வக்குமரன், மற்றும் பலர், திருநெல்வேலி மாவட்டக் கல்வெட்டுகள், தொகுதி—1, எண்.211/2005.

128. தெ.இ.கல்., தொகுதி— 23, எண்.394.

129. A.R.E., 102 of 1914

130. A.R.E., 129 of 1914

131. A.R.E., 9 of 1922

132. ஆ.பத்மாவதி, நன்னிலம் வட்டக் கல்வெட்டுகள், தொகுதி—3 எண் 482 /1978

133. குடவாயில் பாலசுப்ரமணியன், திருவாரூர்த் திருகோயில், பக்.511—513.

134. குடவாயில் பாலசுப்ரமணியன், தஞ்சாவூர் நாயக்கர் வரலாறு, பக்.241—42.

135. P.R.Srinivasan, Tiruvannamalai a saiva sacred complex of South India, Inscription No.426.

136. மேலது, எண்.434.

137. A.R.E., 306 of 1963-64.

5. சமயம் மற்றும் பண்பாட்டுத் தகவல்கள்

தமிழகத்தில் பிற்காலச் சோழர், பாண்டியர் ஆட்சிக்குப்பின் தோன்றிய இசுலாமியர்களின் ஆட்சிக் காலத்தில் சைவ, வைணவ சமயத்தினர் கொடுமைப் படுத்தப்பட்டனர். விசயநகரார் காலத்தில் சைவ வைணவ சமயங்களின் வளர்ச்சி உயரிய நிலையை அடைந்தது எனலாம். நாயக்கர் காலத்தில் சைவம், வைணவம், சமணம், பௌத்தம், கிறித்துவம், இசுலாம் போன்ற சமயங்களை மக்கள் பெரிதும் பின்பற்றியுள்ளனர். அவற்றுள் சைவ, வைணவ சமயங்கள் மிகுந்த செல்வாக்குப் பெற்றுத் திகழ்ந்தன. நாயக்கர் மன்னர்கள் கடவுள்மீது கொண்ட பக்தியால், சிவன் திருக்கோயில், திருமால் திருக்கோயில், நாட்டுப்புறத் தெய்வக் கோயில்கள் ஆகியற்றை மிகவும் போற்றிய போதிலும் சமணப் பள்ளிகள், பௌத்த ஆலயங்கள் இசுலாமிய மசூதிகள், கிறித்துவ ஆலயங்கள் ஆகியனவற்றிற்கும் பேராதரவு அளித்துவந்துள்ளனர்.

சமய வளர்ச்சிக்காக மன்னர்களும் அரசு அதிகாரிகளும் பொது மக்களும் பல கொடைகளை வழங்கியுள்ளனர். இக்கொடைகளைக் கொண்டு கோயில் திருப்பணி செய்தல், திருவிழாக்கள் நடத்துதல், தடையின்றிப் பூசை செய்தல், சமய மற்றும் சமூக வளர்ச்சிக்கு உதவுதல் போன்ற பணிகள் நடைபெற்றுள்ளன. இவ்வறப் பணிகளுக்காக நிலம், பொன், பணம், வரி போன்றவற்றைத் தானமாகக் கொடுத்துள்ளனர்.

நாயக்கர் கால சமய நிலையைப் பற்றி, "நாயக்கர் காலத் தமிழகத்தில் சைவம், வைணவம், இசுலாம், கிறித்துவம் ஆகியன பெரும்பான்மையான மக்களால் கடைப்பிடிக்கப்பட்ட சமயங்களாகத் திகழ்ந்துள்ளன. பண்டைய சமயங்களான சைவம், வைணவம் ஆகிய இரண்டும் முன்பே நிலைத்த வளர்ச்சியை எட்டியிருந்தன. இசுலாமிய ஆட்சியின் காரணமாக, இசுலாமிய சமயம் மக்களிடம் பரவியிருந்தது. சமயப்பணிக் குழுக்களின் தீவிர முயற்சியின் காரணமாக கிறித்துவ சமயம் வேரூன்றி வளர்ந்து வந்தது. பண்டைய இந்தியச் சமயங்களுள் ஒன்றான சமண சமயமும் பல பகுதிகளில் மக்களால் கடைப்பிடிக்கப்பட்டு வந்தது. நாட்டுப்புறச் சமயம் என்றும் கிராம மக்களின் தெய்வ வழிபாடுகளும் தொடர்ந்துள்ளன"[1]

என்று சா.பாலுசாமி குறிப்பிடுகிறார். இதன் மூலம் நாயக்கர் அரசர்கள் பல்வேறு சமயங்களுக்கும் ஆதரவு அளித்துள்ளதைக் காணமுடிகிறது.

திருப்பணிகள்

"நாயக்கர் மன்னர்கள் சிவன் கோயில், திருமால் கோயில் என்று சிறிதும் வேறுபாடு கருதாமல் எல்லாக் கோயில்களுக்கும் திருப்பணிகள் செய்தார்கள். சொல்லப்போனால் மீனாட்சியம்மன் கோயிலுக்கு மிகுதியான திருப்பணிகள் செய்தார்கள் எனலாம். விசுவநாதர் சோமசுந்தர பெருமான் திருக்கோயிலுக்குப் பலப்பல திருப்பணிகளைச் செய்தார்... விசுவநாத நாயக்கர் காலத்தில் நெல்லையப்பர் கோயில் பழுதுபார்க்கப்பட்டதையும், திருநெல்வேலி நகரம் விரிவாக்கப்பட்டதையும், திருச்சி தாயுமானவர் கோயில் எனப் பல கோயில்கள் திருப்பணி செய்யப்பட்டதையும்" அ.கி.பரந்தாமனார் சுட்டிக்காட்டுகிறார்.[2]

பழனி பெரியக்கோட்டை கதிரிநாகநாத பெருமாள் கோயிலை வீரப்ப நாயக்கர் கட்டிவித்துள்ளதைக் கல்வெட்டு குறிப்பிடுகிறது.[3] சித்துபூந்துறை விசுவநாதீசுவரமுடையார் திருக்கோயில் கிருஷ்ணப்ப நாயக்கரால் திருப்பணி செய்யப்பட்டுள்ளது.[4] தென்திருவாரூர் என்றழைக்கப்படும் இடைக்கால் தியாகராச கோயிலில் வழிபாட்டிற்காகவும் பழுதுபார்க்கவும் குறிப்பிட்ட நிலம் வழங்கியதைக் கிருஷ்ணப்ப நாயக்கர் கல்வெட்டு குறிப்பிடுகிறது.[5] இம்மன்னரே, இராமேசுவரம், திருவுத்திரகோசமங்கை முதலிய இடங்களிலுள்ள கோயில்களில் திருப்பணி செய்து பல தானங்களும் அளித்துள்ளார். திருநெல்வேலி கிருஷ்ணாபுரம் நகரத்தை உருவாக்கி கிருஷ்ணாபுரத்தில் திருவேங்கடநாதர் கோயிலைக் கட்டி அதற்கு இறையிலியாகப் பல சிற்றூர்களை அளித்தார்.[6]

திருமலை நாயக்கர் புண்ணியமாக இராமப்பய்யன் என்பவன் கௌக்காநத்தம் மதனகோபால சுவாமி கோயிலைத் திருப்பணி செய்துள்ளதைக் கல்வெட்டால் அறியமுடிகிறது.[7] திருமலை நாயக்கர் காலத்தில், மதுரை மீனாட்சியம்மன் திருக்கோயிலை நன்கு புதுப்பித்ததோடு திருப்பரங்குன்றம் முருகன் கோயில், அழகர் கோயில், திருவில்லிபுத்தூர் ஆண்டாள் கோயில், திருவரங்கம் பெரிய கோயில், திருவினைக்காவிலிருக்கும் சிவன் கோயில், நெல்லையப்பர் கோயில் ஆகியவற்றிலும்

தடாகம் வெளியீடு

திருப்பணிகள் செய்துள்ளார்.[8] திருவரங்கம் அரங்கநாதர் கோயிலில் அமைந்துள்ள கோபாலகிருஷ்ணன் கோயிலிலும் சொக்கநாத நாயக்கர் திருப்பணி செய்துள்ளார்.[9]

திருவண்ணாமலை, பிடாரனேந்தல் வேதபுரீசுவரர் கோயிலில் செவ்வப்ப நாயக்கரும்[10] தரங்கம்பாடி மாசிலாமணீசுவரர் கோயிலில் அச்சுதப்ப நாயக்கரும் திருப்பணி செய்துள்ளதைக் கல்வெட்டால் அறியமுடிகிறது.[11] திருவண்ணாமலை அண்ணாமலைநாதர் கோயில் திருப்பணி செய்வதற்காக உத்தமசோழ வளநாட்டில் சில ஊர்களைக் கொடையாக வழங்கியுள்ளதைச் செவ்வப்ப நாயக்கர் கல்வெட்டுத் தெரிவிக்கிறது.[12] அச்சுதப்ப நாயக்கரால் மூவலூரில் ஒரு சத்திரமும் விளநகரில் கற்கோயிலும் கட்டப்பட்டதைக் கல்வெட்டு கூறுகிறது.[13]

திருமுட்டம் பூவராகவப் பெருமாள் கோயில் பழுதுபார்ப்பதற்காகச் சில ஊர்களை வையப்ப நாயக்கர் தானமாக அளித்துள்ளார்.[14] சிதம்பரம் நடராசர் கோயிலில் பழுதுபார்த்தல் பணிகளைச் செய்யவும் கொள்ளிடத்திற்கு அருகில் ஒரு மண்டபம் கட்டவும் கொடை வழங்கியதைக் கொண்டம நாயக்கர் கல்வெட்டு குறிப்பிடுகிறது.[15]

மண்டபங்கள்

நாயக்கர் கால ஆட்சியில் சித்திர வேலைப்பாடுகளுடன்கூடிய புதிய மண்டபங்கள் பல கட்டப்பட்டன. இம்மண்டபங்கள்,

கல்யாண மண்டபம்	ஊஞ்சல் மண்டபம்
வசந்த மண்டபம்	வாகன மண்டபம்
ரங்க மண்டபம்	கண்ணாடி மண்டபம்
யாளி மண்டபம்	நீராழி மண்டபம்
நூற்றுக்கால்மண்டபம்	ஆயிரங்கால் மண்டபம்
குதிரை மண்டபம்	துலாபார மண்டபம்
நவகிரக மண்டபம்	சங்கிலி மண்டபம்
புராண மண்டபம்	கிளி மண்டபம்

எனப் பல வகையின. இக்காலத்தில் நிகழ்ந்த சடங்குகளும் விழாக்களுமே மண்டபங்கள் பெருகுவதற்கான காரணங்களாகும். இம்மண்டபத் தூண்களில் இதிகாசச்

சிற்பங்கள், தலபுராணச் சிற்பங்கள், இறையுருவங்கள், அரசர்—அரசியர் உருவங்கள் ஆகியன செதுக்கப்பட்டுள்ளன.

விசுவநாத நாயக்கர் காலத்தில் திருவரங்கம் அரங்கநாதர் கோயிலில் திருவாழி ஆழ்வான் கோயில் வடக்கில் நான்கு கால் மண்டபம் ஒன்றினைச் சாத்தாத வைஷ்ணவன் அழகியசிங்கர் மகன் முத்திரைராமன் என்பவன் கட்டிக்கொடுத்ததைக் கல்வெட்டுத் தெரிவிக்கிறது.[16] கிருஷ்ணபூபதி என்பவன் கிருஷ்ணாபுரம் வேங்கடசலபதி திருக்கோயிலைக் கட்டிக்கொடுத்தையும் கோயிலைச் சுற்றி மதில் சுவரை அமைத்துக்கொடுத்ததையும் செப்பேட்டால் அறியமுடிகிறது.[17] திருப்பூந்துருத்தி திருக்கோயில் மண்டபத்தைச் சிங்கப்பர் என்பவர் கட்டிக் கொடுத்துள்ளதைக் கிருஷ்ணப்ப நாயக்கர் கல்வெட்டு தெரிவிக்கிறது.[18] திருச்சத்துறை புஷ்பவனேசுவரர் கோயில் மண்டபம் வீரப்ப நாயக்கரால் கட்டப்பட்டதாகும்.[19] இம்மன்னர், மதுரை சுந்தரேசுவரர் திருக்கோயிலில் கம்பத்தடி மண்டபம் அவற்றில் உள்ள தூண்கள், புராணச் சிற்பங்கள் போன்றவற்றை அமைத்துக் கொடுத்ததைக் கல்வெட்டால் அறியமுடிகிறது.[20] பாபநாசம் பாபநாசேசுவரர் கோயிலில் உள்ள அம்மன் கோயில் கருவறை திருமலை நாயக்கரால் கட்டப்பட்டதைக் கல்வெட்டு குறிப்பிடுகிறது.[21]

திருவரங்கம் அரங்கநாதர் கோயிலில் மண்டபம் எழுப்பியதை இராணி மங்கம்மாள் கல்வெட்டால் அறியமுடிகிறது.[22] இக்கோயிலில் உள்ள வேதபாராயண மண்டபத்தை விசயரங்க சொக்கநாதர் கட்டிக் கொடுத்துள்ளார்.[23] இம்மன்னரே, திருவானைக்காவல் ஜம்புநாத கோயிலில் கைப்பிடிச்சுவர் எழுப்பினார் என்பதைக் கல்வெட்டு கூறுகிறது.[24] இக்கோயிலுக்கு வைதியப்பய என்பவர் மண்டபம் கட்டிக் கொடுத்ததையும் அதில் நாடக சாலை இருந்ததையும் தெலுங்குக் கல்வெட்டு குறிப்பிடுகிறது.[25] அப்பய்யங்கார் குமாரர் இரங்கய்யங்கார் என்பவர் அப்பன் திருப்பதியில் திருவேங்கடமுடையாரைப் பிரதிட்டைச் செய்துள்ளதை மதுரை நாயக்கர் காலக் கல்வெட்டு குறிப்பிடுகிறது.[26] திருவரங்கம் அரங்கநாத கோயிலில் இராணி மீனாட்சி மண்டபம் கட்டிக்கொடுத்ததைக் கல்வெட்டால் அறியலாம். [27]

காப்பலூர் சிவன் கோயில் மண்டபம்[28] வல்லம் ஏகௌரி கோயில் அர்த்த மண்டபம், முக மண்டபம்[29] நாச்சியார் கோயில் அம்மன் சன்னிதி மண்டபம்[30] கும்பகோணடம் வீர சைவ மட ஆசார வாசல், கல்யாண மண்டபம்[31] ஆகியன செவ்வப்ப

நாயக்கர் காலத்தில் கட்டப்பட்ட செய்தியைக் கல்வெட்டுகள் தெரிவிக்கின்றன. தஞ்சாவூர்ப் பெரிய கோயிலில் மல்லப்ப நாயக்கர் மண்டபம், மூர்த்தி அம்மன் மண்டபம் ஆகியன புலியூரார் கொடையாக அமைக்கப்பட்டதை செவ்வப்ப நாயக்கர் கல்வெட்டு தெரிவிக்கிறது.[32] அச்சுதப்ப நாயக்கர் உருவாக்கிய பேட்டையில் மண்டபம் கட்டுவித்து அங்குச் சுவாமியை எழுந்தருளச் செய்ததைத் திருவண்ணாமலை கல்வெட்டால் அறியமுடிகிறது.[33] செவ்வப்ப நாயக்கரும் அச்சுதப்பநாயக்கரும் இணைந்து வல்லம் காளிகோயிலின் கருவறை, அர்த்த மண்டபம் இவற்றோடு இணைத்து புதிய மகா மண்டபம் ஒன்றினைக் கட்டிக்கொடுத்ததைக் கல்வெட்டு குறிப்பிடுகிறது.[34]

திருவரங்கம் அரங்கநாதர் கோயிலில் இராமானுஜக் கூடம் அமைப்பதற்காகப் பஞ்சி பட்டர், திருமலையப்பர் நாராயணன் ஆகியோரிடமிருந்து 110 பொன்னை விலையாகக் கொடுத்து ஆவணி கீழமாடத் திருவீதியில் மனை வாங்கப்பட்டதை அச்சுதப்ப நாயக்கர் கல்வெட்டு தெரிவிக்கிறது.[35] இராஜ மன்னார்குடி அருகே உள்ள சிறுமங்கலம் ஊரில் அழகான மண்டபம் அமைத்துக்கொடுத்ததை சென்னை அருங்காட்சியகத்தில் உள்ள விசயராகவ நாயக்கர் செப்பேடு விவரிக்கிறது.[36] பெரிய வெண்மணி மருதாந்தீசுவரர் கோயில் அம்மன் சன்னிதி மண்டபமும்[37] கொள்ளிடத்தில் உள்ள தீர்த்த மண்டபமும் செஞ்சி நாயக்க மன்னர்களால் கட்டப்பட்டதைக் கல்வெட்டால் அறியமுடிகிறது.[38]

கோபுரங்கள்

திருக்கோயில் நுழைவாயிலை அலங்கரித்து நிற்கும் பிரமிடு வடிவக் கட்டட அமைப்புக்குக் கோபுரம் என்று பெயர். தமிழகத்தில் பல்லவர் காலத்தில் கட்டப்பட்ட மாமல்லபுரம் கடற்கரைக் கோயில், காஞ்சிபுரம் கைலாசநாதர் கோயில் ஆகியவற்றில் வாயில் நிலைக்கு மேல் ஒரு சிறிய சாலை வடிவம் காணப்படுகிறது. இது துவார சாலை என்று குறிக்கப்படுகிறது. சோழர் காலத்தில் கோபுரங்கள் விமானங்களை விட உயரம் குறைவாகக் கட்டப்பட்டன. இராசராச சோழனால் கட்டப்பட்ட தஞ்சைப் பெருங்கோயிலில் கோபுரங்கள் கேரளாந்தகன் திருவாயில், இராஜராஜன் திருவாயில் எனப்பெயர் பெற்றன. சோழர் காலத்திற்குப் பிறகு தமிழகத்தை

ஆண்ட விசயநகரப் பேரரசர் காலத்தில் தான் ஒருபக்க நுழைவாயிலிலும் நான்கு பக்க நுழைவாயில்களிலும் மிக உயர்ந்த கோபுரங்கள் அமைக்கப்பட்டன. இவை முதலில் ராயர் கோபுரம் என்று அழைக்கப்பட்டு, நாளடைவில் ராயகோபுரம் எனப் பெயர் மாற்றம் பெற்றுவிட்டன. கிருஷ்ணதேவராயர் காலத்தில் காஞ்சிபுரம், சிதம்பரம், திருவண்ணாமலை முதலிய இடங்களில் இராஜகோபுரங்கள் எழுப்பப்பட்டுள்ளன. விசயநகர மன்னர்களின் அரசப்பிரதிநிதிகளாக வந்த நாயக்கர் மன்னர்களும் மிக உயர்ந்த இராஜ கோபுரங்களை எழுப்பியுள்ளனர்.

திருப்பரங்குன்றம் சுப்பிரமணியர் திருக்கோயில் கோபுரமும் திருமதிலும் வீரப்ப நாயக்கரால் கட்டப்பட்டுள்ளன.[39] ஆளதியூர் சொக்கநாத சுவாமி திருக்கோயில் பெரிய கோபுரத்தைப் பழுதுபார்ப்பதற்காகப் பூவனாத பண்டாரம் என்பவர் ஆளதியூர் கிராமத்தைக் கொடையாக வழங்கியுள்ளதை திருமலை நாயக்கர் கல்வெட்டு குறிப்பிடுகிறது.[40] திருச்செங்கோடு கைலாசநாதர் கோயில் கோபுரத்தையும் பனி உச்சியில் காசிவிசுவநாதருக்கு கற்கோயிலையும் சொக்கநாத நாயக்கர் எடுப்பித்ததைக் கல்வெட்டால் அறியமுடிகிறது.[41]

திருவண்ணாமலை அண்ணாமலையார் திருக்கோயில் பதினொரு நிலைக் கோபுரம் செவ்வப்ப நாயக்கரால் கட்டப்பட்டதைக் கல்வெட்டு குறிப்பிடுகிறது.[42] தருமபுரி உதயப் பெருமாள் கோயில் கோபுரம் வேலூர் திம்மைய நாயக்கரால் எடுக்கப்பட்டுள்ளது.[43] அச்சுதப்ப நாயக்கரின் ஆணையின்படி, ஆதிவராகப் பெருமாள் கோயில் கோபுரம், பிரகாரம், மண்டபம் ஆகியன கட்டவும் அணிகலன்கள் செய்யவும் குளங்கள் வெட்டவும் கொண்டபப்ப நாயக்கர் காலத்தில் முப்பத்தெட்டுக் கிராமங்களிலிருந்து கிடைக்கும் வரிகளைக் கோயிலுக்காக வசூலித்ததைக் கல்வெட்டு தெரிவிக்கிறது.[44] ஆதிவராக பெருமாள் கோயிலில் திருச்சுற்று மதில் எடுக்கப்பட்ட செய்தியைக் கொண்டம நாயக்கனின் மற்றொரு கல்வெட்டு குறிப்பிடுகிறது.[45]

குளமும் கிணறும்

இராயபுரம் சீர்மையை ஆட்சி செய்த விருபாட்சி சின்னப்ப நாயக்கர் மகன்கள் கதிரிநாதப் பெருமாள் கோயில் கட்டு வித்ததையும் குளம் வெட்டுவித்ததையும் பழனி பெரியகோட்டை கதலி நரசிம்மப் பெருமாள் கோயிலில் உள்ள வீரப்ப நாயக்கர்

காலக் கல்வெட்டு கூறுகிறது.[46] மேலும், இப்பணிக்காக நான்கு மா நிலம் கொடையாக வழங்கியுள்ளார். முத்துவீரப்ப நாயக்கரின் நன்மைக்காகச் சின்ன திப்பராகுத்தரையன் என்பவன் அடைச்சாணி கிராமத்தில் குளமும் குட்டையும் வெட்டிக் கொடுத்ததை அம்பாசமுத்திரம் கல்வெட்டு குறிப்பிடுகிறது.[47] இராணி மங்கம்மாள் கிணறு வெட்டி கொடுத்ததையும் கிணற்றின் பெயர் 'மங்கம்மாள் கிணறு' என்று அழைக்கப்பட்டதையும் பத்மநாபபுரம் அருங்காட்சியகத்தில் உள்ள கல்வெட்டால் அறியமுடிகிறது.[48]

கும்பாபிஷேகங்கள்

திருவண்ணாமலை அண்ணாமலையார் திருக்கோயில் திருக்கோபுர கும்பாபிஷேகம் தஞ்சை செவ்வப்ப நாயக்கர், அச்சுதப்ப நாயக்கர் முன்னிலையில் நடைபெற்றதையும்[49] இந்நிகழ்வுக்காகச் செவ்வப்ப நாயக்கர் அறக்கொடை வழங்கியதையும் கல்வெட்டுகள் குறிப்பிடுகின்றன.[50] திருக்கண்ணமங்கை பக்தவச்சல பெருமாள் கோயில் மகா சம்ரோக்ஷணம் (கடவுள் மங்கலம்) செய்யப்பெற்றதை இரகுநாத நாயக்கர் காலக் கல்வெட்டு குறிப்பிடுகிறது.[51]

நந்தவனங்கள்

நந்தவனம் என்பதின் தமிழ்ச்சொல் பூந்தோட்டமாகும். மல்லிகை. இருவாட்சி, சண்பகம் போன்ற மணந்தரும் மலர்ச் செடிகளும் தெங்கு, பனை, கமுகு, இலுப்பை போன்ற மரங்களும் நந்தவனத்தில் வளர்க்கப்பட்டன. தெய்வ வழிபாட்டிற்காகவும் மக்களின் பயன்பாட்டிற்காகவும் நந்தவனங்கள் தோற்றுவிக்கப்பட்டதை நாயக்கர் கால ஆவணங்கள் விவரிக்கின்றன.

தேவணக்கவுண்டன், செட்டியப்ப கவுண்டன் ஆகியோர் இணைந்து கட்டிவைத்த அணையும் நந்தவனமும் கோயிலுக்கு வழங்கியதை முக்கண்ணாக்குறுச்சி கிருஷ்ணப்ப நாயக்கர் கல்வெட்டு குறிப்பிடுகிறது.[52] போரில் இறந்த வீரனுக்கு உதிரப்பட்டிகையாக நிலம் மானியமாக வழங்கியபோது அவர் நந்தவனத்தைப் பராமரிக்க வேண்டும் என்ற செய்தி திருவண்ணாமலை செவ்வப்ப நாயக்கர் கல்வெட்டில் கூறப் பட்டுள்ளது.[53] குடவாசல் கோணேரீசுவரர் திருக்கோயில் வழிபாட்டிற்காகச் செண்பக மலர்கள் நிறைந்த நந்தவனம் ஒன்றைக் கொடையாக வழங்கியமை பற்றிக் கல்வெட்டு குறிப் பிடுகிறது.[54]

திருவிளக்குகள்

மக்கள் தம் அன்றாட வாழ்க்கையிலும் சமய வழிபாட்டிலும் நிலைபெற்று விளங்குவன திருவிளக்குகளாகும். தமிழர்கள் ஆதியில் தீயினின்றே தங்களது அரும்பெரும் தெய்வ உண்மைகளை எல்லாம் கண்டமையினாலே தீயானது திருவிளக்காகப் பரிணமித்தது என்பார் அ.இராகவன்.[55]

கிருஷ்ணப்ப நாயக்கர் விளக்குகள் தானமாகக் கொடுத்ததைத் திருக்குறுங்குடி அய்யனார் கோயில் கல்வெட்டு குறிப்பிடுகிறது.[56] பெருமாநல்லூர் உத்தமசோழீசுவரமுடையார் கோயில் அபிஷேகம், நைவேத்தியம் செய்யவும் சந்தியா தீபம், நந்தா தீபம் ஏற்றவும் வெள்ளாளர் மூலர்களில் உத்தமன் என்பவன் சந்தை மகமையைக் கொடையாக வழங்கியுள்ளதைக் காணமுடிகிறது.[57] அச்சுததேவராயர் நலம் பெறுவதற்காக வைக்கப்பட்ட திருவிளக்கிற்கு நெய்யிடச் சில இடையர்களுக்குச் செவ்வப்ப நாயக்கரும் மல்லப்ப நாயக்கரும் இணைந்து நிவந்தம் கொடுத்ததைத் தேவிகாபுரம் பிரகதாம்பாள் திருக்கோயில் கல்வெட்டு குறிப்பிடுகிறது.[58] பாபநாசம் சீனிவாசப்பெருமாள் கோயிலில் தீபம் ஏற்றுவதற்காகக் கோவிந்த தீட்சிதரின் ஆணைப்படி மூன்று பணம் வழங்கப்பட்டதை இரகுநாத நாயக்கர் கல்வெட்டால் அறியமுடிகிறது.[59]

திருவிழாக்கள்

மக்களின் வாழ்வில் இன்பமும் மலர்ச்சியும் ஊட்டுவன திருவிழாக்கள். பண்டைய நாள்தொட்டு தமிழர் வாழ்வில் இடம் பெற்ற விழாக்கள் பல. அவ்விழாக்கள் ஆண்டு விழாக்களாகவும் திங்கள் விழாக்களாகவும் வார விழாக்களாகவும் நாள் விழாக்களாகவும் அமைந்தன.

“மக்களுடைய சமய வாழ்வில் திருவிழாக்களும் பெரு நாள்களும் தக்க நல் இடம் பெறுகின்றன. இந்துக்கள் வாழ்க்கையை இன்பமூட்டுவதற்குப் பற்பல விழாக்களையும் பெருநாள்களையும் ஏற்படுத்தியுள்ளார்கள். இவ்விழாக்கள் மக்களுக்கு இன்பமூட்டுவது மட்டுமல்லாமல் பொருளாதாரப் பங்கீட்டுக்கும் (Economic distribution of wealth)பேருதவி புரிகின்றன”.[60] என்று அ.கி.பரந்தாமனார் குறிப்பிடுகிறார்.

திருக்கோயில்களில் மன்னர்கள் பெயராலும் அவர்கள் அடைந்த வெற்றியின் பெயராலும் சந்திகளை (பூசை விழா) ஏற்படுத்தி நடத்தியுள்ளனர். மன்னர்கள் பிறந்த நாளிலும் விழாக்கள், பூசைகள் நடத்தப்பட்டன. மேலும்,

திருவிழாவிற்கெனப் புதிய தேர்கள் செய்துகொடுத்து 'ரதசப்தமி' விழாக்களைக் கொண்டாடியுள்ளனர்.

மதுரை சொக்கநாத சுவாமி கோயிலில் 'மார்கழித் திருவிழா' நடைபெற்றதையும் மார்கழி மாதத் திருவிழாக் காலத்தில் ஐந்து கலைஞர்கள் பங்கேற்றதையும்[61] விசுவநாத நாயக்கர் கல்வெட்டு குறிப்பிடுகிறது. இந்நாயக்கரின் மற்றொரு கல்வெட்டு மதுரை சுந்தரேசுவரர் கோயில் திருவிழாவிற்காக மூன்று கிராமங்களைத் தானமாக வழங்கியதைத் தெரிவிக்கிறது.[62] திருவரங்கம் அரங்கநாதர் கோயிலில் திருவாழி ஆழ்வான்கோயில் வசந்தத் திருநாள், ஏழாம் திருநாள் ஆகியன நடத்துவதற்காக இருபத்து நான்கு பொலியூட்டைப் (வட்டியை) பெற்றுத் தந்துள்ளதை விசுவநாத நாயக்கர் கல்வெட்டு தெரிவிக்கிறது.[63] விட்டலராயரின் அரசப்பிரதிநிதி இராமப்ப நாயக்கர் ஆணையின்படி, அத்தாளநல்லூர் இறைவனுக்குச் 'சித்திரை விழா' நடைபெற்றதைக் கல்வெட்டு குறிப்பிடுகிறது.[64] வீரபாண்டி மாரியம்மன் கோயிலில் திருவிழா நடத்த தாசன் செட்டி மகன் புல்லன் செட்டி என்பவனுக்கு நிலமும் நீர்நிலைகளும் தானமாக வழங்கப்பட்டதை விசுவநாத நாயக்கரால் வெளியிடப்பட்ட வீரபாண்டி செப்பேடு தெரிவிக்கிறது.[65]

சேரன்மாதேவி இராமநாதசுவாமி திருக்கோயிலில் திருவிழா தொடர்ந்து நடைபெறுவதற்காக வீரப்ப நாயக்கரால் ஒரு குறிப்பிட்ட நிலம் வழங்கப்பட்டதை அறியமுடிகிறது.[66] உத்தரகோசமங்கை திருக்கோயில் திருவிழாவிற்கு முத்துவீரப்ப நாயக்கரால் பணம் வழங்கப்பட்டுள்ளதைக் கல்வெட்டு தெரிவிக்கிறது.[67] ஆழ்வார்குறிச்சி வன்னியப்ப திருக்கோயில் திருவிழா சிறப்பாகச் செய்யப்பட்டுள்ளதை முத்துவீரப்ப நாயக்கர் கல்வெட்டு குறிப்பிடுகிறது.[68]

திருமங்கலம் — புதூர் சொக்கநாத சுவாமி திருக்கோயிலில் தை, வைகாசி, ஆனி மாதங்களில் நடைபெறும் திருவிழாவிற்காகத் 'திருமலை சமுத்திரம்' என்ற ஒரு கிராமத்தினைத் திருமலை நாயக்கர் தானமாக வழங்கியுள்ளார்.[69] அழகர்கோயில் சௌந்தரராசப் பெருமாளுக்குத் தேரோட்டம், ஆடித் திருவிழா, சித்திரைத் திருவிழா, திருமங்கையாழ்வார் திருவிழா போன்ற விழாக்கள் நடைபெற்றதையும் இவ்விழாக்களில் தீர்த்தம், திருமாலை, பட்டுப் பரிவட்டம் முதலிய மரியாதைகள் பாளையக்காரர்க்குக் கொடுக்கப்பட்டதையும் திருமலை நாயக்கர் கால வெள்ளியங்குன்றம் செப்பேடு கூறுகிறது.[70] இவர் காலத்தில், இராமேசுவரம் இராமநாதசுவாமி கோயிலில்

திருக்கார்த்திகைத் திருவிழா, மார்கழித் திருவிழா, மாசித் திருவிழா ஆகியன நடைபெற்றதை இராமநாதபுரம் செப்பேடு தெரிவிக்கிறது.[71]

உத்தமபாளையம், திருக்காளத்தீசுவரர் கோயில் ஞானாம்பிகை அம்மனுக்குத் திருப்பல்லக்கு, திருவிளையாடல் திருவிழாக்களின் செலவுகளுக்காகக் கருங்காட்டுக்குளம் என்ற ஊரினைக் கொடையாக வழங்கியுள்ளதைச் சொக்கநாதர் நாயக்கர் செப்பேடு தெரிவிக்கிறது.[72] மதுரை விசயரங்க சொக்கநாத நாயக்கர் காலத்தில் நவராத்திரிக் கொலு விழா கொண்டாடப்பட்டதை நங்கவரம் கற்பூரச் செட்டிகள் மடச் செப்பேடு குறிப்பிடுகிறது.[73] மதுரை நாயக்கர், செவ்வந்தி செட்டியார் நலத்திற்காக, திம்மப்ப முதலியார், குமாரசுவாமி முதலியார், பாப்பாங்குளம் நாட்டார் ஆகியோர் இணைந்து ஆழ்வார்குறிச்சி திருவன்னீசுவரர் கோயிலில் திருவிழா நடத்தவும் பாப்பாங்குளம் வன்னி தீர்த்தக் கரையில் இறைவனை எழுந்தருளச் செய்யவும் நிலம் தானமாக வழங்கியுள்ளதைக் காணமுடிகிறது.[74]

திருவரங்கம் அரங்கநாதர் கோயிலில் பூபதியுடையார் திருநாள், பிரம்ம திருநாள், வீரப்ப நாயக்கர் திருநாள், விருப்பண்ண உடையார் திருநாள், அச்சுத நாயக்கர் திருநாள், திருமலை திருநாள் போன்ற திருநாட்களை நடத்த தாத்தயன் மகன் தன்மயன் என்பவனால் ஐம்பது பொன் மூதலீடாக வைக்கப்பட்டது செவ்வப்ப நாயக்கர் கல்வெட்டில் குறிப்பிடப்பட்டுள்ளது.[75] அடப்பம் மல்லப்ப நாயக்கரின் அரசப்பிரதிநிதி நயினியப்ப நாயக்கரால் தேவிகாபுரம் பிரகதாம்பாள் திருக்கோயிலில் ‘பங்குனி உத்திரத் திருநாள்’ சிறப்பாக நடைபெற்றதையும்[76] குடவாசல் கோணேரீசுவரர் கோயில் பெரிய நாச்சியம்மனுக்குத் ‘திருபாவரணத் திருநாள்’ விழா நடைபெற்றதையும்[77] மாந்தை சுந்தரேசுவரர் கோயில் அறக்கட்டளையின் மூலம் ஆண்டுதோறும் ‘ரதசப்தமி விழா’ நடைபெற்றுள்ளதையும் செவ்வப்ப நாயக்கர் காலக் கல்வெட்டுகள் மூலம் அறியமுடிகிறது.[78]

கும்பகோணம், ஏலந்துறை சௌந்தரேசுவரர் கோயிலில் ‘ஆடிப்பூரத் தேர் விழா’ அச்சுதப்ப நாயக்கர் காலத்தில் நடைபெற்றதைக் கல்வெட்டு குறிப்பிடுகிறது.[79] இரகுநாத நாயக்கர் காலத்தில் திருவரங்கம் அரங்கநாதர் கோயிலில் எட்டாம்நாள் திருவிழா சிறப்பாக நடைபெற்றதையும் இவ்விழா அச்சுதப்ப நாயக்கர் திருநாளாகக் கொண்டாடப்பட்டதையும்

கல்வெட்டு குறிப்பிடுகிறது.[80] இக்காலத்தில், கோவிந்தவாடி திருக்கோயிலில் 'பங்குனித் திருவிழா' நடைபெற்றதையும் காணமுடிகிறது.[81] முடிகொண்ட சோழநல்லூர் எல்லையம்மன் கோயில் திருவிழாவிற்கு நயினியப்ப நாயக்கர் அறக்கொடை வழங்கியுள்ளதை விசயராகவ நாயக்கர் கல்வெட்டால் அறிய முடிகிறது.[82] காவேரிப்பாக்கம் அகிலாண்ட நாச்சியாருக்கு தைத் திருநாள் கொண்டாடப்பட்டுள்ளதை வேலூர் பொம்ம நாயக்கர் காலக் கல்வெட்டு தெரிவிக்கிறது.[83]

வழிபாடுகள்

நெல்லையப்பர் கோயில் திருக்காமக் கோட்டத்து ஆளுடைய நாச்சியார் கோயிலில் தினந்தோறும் சந்தியாக பூசை நடத்த விசுவநாத நாயக்கரால் நிலம் வழங்கப்பட்டுள்ளது.[84] ஆத்தூர் சீவலச்சிறகு சென்னராசப் பெருமாள் கோயில் நெய்வேத்தியம் செய்ய கட்டளை ஏற்படுத்தி கொடை வழங்கப்பட்டதைக் கிருஷ்ணப்ப நாயக்கர் கல்வெட்டு குறிப்பிடுகிறது.[85]

திருநெல்வேலி காந்திமதி அம்மனுக்கு அர்த்த சாமத்தில் பூசை செய்ய வரி வசூலிக்கப்பட்டுள்ளதை கிருஷ்ணமுத்து வீரப்ப நாயக்கரின் தெலுங்குச் செப்பேடு கூறுகிறது.[86] திருநெல்வேலி நெல்லையப்பர் கோயில் வடிவம்மன் கோயில் உச்சிகால பூசை செய்ய வன்னிக்குட்டத்தில் தரிசைக் காட்டு நிலத்தினை ஐந்து பொன் காசுக்கு முத்துவீரப்ப நாயக்கர் விற்றுக் கொடுத்துள்ளார்.[87] கன்னியாகுமரி பகவதி அம்மன் கோயில் நித்ய பூசைக்காகச் (கால சந்தி) சக்கரை குளத்தில் நிலம் வழங்கப்பட்டதையும்[88] திருவாங்கூர் வடகரைவிந்தனூர் திருமூலத்தானமுடையார் கோயில் அபிஷேகக் கட்டளைக்காக நல்லபெருமாள் பிள்ளை என்பவன் வரிகளைக் கொடையாக அளித்துள்ளதையும்[89] முத்துவீரப்ப நாயக்கர் கல்வெட்டுகள் குறிப்பிடுகின்றன. கிருஷ்ணப்ப நாயக்கர் புண்ணியமாக நயினாதநாத முதலியார் என்பவர் சீவலச்சிறகு சென்னராசப் பெருமாள் கோயிலிலே நெய்வேத்தியம் செய்வதற்கும் பிராமணர்க்குச் சத்திரம் ஒன்று ஏற்படுத்துவதற்கும் சித்தையன்கோட்டையிலுள்ள அழகர் திருவிடையாட்டப் பகுதியில் ஏழுமா நிலமளித்ததைக் கல்வெட்டு தெரிவிக்கிறது.[90]

திருப்பாண்டிக்கொடுமுடி நாகேசுவரசுவாமி வழிபாட்டிற்காக மணியக்காரன் என்பவன் கொடை வழங்கியதைச் சொக்கநாத நாயக்கர் கல்வெட்டு குறிப்பிடுகிறது.[91]

முசிறி, சோழீசுவரமுடையார்—கற்பூரவல்லியம்மன் பூசைக்காக நாளொன்றுக்கு இரண்டு பணம் வீதம் மாதம் ஆறு வராகன் பொன்னாக ஓர் ஆண்டுக்கு எழுபத்திரண்டு வராகன் பொன் வழங்கப்பட்டதைச் சொக்கநாத நாயக்கரின் முசிறி சந்திரமௌலீசுவரர் கோயில் செப்பேடு கூறுகிறது.[92]

ஆழ்வார்திருநகரி காந்தீசுவரம் ஏகாந்தலிங்க சுவாமிக்கு சிறுகாலைச் சந்தி கட்டளைக்கு அமிர்தகுண வளநாட்டில் உள்ள திருமலைபுரம் கிராமத்தைக் கொடையாகக் கொடுத்துள்ளதையும்[93] அழகர்கோயில் சௌந்தராசப் பெருமாளுக்கு வெள்ளிக் கிழமை பூசைக்குக் கொடை வழங்கியுள்ளதையும்[94] திருமலைநாயக்கர் கல்வெட்டுகள் குறிப்பிடுகின்றன.

நத்தம் கோயில்பட்டி கைலாசநாதர் கோயில் அர்த்த ஜாம பூசை, பள்ளியறைக்குச் செல்லும் பல்லக்குச் சேவை போன்ற வழிபாடுகளுக்கு ஐம்பத்தாறு தேசத்து வணிகர்கள் சின்னய பண்டாரம் என்பவரிடம் வரி தந்துள்ளதைச் சொக்கநாத நாயக்கர் செப்பேடு தெரிவிக்கிறது.[95] திருநெடுங்களம் திருநெடுங்களநாத சுவாமி வழிபாட்டிற்கு விசயரங்க சொக்கநாத நாயக்கர் குறிப்பிட்ட நிலத்தைத் தானமாகக் கொடுத்துள்ளார்.[96] கருவூர் பசுபதியீசுவரர் சுவாமிக்கு வில்வார்ச்சினை செய்யப்பட்டுள்ளதை மீனாட்சி அரசியிற் கல்வெட்டு சுட்டுகிறது.[97]

திருவண்ணாமலைத் திருக்கோயில் அபிசேக கட்டளைக்கு வேட்டைவலம் தாண்டவ வாணாதிராயர் நாட்டார் என்பவர் கொடை வழங்கியதையும்[98] சுவாமிமலை குமாரசுவாமி திருக்கோயில் அபிஷேகக் கட்டளைக்கும் நெய்விளக்கு எரிக்கவும் திம்மப்ப நாயக்கர் புத்திரன் செவ்வப்ப நாயக்கர் நிலம் வழங்கியதையும் கல்வெட்டுகள் குறிப்பிடுகின்றன.[99]

வைத்தீசுவரன் கோயில் சிவராத்திரி அபிஷேகக் கட்டளைக்காக அழகர்பெருமாள் பிள்ளை என்பவன் நிலம் வழங்கிய செய்தியையும்[100] திருவண்ணாமலை சுவாமிக்கு 'நாயக்கர் அய்யன் நிருபம்' என்ற சர்வமானிய கட்டளை ஏற்படுத்தியதையும்[101] அச்சுதப்ப நாயக்கர் கல்வெட்டுகள் தெரிவிக்கின்றன. திருச்சத்துறை புஷ்பவனநாத கோயில் அழகாலமைந்த அம்மைக்கு அபிஷேகம் செய்வதற்கு 'அரிய நயிநார்' என்ற பெயரில் கட்டளை ஏற்படுத்திப் பாக்கு, மிளகு போன்ற பொருட்களைப் பொதி, பலம், நாழி ஆகிய

அளவுகளில் வழங்கியதை அச்சுதப்ப நாயக்கர் கல்வெட்டால் அறியலாம்.[102]

அரித்துவாரமங்கலம் பாதாள ஈசுவரர் திருக்கோயில் இறைவனுக்கு அபிஷேகம், நெய்வேத்தியம், திருவிளக்கிடல் போன்ற கட்டளைக்கு வெள்ளாளப் பெருமக்கள் ஆண்டுதோறும் ஒரு குறிப்பிட்ட பணத்தை வழங்கியுள்ளதை இரகுநாத நாயக்கரால் வெளியிடப்பட்ட அரித்துவாரமங்கலம் செப்பேடு குறிப்பிடுகிறது.[103] தியாகராசர் பெருமான் சுக்கிர வாரக் கட்டளைக்காக இரகுநாத நாயக்கரால் நிலம் அளிக்கப்பட்டதைத் திருவாரூர் செப்பேடு விவரிக்கிறது.[104] தேவிகாபுரம் திருமலைக் கொழுந்தர் என்ற இறைவனுக்குக் காலை வேளை பூசைக்காகக் கருணாம்படி என்ற கிராமத்தினை இரகுநாத நாயக்கர் வழங்கியுள்ளார்[105]

சித்தாமூர் சிதம்பரேசுவரர் கோயில் அபிடேக வழிபாட்டுச் செலவுக்காகப் பொம்மைப் பிள்ளை என்பவன் தானம் செய்துள்ளதை செஞ்சி வையப்ப கிருஷ்ணப்ப நாயக்கர் கல்வெட்டு குறிப்பிடுகிறது.[106] சிதம்பரம் நடராசர் கோயிலில் கொண்டம நாயக்கர் பெயரில் நடைபெறும் அதிகாலை பூசை, அபிஷேகம், நெய்வேத்தியம் ஆகியவற்றைச் சிறப்பாகச் செய்வதற்குப் புத்திரக்கோட்டை கிராமத்தைச் செஞ்சி கொண்டம நாயக்கர் அளித்துள்ளார்.[107] திருமுட்டம் பூவராகவ சுவாமி கோயில் பெருமாளுக்குச் சிறப்புப் பூசை செய்வதற்காக வையப்ப கொண்டப்ப நாயக்கர் பெயரால் சில ஊர்களைத் தானமாக வழங்கியுள்ளார்.[108] கொண்டம கிருஷ்ணப்ப நாயக்கரின் அரண்மனை அந்தப்புரப் பெண்கள் ஒன்று கூடி, ஸ்ரீமுஷ்ணம் வராகப் பெருமாளுக்கும் அம்புஜவல்லி நாச்சியாருக்கும் நாள்தோறும் இருமாலைகளைச் சாத்துவதற்காகக் குறிப்பிட்ட நிலத்தை தானமாகக் கொடுத்துள்ளதைக் கல்வெட்டால் அறியமுடிகிறது.[109]

முதுகுளம் அய்யனார் கோயில் கல்வெட்டு, பதினேழு பெருநாட்டார் நன்மைக்காக ஆலத்தூர் திருக்கைத்துரை நாயனாருக்கு நறுமண பூசை செய்வதற்காகக் குறிச்சிபரு கிராமத்தை கொண்டம நாயக்கர் வழங்கியுள்ளதைத் தெரிவிக்கிறது.[110] சித்தஞ்சேரி சீயாலீசுவரர் கோயில் வழிபாட்டிற்குச் செஞ்சி துபாகி கிருஷ்ணப்ப நாயக்கரால் நிலம் தேவதானமாகக் கொடுத்துள்ளதைக் கல்வெட்டால் அறியமுடிகிறது.[111]

ஆரணி கைலாச நாதர் கோயிலில் நித்யநைமித்திக பூசை செய்வதற்காகச் சில ஊர்கள் வேலூர் பொம்ம நாயக்கரால் தானமாக வழங்கப்பட்டுள்ளன.[112] தருமபுரி அரியநாத சுவாமி கோயிலில் உள்ள பொன்னகூத்தர் இராசராச முடையார் பூசைக்காகக் கடைக்கோட்டூரில் பொம்மய நாயக்கர் மகன் திம்மய நாயக்கரால் வசூலிக்கப்பட்ட வரிகள் வழங்கப்பட்டுள்ளன.[113]

அன்னதானக் கட்டளை

திருமலை நாயக்கரின் அலுவலர் காளத்தியப்ப முதலியாரும், கொங்கு நாட்டு இருபத்துநான்கு நாட்டுக் கவுண்டர்கள், காங்கய மன்றாடியார், சர்க்கரைக் கவுண்டர், நாட்டார் ஆகியோரும் இணைந்து கொண்டரங்கிக்கீரனூர் அனைத்து வருமானத்தையும் அன்னதானக் கட்டளைக்கு வழங்கியுள்ளதை வசவேசன் கோயில் கல்வெட்டால் அறியமுடிகிறது.[114] இலுப்பைக்குடி பெருமாள் கோயில் அன்னதானக் கட்டளைக்காகச் சொக்கநாத நாயக்கரால் இலுப்பைக்குடி கிராமம் மானியமாக வழங்கப்பட்டதைக் கல்வெட்டு குறிப்பிடுகிறது.[115] திருவானைக்காவல் ஸ்ரீசங்கர சுவாமிகளின் கட்டளைப்படி, நிரந்தரமாக அன்னதானம் செய்ய நிலம் வழங்கப்பட்டதைச் சொக்கநாத நாயக்கரின் ஜம்புக்கேசுவரம் செப்பேடு குறிப்பிடுகிறது.[116] திருவாவடுதுறை ஆதீன ஈசானப் பண்டாரமவர்களுக்கு அன்னதானத்திற்கு நிலம் வழங்கப்பட்டதை மற்றொரு கல்வெட்டு கூறுகிறது.[117] சாத்தாங்குளம் செப்பேடு, அன்னதானத்திற்காகப் பல்வேறு வரிகள் நீக்கப்பட்ட நிலம் மடத்திற்கு வழங்கப்பட்டதைக் கூறுகிறது.[118] இராணி மங்கம்மாள் காலச் செப்பேடு அன்னதானம் செய்வதற்காக நிலம் வழங்கப்பட்டுள்ளதைக் குறிப்பிடுகிறது.[119] அஞ்சு இல்லமுறைப் பிள்ளைமார் என்ற பெருங்குடியினர் உறவுமுறையோடு திருப்பரங்குன்றத்தில் அன்னதான மடம் ஏற்படுத்தித் தினசரி விளக்கு, சேகண்டி, சங்குநாதம், கார்த்திகை, பங்குனித்திருவிழா முதலியன நடைபெறுவதற்கு ஆண்டுதோறும் ஒரு பணம் கொடுத்துள்ளனர்.[120]

திருமடங்கள்

திருமடங்கள் சைவ சமயத்திற்குப் பெரும்பாங்காற்றியுள்ளன. பல்லவர் காலத்தில் சிலவாகத் தோன்றிய மடங்கள் சோழர், பாண்டியர், விசயநகரர் காலத்தில் மிகுதியாகப் பெருகின. தமிழகத்தில் உள்ள ஆதீனங்கள், ஆதீனக் கட்டுப்பாட்டில்

உள்ள கிளை மடங்கள், திருக்கோயிலில் உள்ள மடங்கள் ஆகியவற்றைச் சிறப்புடன் நடத்த நாயக்கர் கால அரசர், அரசு அதிகாரிகள், பொதுமக்கள் எனப் பலரும் கொடையாக நிலம், பொருள், ஊர் போன்றவற்றை வழங்கியுள்ளனர். தமிழகத்தில் பழம்பெரும் ஆதீனங்களான திருவாவடுதுறை ஆதீனம், தருமபுர ஆதீனம், திருப்பனந்தாள், பேரூர், மதுரை ஆகிய மடங்கள் சைவ சமய வளர்ச்சிக்காகச் செய்த தொண்டுகள் வரலாற்றுச் சான்றுகளாய்த் திகழ்கின்றன. தொடக்க காலத்தில் சமயத் தொண்டாற்றத் தோன்றிய மடங்கள் பின்னர் கல்வி, பொருளியல், பண்பாடு, சமூகம் ஆகியவற்றின் காப்பகங்களாக விளங்கின. தமிழகத்தில் சங்கரன்கோயில், சிவந்திபுரம், திருநெல்வேலி, அம்பாசமுத்திரம் போன்ற இடங்களில் திருவாவடுதுறை ஆதீனத்தின் கிளை மடங்கள் நிறுவப்பட்டு வழிபாடுகளும் சமயச் சொற்பொழிவுகளும் நடைபெற்று வருகின்றன.

திருவானைக்காவல் சுந்தரபாண்டியன் கோபுரத்திற்குக் கீழ்ப்பாகத்தில் 'ஏக வீரம்மாள் மடம்' என்ற பெயரில் மடம் அமைக்கப்பட்டதை வீரப்ப நாயக்கர் கல்வெட்டு குறிப்பிடுகிறது.[121] வேம்பத்தூர் அழகிய சொக்கநாத சுவாமி வழிபாட்டிற்காக வீரப்ப நாயக்கரால் ஓமநல்லூர் ஆரைச் சீர்மைக் குளம், கிணத்தாங்குளம் ஆகிய ஊர்கள் நாட்டாரிடம் வழங்கப்பட்டதை திருநெல்வேலி வேம்பத்தூர் மடச் செப்பேடு குறிப்பிடுகிறது.[122] சங்கரன்கோயில், புளியங்குடி, வாசுதேவ நல்லூர் ஆகிய ஊர்களில் திருவாவடுதுறைக் கிளைமடங்கள் ஏற்படுத்தப்பட்டதையும் இம்மடங்களில் சபாபதி பூசை, குரு பூசை, மாகேசுவர பூசை ஆகியவை சிறப்புடன் நடைபெறுவதற்காகச் சில ஊர்களைத் தானமாக வழங்கப்பட்டதையும் முத்துவீரப்ப நாயக்கரின் சங்கரன் கோயில் செப்பேடு குறிப்பிடுகிறது.[123]

கன்னியாகுமரி பகவதி அம்மன் கோயில் சக்கரை தீர்த்தங்கரையில் அமைந்துள்ள திருஞானசம்பந்த பண்டார மடத்திற்குச் சொக்கநாத நாயக்கர், வடமலைப்பிள்ளை, திருமலைக்கொழுந்து பிள்ளை ஆகியோர் நலத்திற்காக நக்குடி, கரைக்குளம், பரிசூரியன்குளம் போன்ற பல இடங்களில் 'விரைகோட்டை' அளவில் புஞ்சை நிலம் அளிக்கப்பட்டதை சொக்கநாத நாயக்கர் கல்வெட்டு குறிப்பிடுகிறது.[124] சபாபதி பூசை, குரு பூசை, மாகேசுவர பூசை, அன்னதான பூசை ஆகிய பூசைகள் நடைபெறுவதற்காக நிலங்களும் பல கிராமங்களும்

வழங்கப்பட்டதோடு வரிகளும் வசூலிக்கப்பட்டதை சிவந்திபுரம் செப்பேடு[125] நெல்லை ஈசான மட செப்பேடு[126] அம்பாசமுத்திரம் செப்பேடு[127] ஆகிய செப்பேடுகள் கூறுகின்றன.

கும்பகோணம் மத்வ மடத்திற்கு அச்சுதப்ப நாயக்கர் சோழ நாட்டில் அருமொழிமங்கலம் எனும் ஊரைக் கொடையாக வழங்கியதையும் அந்த ஊர் 'அச்சுதப்ப சமுத்திரம்' எனப் பெயர் மாற்றம் செய்யப்பெற்றதையும் செப்பேட்டால் அறியமுடிகிறது.[128] சிக்கல் நவந்தேசுவரர் திருக்கோயிலுக்கு கிருஷ்ணமராசையன் என்ற அதிகாரியின் ஆணைப்படி, கமலை ஞானப்பிரகாசர் பரதேசி என்பவர் முத்திரையும் கணக்கெழுத்தும் சிறப்புறக் கொண்டு அருள்புரிய சர்வமான்யமாக நிலம் அளிக்கப்பட்டதை அச்சுதப்ப நாயக்கர் கல்வெட்டு குறிப்பிடுகிறது.[129]

உத்திரமேரூர் மகாசபையும் செஞ்சி கிருஷ்ணப்ப நாயக்கரும் அவருடைய அரசப்பிரதிநிதி நல்லபொம்மு நாயக்கரும் இணைந்து தேவிகாபுரத்தில் உள்ள ஈசான சிவாசாரியார் சேபாதநியன மடத்திற்குச் சொந்தமான உப்பாயத்தில் கிடைத்த வரிகளைத் தானமாக வழங்கியதையும் உப்பளத்திலிருந்து உப்பெடுத்து வர பன்னிரண்டு எருதுகளை தானமாக வழங்கியதையும் கல்வெட்டு குறிப்பிடுகிறது.[130]

திருவமுது

திருக்கோயில்களில் இறைவனுக்காகப் படைக்கப் பெறும் உணவுப் பொருட்கள் அனைத்தும் அமுது என்ற பெயரில் அழைக்கப்பட்டுள்ளன. அமிழ்து என்பதன் மரூஉ அமுதாகும். மன்னர்கள், அதிகாரிகள், தனிப்பட்டவர்கள் என பலரும் அமுதுபடிக்காக, நிலம், காசு, பொன், பொருள் ஆகியவற்றைத் தானமாகக் கொடுத்துள்ளனர். அரிசி, தயிர், நெய், கறி, வடைப்பருப்பு, தேங்காய், சர்க்கரை, பானகம், இளநீர், மஞ்சள், பொரி, வெல்லம், மிளகு, சீரகம், வாழைப்பழம், அதிரசம், அடைக்காய், அப்பம் போன்ற அமுதுகளின் பெயர்கள் நாயக்கர் கால ஆவணங்களில் காணப்படுகின்றன.

மேலச்சேவல் இறைவனுக்கு அப்பம் அமுது படைப் பதற்காகச் சில வரிகளை விசுவநாத நாயக்கர் கொடுத் துள்ளதைக் கல்வெட்டு குறிப்பிடுகிறது.[131] அப்பன் திருப்பதி கிராமத்திலுள்ள திருவேங்கடமுடையான் கோயிலில் விளக்கெரிக்கவும் திருஅமுது படைக்கவும் கட்டளை ஏற்படுத்திய வணிகர்கள், தாங்கள் வணிகம் செய்யும்போது

துலாம் ஒன்றுக்கு ஒரு பலம் என்ற அளவில் வெல்லமும் கால் படி நெய்யும் வழங்கியுள்ளதை அழகர்கோயில் கல்வெட்டு தெரிவிக்கிறது.[132] அழகர்கோயிலிலிருந்து அழகர் பெருமான் அப்பன் திருப்பதி திருவேங்கடமுடையான் கோயிலுக்கு எழுந்தருளும்போது திருவேங்கடமுடையான் கோயிலில் திருவாராதனை நடத்துவதற்காகக் கட்டளை ஏற்படுத்தி அழகர் ஸ்ரீபண்டாரத்திலிருந்து நாழி பருப்பு, கால்படி நெய், இரண்டுபடி தயிர், ஒரு பலம் வெல்லம், ஆழாக்கு நல்லெண்ணெய், அரை படி சிறுபயறு, காற்பலம் மிளகு, சீரகம், கடுகு, வெந்தயம், பஞ்சு ஆகியன கால் பலமும் ஒரு படி உப்பு, தளிகைக்கு கறி, பத்து வெற்றிலை பத்து பாக்கு என அமுதுகள் தரப்பட்டுள்ளதை இவ்வூரில் உள்ள மற்றொரு கல்வெட்டு குறிப்பிடுகிறது.[133] மேலும், இவ்வமுதுக்காக, கண்ணனேந்தல், கீழைப்பூதக்குடி ஆகிய கிராமங்களைச் சர்வமானியமாகக் கொடுக்கப்பட்டதையும் தெரிவிக்கிறது.

மேலப்பளூர் சேனை முதலியார் சன்னிதிக்குக் கிருஷ்ணப்ப நாயக்கர் உபயமாகக் கட்டளை அமைத்து அமாவாசைதோறும் பொரியமுது, வெல்லம், மிளகு, சீரகம், தேங்காய், வாழைப்பழம், அதிரசம், வடை, அடைக்காய் போன்ற அமுதுகளை இறைவனுக்குப் படைத்ததைக் கல்வெட்டால் அறியமுடிகிறது.[134] கன்னியாகுமரி பகவதி அம்மன் கோயில் பூசையின் போது அமுதுபடி செய்வதற்காக நாள்தோறும் சோறு குறுணி அளவில் மாதம் ஒன்று இருகலன் தூணி பதக்கு வழங்கப்பட்டதை முத்துவீரப்ப நாயக்கர் கல்வெட்டு கூறுகிறது.[135]

திருவரங்கம் அரங்கநாதப் பெருமாள் கோயிலுக்கு சாத்தாத வைஷ்ணவன் அழகியசிங்கர் மகன் முத்திரை ராமன் என்பவன் திருவாழி ஆழ்வான் கோயில் இறைவனுக்கும் இறைவிக்கும் நாள்தோறும் வடைப்பருப்பு, பருப்பு, தேங்காய், பழம், சர்க்கரை, பானகம், இளநீர், மஞ்சள் போன்ற அமுதுகள் வழங்கிய செய்தி சொக்கநாத நாயக்கர் கல்வெட்டில் கூறப்பட்டுள்ளது.[136] திருவரங்கம் அரங்கநாதர் கோயிலில் உள்ள செவ்வப்ப நாயக்கர் கல்வெட்டு அரங்கநாத சுவாமிக்குத் தோசை அமுது செய்யப்பட்டதை விளக்குகிறது.[137]

கொடைகள்

அரசர், அரசியர், அதிகாரிகள், தனிப்பட்டவர்கள் என பலரும் கொடையாக நிலம், பொன், பொருள், காசு, வரி ஆகியன அளித்துள்ளனர். இக்கொடையைப் பயன்படுத்தி,

திருக்கோயிலில் திருப்பணிகள், பூசைகள், திருவிழாக்கள் எனப் பல பணிகள் நடைபெற்றுள்ளன. கோயிலுக்கு நிலத்தை கொடையாக வழங்கியபோது நிலத்தின் உரிமையினைப் பல்வேறு பெயர்களில் உரிமையாக்கியுள்ளனர். அவை, தேவதான இறையிலி, ஊரமை இறையிலிப் பட்டயம், தேவதானம், திருவிடையாட்ட இறையிலி, திருநாமத்துக் காணி, சர்வமான்யம், காணியாட்சி சாசனப் பட்டயம், உதிரப்பட்டி ஆகிய பெயர்களில் நிலங்கள் உரிமையாக்கப்பட்டுள்ளன.

நிலக் கொடை

முத்துகிருஷ்ணப்ப நாயக்கரின் அரசப்பிரதிநிதி ராத தேவராயபம் படை ஆண்டவர் என்பவர் தச்சன்பட்டில் இருநூற்று ஐம்பது குழி நிலத்தினைச் செயநல்லூர் வன்னியராண்ட முதலியார்க்கு வழங்கியதைக் கல்வெட்டு கூறுகிறது.[138] முத்துவீரப்ப நாயக்கரின் நலத்திற்காக ஆழ்வார்குறிச்சி கோயிலுக்கு நிலம் வழங்கியதையும் வன்னிதீர்த்த குளம் அமைத்ததையும் கல்வெட்டு தெரிவிக்கிறது.[139] பருத்திப்பள்ளி புவனேசுவரர் கோயிலுக்கு அவினாசி குளத்தில் நிலமும்[140] கொளக்காநத்தம் மதனகோபால சுவாமிக்குத் திருவிடையாட்டமாக ஆயிரம் குழி நிலமும்[141] திருமலை நாயக்கரால் கொடையாக வழங்கப்பட்டுள்ளதைக் கல்வெட்டுகள் தெரிவிக்கின்றன. பழையகாயல் பெருமாள் திருக்கோயில் வீற்றிருக்கும் வராகப்பில்லான் என்ற இறைவனுக்கு நாயக்கர்களின் நன்மைக்காக செட்டியார், மரைக்காயமார் ஆகிய சமூகத்தைச் சார்ந்தவர்கள் இணைந்து காயல்குளம் என்ற ஊரினைக் கொடையாக அளித்துள்ளதைத் திருமலை நாயக்கர் கல்வெட்டால் அறியமுடிகிறது.[142] இலுப்பைக்குடி கலியபெருமாள் கோயிலுக்குப் பெரியகுடி அளகிரி நாயக்கரையய்யன் என்பவன் விசுவநாத நாயக்கர் புண்ணியத்திற்காக நீர்ப்பசையற்ற (புஞ்சை) நிலத்தை வழங்கியுள்ளதைச் சொக்கநாத நாயக்கர் கல்வெட்டு குறிப்பிடுகிறது.[143] பனையடிப்பட்டி விசுவநாத சுவாமிக்கு அபிஷேகத்திற்காக நிலம் வழங்கியுள்ளதைச் சொக்கநாத நாயக்கர் கல்வெட்டு குறிப்பிடுகிறது.[144] இம்மன்னனின் மற்றொரு கல்வெட்டு, திருமேனிநாதர் கோயிலுக்கு எறை வெங்கடபதி நாயக்கர் என்பவர் சூச்சநேரி, வடபாலை, பாதிவூர்நாடாகுளம் ஆகிய ஊர்களில் நிலம் வழங்கியதைத் தெரிவிக்கிறது.[145] உத்தமபாளையம் காளத்தீசுவரர் கோயிலுக்கு நஞ்சை நிலம் இருநூற்று ஐம்பது குழி இராணி மங்கம்மாள் வழங்கியுள்ளதைக்

கல்வெட்டு குறிப்பிடுகிறது.[146] இவ்வரசியே, திருவரங்கம் அரங்கநாதப் பெருமாளுக்கும் நிலம் வழங்கியுள்ளார்.[147]

செவ்வப்ப நாயக்கரின் நன்மைக்காகக் காளத்திநாத முதலியார் என்பவர் நிலக்கொடை வழங்கியதைப் பாப்புராஜபுரம் சிவன் கோயில் கல்வெட்டு தெரிவிக்கிறது.[148] சக்கரசாமம் சிங்கப்பெருமாள் கோயில்[149] திருவரங்கம் அரங்கநாதர் கோயில்[150] மூவலூர் திருக்கோயில்[151] சித்திரக்குடி சிவன் கோயில்[152] போன்ற கோயில்களுக்கு அச்சுதப்ப நாயக்கர் காலத்தில் நிலக்கொடைகள் வழங்கப்பட்டுள்ளதைக் கல்வெட்டுகள் குறிப்பிடுகின்றன. இரகுநாத நாயக்கரால் கோட்டூர் கொழுங்கீசுவரர் திருக்கோயில்[153] நெடுங்குன்றம் தர்மபுத்திரர் கோயில்[154] ஆகிய கோயில்களுக்கு நிலம் வழங்கப் பட்டதைக் கல்வெட்டுகள் தெரிவிக்கின்றன. திருவையாறு ஐயாறப்பர் திருக்கோயிலில் அமைந்துள்ள பஞ்சநதீசுவரர் கோயில்[155] திருகண்ணமங்கை பக்தவாத்சலப் பெருமாள் கோயில்[156] ஆகியவற்றிற்கு விசயராகவ நாயக்கரால் நிலக் கொடை வழங்கப்பட்டுள்ளன. ஜம்பை திருத்தான்தோன்றி ஈசுவரர் கோயிலுக்கு இலட்சுமிபதி நாயக்கர் நிலக்கொடை அளித்துள்ளார்.[157]

கிராமக் கொடை

திருவில்லிபுத்தூர் கிருஷ்ணன் கோயிலுக்குத் 'திருவேங்கட சமுத்திரம்' என்ற ஊரினை வீரப்ப நாயக்கர் கொடுத்துள்ளார்.[158] மேலும், வீரப்ப நாயக்கர் தாயான அன்னமுத்தம்மாள் என்பவர் திருவரங்கப் பெருமானுக்கு இரண்டு கிராமங்களைத் தானம் கொடுத்துள்ளார்.[159] கிருட்டிணப்ப நாயக்கர் மதுரை நாயக்க ஈசுவரமுடையார் கோயிலுக்குத் தங்கலாச்சேரி ஊர் முழுவதும் சர்வமானியமாக கொடுத்துள்ளதைக் காணமுடிகிறது.[160] கிருஷ்ணப்ப நாயக்கரின் காரியகர்த்தர் அய்யங்காரய்யர் என்பவரும் வெண்பார் சீர்மை நாட்டாரும் மதனகோபாலசுவாமி கோயிலுக்கு நொச்சியம் கிராமத்தைச் சர்வமானியமாகக் கொடுத்துள்ளதைக் கல்வெட்டு குறிப்பிடுகிறது.[161] முத்துவீரப்ப நாயக்கர் காலத்தில் திருவரங்கம் அரங்கநாத சுவாமிக்கு அறக்கட்டளைக்காக இராமானுச கூடத்து வாசுதேவய்யங்காரிடத்தில் இசனைக்குறை, நாணக்குறை என்ற இரு கிராமங்கள் வழங்கப்பட்டதைக் கல்வெட்டு மூலம் அறியமுடிகிறது.[162]

சொக்கநாத நாயக்கரின் நன்மைக்காக இளஞ்சி என்ற கிராமம் கொடையாக இறைவனுக்கு அளிக்கப்பட்டுள்ளது.[163] அபிராமி பதுமகிரீசுவரன் கோயிலுக்கு அமட்டரை,

தோப்பம்பட்டி, மேலைக்கோட்டை ஆகிய கிராமங்களைச் சார்ந்த நிலங்களையும் மகமை, சிறுமலை போன்ற வரிகளையும் கோயிலுக்கு இறையிலியாகக் கொடுக்கப்பட்டுள்ளதை விசயரங்க சொக்கநாத நாயக்கரின் திண்டுக்கல் செப்பேடு தெரிவிக்கிறது.[164]

அச்சுதப்ப நாயக்கர், தந்தையின் நலத்திற்காகச் சிதம்பரம் சிதம்பரேசுவரர்க்கும் சிவகாமி அம்மைக்கும் திருவேட்களம் என்ற கிராமத்தினைத் தானமாக வழங்கியுள்ளார்.[165] அருள்நந்தி தேவபண்டாரம் என்பவர் நார்த்தாம்பூண்டி கிராமத்தினைக் கைலாசமுடையார் கோயிலுக்கு வழங்கியதையும்[166] திருவரங்கம் அரங்கநாதர் கோயிலுக்கு இருபத்தைந்து கிராமங் களைப் பொலியூட்டாக வழங்கியதையும்[167] அச்சுதப்ப நாயக்கர் கல்வெட்டுகள் தெரிவிக்கின்றன. இராமசேதுவில் அச்சுதப்ப நாயக்கர் இருந்தபோது சோழமண்டலத்திலுள்ள ஒரு கிராமத்தினை உத்திரகோசமங்கை மங்களேசுவரர் திருக்கோயிலுக்கு அளித்துள்ளார்.[168] காஞ்சிபுரம் அருளாளப் பெருமாள் கோயிலுக்கு ஐந்து கிராமங்களையும் அக்கிராமத்திலிருந்து வசூலிக்கப்பெறும் வரியினையும் கொடையாக அளித்துள்ளதை அச்சுதப்ப நாயக்கர் கல்வெட்டு குறிப்பிடுகிறது.[169] ஆரணி கைலாசநாதர் கோயிலுக்குத் துவரனேந்தல், காளசமுத்திரம் என்னும் இரு ஊர்களைத் தேவதானமாக கொடுத்துள்ளதை வேலூர் பொம்மு நாயக்கர் கல்வெட்டு குறிப்பிடுகிறது.[170]

அறக்கொடை

செவ்வப்ப நாயக்கரின் புண்ணியத்திற்காக நல்லம நாயக்கர் என்பவர் சித்தாய்மூர் பெருமாள் கோயிலுக்கு அளித்த அறக்கொடை பற்றியும்[171] நெடுங்குன்றம் செவ்வப்ப நாயக்கர் புண்ணியத்திற்காக அச்சுதப்ப நாயக்கர் திருவாரூர் தியாகராசசுவாமிக்குச் சர்வமானிய கட்டளையாக வைத்த அறக்கொடை பற்றியும்[172] செவ்வப்ப நாயக்கருக்காக மழவராயர் அளித்த கொடை பற்றியும் திருப்பாலைப்பந்தல் கோயில் கல்வெட்டு குறிப்பிடுகிறது.[173] கோவிந்தகுடியில் சக்கரை அப்பர் என்பவர் செவ்வப்ப நாயக்கர் பெயரில் தர்மம் கொடுத்துள்ளார்.[174] நாகத்தி எனும் ஊரிலுள்ள திருவேங்கட நாதய்யாவுக்கு செவ்வப்ப நாயக்கர் ஆர்க்காடு கிராமத்தை வழங்கியதை அறியமுடிகிறது.[175] அச்சுதப்ப நாயக்கரின் தந்தை செவ்வப்ப நாயக்கரின் பேரில் திருவாரூர் வன்மீகநாதர் கோயிலுக்குத் தர்மமாக அளிக்கப்பட்ட அறக்கொடை பற்றிக் கூறுகிறது.[176]

கோவிந்ததீட்சிதர் புண்ணியமாக அச்சுதப்ப நாயக்கர் திருப்பூந்துருத்தி புஷ்பவனேசுவரர் கோயிலுக்கும் இறைவி அழகாலமர்ந்த அம்மைக்கும் அறக்கொடைகள் வழங்கியுள்ளார்.[177] இரகுநாத நாயக்கர், கோவிந்த தீட்சிதர் ஆகியோர் நலம்பெற வேண்டி நத்தமங்குடி ஆதிமூலப் பெருமாளுக்கு நிவந்தம் அளிக்கப்பட்டுள்ளது.[178] இரகுநாத நாயக்கரின் அரசப்பிரதிநிதி மல்லப்ப நாயக்கர் அச்சுதமங்கலம் சோமநாத தேவர் கோயிலுக்கு அறக்கொடை வழங்கியுள்ளார்.[179] சிவபுரம் செப்பேடு இரகுநாத நாயக்கர் செய்த அறக்கொடை பற்றிக் குறிப்பிடுகிறது.[180]

இரகுநாத நாயக்கரின் அரசப்பிரதிநிதி திருமலைக் கொழுந்துப் பிள்ளையும் தொண்டைமானும் தென்பள்ளிப்பட்டு பெருமாள் கோயிலுக்கு நாயக்கர் நலத்திற்காக வழங்கிய அறக்கொடையினைக் குறிப்பிடுகிறது.[181] இரகுநாத நாயக்கரின் நன்மைக்காக வழங்கிய கொடையைப் பற்றி கும்பகோணம் பொற்றாமரைக் குளக் கல்வெட்டு தெரிவிக்கிறது.[182] விசயராகவ நாயக்கரின் பேரில் சிங்கம நாயக்கர் நெடுங்குன்றம் தீர்க்காசலேசுவரர் கோயிலுக்கு அளித்த அறக்கொடை பற்றிக் குறிப்பிடுகிறது.[183]

பௌத்த சமயம்

பண்டைய காலத்தில் பௌத்த சமயம் செல்வாக்கோடு திகழ்ந்தது. பல்லவர், பாண்டியர், சோழர் காலத்தில் பௌத்த சமயப் பள்ளிகளும் விகாரைகளும் கட்டப்பட்டு அவற்றிற்குக் கொடைகளும் வழங்கப்பட்டுள்ளன. விசயநகர—நாயக்கர் காலத்தில் பௌத்த சமயத்தின் சில சுவடுகளே கிடைக்கின்றன.

திருமலைராஜபுரத்தில் புதியதாகப் பாசன வாய்க்கால் செவ்வப்ப நாயக்கர் காலத்தில் வெட்டப்பட்டுள்ளது. இவ்வாய்க்கால் வெட்டியதால் எலந்துறை புத்தர் கோயிலுக்குச் சொந்தமான நிலத்திற்கு இழப்பு ஏற்பட்டது. திருமலைராஜபுரத்து ஊரார் தங்கள் ஊரில் உரிய அளவு நிலத்தைப் புத்தர் கோயிலுக்கு வழங்கி ஈடுசெய்ததை கும்பகோணம் கல்வெட்டு குறிப்பிடுகிறது.[184] இக்கல்வெட்டின் மூலம் எலந்துறையில் பௌத்த சமயம் சிறப்புற்று விளங்கியதை அறியமுடிகிறது.

சமண சமயம்

தமிழகத்தில் சமண சமயம் சுமார் 2000 ஆண்டுகளுக்கு முன்பே பரவியிருந்தது. சைவ — வைணவப் பெரியார்களும்

தத்துவ மேதைகளும் தோன்றி சமண — பௌத்த மதங்களின் பெருமை குறையக் காரணமாக இருந்தனர். சமண சமயத்தின் புகழ் முழுவதும் குன்றாமல் பல இடங்களில் கோயில்களும் மடங்களும் கி.பி.16—17ஆம் நூற்றாண்டு வரை செயல்பட்டு வந்தன என்பதற்கு போதிய சான்றுகள் கிடைக்கின்றன. நாயக்கர் ஆட்சிக் காலத்தில் படைவீடு, சந்திரகிரி, ஜைனகாஞ்சி, செம்பை, கரந்தை, நாகர்கோயில், அனுமந்தகுடி ஆகிய இடங்களில் உள்ள சமண ஆலயங்களுக்கு நிலக்கொடைகள் வழங்கப்பட்டுள்ளன.

அச்சுதப்ப நாயக்கரின் அரசப்பிரதிநிதி திம்மப்ப நாயக்கர் சிற்றாமூர் சிம்மபுரிநாத சுவாமி திருக்கோயிலில் மேளம், உடோல், நாகசுவரம், நட்டுவம் ஆகிய பணிகளுக்காக ஐந்து நபர்களுக்கு ஊதியமாக வடக்குக் குளத்தில் கழனிகள், கொல்லை, கிணறு, பட்டடைகள் போன்றவற்றைக் கொடையாக வழங்கியதைச் சிற்றாமூர் குளக்கரைக் கல்வெட்டு விவரிக்கிறது.[185]

இசுலாமிய சமயம்

நாயக்க மன்னர்கள் சைவ—வைணவ சமயங்களில் மிகுந்த ஈடுபாடுடையவராயினும் இசுலாமிய சமயத்திற்கும் ஆதரவு அளித்துவந்துள்ளனர். இக்காலத்தில் இசுலாமிய சமயம் சிறப்புற்று விளங்கியிருந்ததை ஆவணங்களின் மூலம் அறியமுடிகிறது. நாயக்கர் ஆட்சியில் இசுலாமியர்கள் படைத் தளபதிகளாகவும் பலர் உயர் அதிகாரிகளாகவும் இருந்துள்ளனர். அக்காலத்தில் பல பள்ளிவாசல்களுக்கும் தர்காக்களுக்கும் கொடை வழங்கியதோடு இசுலாமிய ஞானியர்கட்கும் தாராளமான கொடைகளை வழங்கிவந்துள்ளனர்.

மதுரை — கோரிபாளையம் பள்ளிவாசலுக்கு பதினான்காயிரம் பொன்னையும் சோளிகுடி, சொக்கிகுளம், வீவிகுளம், கண்ணானேம்பல், சிறுத்தூர், திருப்பாலை என்ற ஆறு ஊர்களையும் கூன்பாண்டியர் ஆட்சிக் காலத்தில் கொடையாக வழங்கியுள்ளார். நாயக்கர் ஆட்சியில் பள்ளிவாசலுக்கும் ஆறு ஊர்களின் நிர்வாகிகளுக்கும் அவ்வூர் உரிமை பற்றிய தகராறு ஏற்பட்டது. அப்பொழுது, வீரப்ப நாயக்கர் பள்ளிவாசலுக்கு நேரில் சென்று விசாரணை செய்து மேற்கண்ட ஊர்களின் ஆவணங்களைப் பார்வையிட்டு, பள்ளிவாசல் நிர்வாகிகள் கோரிக்கையில் நியாயம் இருப்பதை அறிந்து, ஆறு ஊர்களையும் மீண்டும் பள்ளிவாசலுக்கு அளித்ததை வீரப்ப நாயக்கர் கல்வெட்டு குறிப்பிடுகிறது.[186]

நத்தம் பாளையக்காரரார் இலிங்கைய நாயக்கரிடம் சிங்கார ராவுத்தர், வத்தலை ராவுத்தர் என இசுலாமிய அலுவலர்கள் இருந்துள்ளதைக் காணமுடிகிறது. கி.பி.1604 ஆம் ஆண்டு கருங்காலங்குடி அருகிலமைந்த ஊர்களில் கள்ளர்கள் திருட வந்ததையும் அத்திருடர்களை, சிங்கார ராவுத்தரும் வத்தலை ராவுத்தரும் பிடித்துக் கொடுத்ததையும் கருங்காலக்குடி உப்புசுனையில்உள்ள கல்வெட்டு உணர்த்துகிறது.[187] கருங்காலக்குடியில் நீர்ப்பாசன வசதிக்காக வத்தலை ராவுத்தர் மடை ஒன்றை அமைத்ததையும் அம்மடை 'வத்தலை ராவுத்தர் தந்தமடை' என்று குறிக்கப்பட்டதையும் மற்றொரு கல்வெட்டு அறிவிக்கிறது.[188]

மிருகான் பாயி, இப்ராகிம் கான்பாயி, தாவூத்கான் பாயி ஆகிய இசுலாமியப் படைத்தலைவர்களின் பெயர்களை விசயநாராயணத்தில் உள்ள விசயரங்க சொக்கநாத நாயக்கர் கல்வெட்டு குறிப்பிடுகிறது.[189] திருச்சிராப்பள்ளி தர்காவிற்குச் சில கிராமங்கள் தானமாகக் கொடுக்கப்பட்டதை இராணி மங்கம்மாள் செப்பேட்டால் அறியமுடிகிறது.[190] சமயபுரம் உள்கிடை கிராமமான கண்ணனூர் மசூதியைப் பராமரிப்புப்பணி செய்வதற்காக இராமுதுலாவிடம் இராணி மீனாட்சியார் கொடை வழங்கியுள்ளார்.[191]

நாஞ்சிக்கோட்டையில் உள்ள கள்ளர் மரபினர் ஐந்து மண்ணையார்களை அழைத்து தஞ்சாவூர் நகர சமசுப்ரு பள்ளிவாசலுக்கு ஏழு வேலி நிலம் அளிக்க வேண்டும் என்று செவ்வப்ப நாயக்கர் ஆணையிட்டதையும் அதன்படி அவர்கள் நிலம் கொடுத்த செய்தியையும் கல்வெட்டு கூறுகிறது. இத்தானத்திற்குச்சூத்திரர், பிராமணர், தீங்கு செய்தால் காசி, இராமேசுவரத்தில் காராம்பசுவைக் கொன்ற பாவத்தையும் இசுலாமியர் தீங்கு செய்தால் மக்கத்துப் பள்ளியிலே தாயைச் சேர்ந்த பாவத்தையும் பெறுவர் என்று கூறப்பட்டுள்ளது.[192] நாகூர் தர்கா உள்மினாரை விசயராகவ நாயக்கரின் அதிகாரி நாகூர் மீரா ராவுத்தர் கட்டிக் கொடுத்ததை நாகப்பட்டினம் கல்வெட்டு குறிப்பிடுகிறது.[193]

காசுகளில் தெய்வ உருவங்கள்

நாயக்கர் காலத்தில் செம்பு, வெள்ளி போன்ற உலோகங்களில் காசுகள் வெளியிடப்பட்டுள்ளன. இக்காசுகளில் தெய்வ உருவங்கள், குறியீடுகள், விலங்குகள், பறவைகள் எனப் பல்வேறு உருவங்களைச் சமய வேறுபாடு கருதாமல் பொறித்துள்ளனர்.

முதலாம் கிருஷ்ணப்ப நாயக்கரால் வெளியிடப்பட்ட காசுகளில் அமர்ந்தகோலத்தில் பாலகிருஷ்ணனும் முதலாம் வீரப்ப நாயக்கர் காசுகளில் நின்றநிலையில் திருமாலும் முத்துவீரப்ப நாயக்கர் காசுகளில் அனுமன், வில் அம்புடன் இராமன், திருமால், கூர்ம அவதாரம் போன்ற இறைவுருவங்களும் பொறிக்கப்பட்டுள்ளன. இராணி மங்கம்மாள் காசுகளில் அனுமன், நரசிம்மன், இரணிய வதம், சரஸ்வதி, கருடன், கணபதி, கஜெலட்சுமி, நர்த்தன கிருஷ்ணன், மச்சவதாரம், காலிங்க நர்த்த கிருஷ்ணன், சிவலிங்கம், இராமன், சீதை, அனுமன் ஆகிய உருவங்கள் பொறிக்கப்பட்டுள்ளன.

தஞ்சை செவ்வப்ப நாயக்கரால் வெளியிடப்பட்ட காசுகளில் அமர்ந்த நிலையில் சிவனும் பார்வதியும் அச்சுதப்ப நாயக்கர் காசுகளில் கைகளில் அம்பு வில்லுடன் இராமனும், சிவலிங்கத்திற்குப் பால் சொறியும் பசுவும், மயில்மீது அமர்ந்தநிலையில் முருகனும் பொறிக்கப்பட்டுள்ளன. இரகுநாத நாயக்கர் காசுகளில் அமர்ந்தநிலையில் சிவன் பார்வதி, பெண்தெய்வம், இலக்குமி நாராயணன், சஞ்சீவி மலையை தூக்கிச் செல்லும் அனுமன், வணங்கும் கருடன், துர்க்கை, கணபதி, முருகன், சிவலிங்கம், சிவலிங்கத்திற்குப் பால் பொழியும் பசு, திருமகள் ஆகிய உருவங்கள் காணப்படுகின்றன. விசயராகவ நாயக்கர் காசுகளில் நரசிம்மர், இலட்சுமி, கருடன் போன்ற உருவங்கள் காணப்படுகின்றன. அளகிரி நாயக்கர் காசுகளில் சிவன் பார்வதி உருவங்கள் பொறிக்கப்பட்டுள்ளன.

செஞ்சி கிருஷ்ணப்ப நாயக்கர் காசுகளில் அம்பேந்திய இராமன் உருவமும், கொண்டம நாயக்கர் காசுகளில் வருணனும், வெங்கடப்ப நாயக்கர் காசுகளில் பெண்தெய்வம், வேணு கோபாலர், திருமால், அனுமன், கணபதி, உமாசகிதமூர்த்தி, கங்காதரமூர்த்தி, பாலகிருஷ்ணன், வீரபத்திரர், இலட்சுமி நாராயணர், ஸ்ரீதேவி பூதேவியுடன் திருமால் போன்ற உருவங்களும் காணப்படுகின்றன. மேலும், சமயக் குறியீடுகளாகச் சூரியன், சந்திரன், சூலம், காளை, சங்கு, சக்கரம், நந்தி, புருசாமிருகம் போன்றவை நாயக்கர் காலக் காசுகளில் காணப் படுகின்றன.

செப்புத் திருமேனிகள்

இரகுநாத நாயக்கரின் காரியக்கர்த்தர் நாராயண ராஜா என்பரிடம் களக்குடி ஊரவர் அரண்மனைக்குச் செலுத்த வேண்டிய முப்பது பொன் வருவாயிலிருந்து இறைவன்,

இறைவி செப்புத் திருமேனிகள் செய்து வழிபாடுகள் செய்ய வழங்கப்பட்டதை நொடியூர் ஆதிபுரிசுவரர் கோயில் கல்வெட்டு தெரிவிக்கிறது.[194]

திருவாலங்காடு வடவாரண்டேசுரர் திருக்கோயிலில் பூரணி, புஷ்கலா இருவருடன் அய்யனார் அமர்ந்த கோலத்திலும் வள்ளி தெய்வானையுடன் முருகன் நின்ற கோலத்திலும் காணப்படுகின்றனர். அய்யனார் பீடத்தில், "சகம் 1536 க்குமேல் செல்லா நின்ற ஆனந்த வருடத்தில் சித்திரை மாதம் 14ஆம் நாளில் காரிக்குடியைச் சேர்ந்த கோனேரியப்பன்"[195] என்றும் முருகப் பெருமானின் பீடத்தில், "சகம் 1540க்கு மேல் செல்லாநின்ற காளயுக்தி ஆண்டு வைகாசி மாதம் 21ஆம் நாளில் கோனேரியப்பனின் நன்மைக்காகக் கட்டளை வாஞ் சிநாதன்"[196] என்ற குறிப்புகள் எழுதப்பட்டுள்ளன.

கோயில் ஆட்சிக் குழுக்கள்

திருக்கோயில்களுக்குக் கொடையாக வழங்கப்பட்ட நிலம், பொருள், பணம், வரி ஆகியவற்றைச் சிறந்தமுறையில் நிர்வாகம் செய்வதற்கென்று ஆட்சிக் குழுக்கள் இருந்தன. இக்குழுக்கள் வருவாய், செலவுகள், சமுதாயப் பொருளியல் போன்ற நிகழ்வுகளில் முக்கிய இடத்தைப் பெற்றிருந்தன. கோயில் ஆட்சிப் பொறுப்புகளை,

1. அரசன் (அ) அவரால் தேர்ந்தெடுக்கப் பெற்றவர்.

2. சபை, ஊர், நகரம் கிராம ஆட்சிக்குழு ஆகியவற்றால் தேர்ந்தெடுக்கப் பெற்ற உறுப்பினர்.

3. பதிபாதமூலம், பட்டுடை முதலிய அந்தண அருச்சகக் குழுக்கள்.

4. கோயில் ஆட்சிப் பொறுப்பில் நேரடியாக ஈடுபட்ட தேவகன்மிகள், வாரியங்கள், கணம் போன்ற ஆட்சிக் குழுக்கள் முதலியன.

என நான்கு வகையாகப் பட்டியலிட்டுக் காட்டுகிறார் அ.கிருட்டினன்.[197]

தமிழகத்தில் பல்லவர், பாண்டியர், சோழர் ஆட்சிக் காலத்திலிருந்தே கோயில் ஆட்சிக்குழுக்கள் இருந்ததைக் கல்வெட்டுகள் மூலம் அறியமுடிகிறது. இக்குழுக்கள் பதி, பாதமூலம், பட்டுடை, மூலப்படை, தேவகன்மிகன், சபை, நகரம், வாரியம், கணம், கணப்பெருமக்கள் போன்ற பெயர்களில் இருந்துள்ளன. இவ்வமைப்புகள் திருக்கோயில்களில் நேரடித் தொடர்புகொண்டிருந்தன.

நாயக்கர் காலத்தில் ஸ்ரீகாரியம் செய்வோர், ஸ்ரீபண்டாரம் ஆகிய பெயர்களில் கோயில் ஆட்சிக் குழுக்கள் செயல்பட்டன. இக்குழுக்கள் கோயிலுக்குக் கொடையாக வழங்கப்பட்ட நிலம், பணம், பொன், வரி போன்றவற்றை நிர்வாகம் செய்ததோடு கோயில்களில் நடைபெறும் கட்டளை, வழிபாடு, திருவிழா, திருப்பணி ஆகிய பணிகளிலும் தங்களை ஈடுபடுத்திக்கொண்டுள்ளன. சிறப்புப் பெற்ற கோயிலில் நிர்வாகம் செய்வதற்காக ஒவ்வொரு கோயிலிலும் ஆட்சிக் குழுக்கள் இருந்துள்ளன.

குமரிப்பகவதி நாச்சியார் கோயில் சீபண்டாரம் முத்துவீரப்ப நாயக்கர் காலத்திலும்[198] குளக்கானத்தூரில் மதன கோபால சுவாமி சேனாபதி ஆழ்வார் ஸ்ரீ பண்டாரம் திருமலை நாயக்கர் காலத்திலும்[199] கன்னியாகுமரியில் மடதிருப்புறம் திருஞானசம்பந்த பண்டாரம் சொக்கநாத நாயக்கர் காலத்திலும் செயல்பட்டுள்ளதைக் காணமுடிகிறது.[200]

அரச மரியாதை

பண்டைய காலம் முதல் அரசரையும் பெரியவரையும் பார்க்கும்போது பரிசுப் பொருள்கள் பலவற்றை அவர்கள் முன்வைத்துக் காண்பது வழக்கமாக இருந்துள்ளது. இதனைப் பாதகாணிக்கை என்று செப்பேடுகள் குறிப்பிடுகின்றன. திருமலை நாயக்கரைப் பயணத்தின் போது பார்த்தவர்கள் அவருக்குக் காணிக்கையாய்ப் பல பொருள்களை வைத்து மரியாதை செலுத்தினர். இராஜாக்காபட்டி செப்பேடு திருமலை நாயக்கர் குமரக்கோயில் படைவீடு வந்திருந்தபோது திருவத்தேவன், பேயத்தேவன் ஆகியோர் பாதகாணிக்கையாகப் பணம், அரிசி, ஆடு, பசு, தங்கப்பூ, வெள்ளிப்பூ ஆகியவற்றை முன்வைத்து வணங்கி, கோவலங்கணவாய் அருகில் அமைந்திருந்த பிள்ளையார் கோயில், சுமைதாங்கிக் கல், கிணறு, தண்ணீர்ப்பந்தல் ஆகியவற்றிற்கு மானியம் வழங்க வேண்டியுள்ளனர் என்பதைத் தெரிவிக்கிறது.[201]

திருமலை நாயக்கர் அரசப்பட்டிக்கு வந்திருந்தபோது வீடுக்கும்பன் என்பவன் அரிசி, பருப்பு, ஆட்டுக்கிடாய், பசு, பாதகாணிக்கையாகப் பணம் இருபது ஆகியவற்றுடன் சென்று வணங்கினான். நாயக்கர் தண்ணீர் பாய்ச்சும் நீராணிக் குடும்பனுக்கு நிலம் மானியம் கொடுத்துள்ளதை அரசப்பட்டிச் செப்பேடு தெரிவிக்கிறது. இத்தகைய பாத காணிக்கைகள் மானியம், நாட்டாண்மை, கம்பிளி அதிகாரம் ஆகியவற்றைப் பெறுவதற்காக வழங்கியுள்ளனர்.[202]

திருவண்ணாமலையில் அச்சுதப்ப நாயக்கரால் உருவாக்கப்பட்ட பேட்டையில் மண்டபம் கட்டப்பட்டு அங்கு இறைவனை எழுந்தருளச் செய்துள்ளனர். இவ்விறைவனுக்கு நடைபெறும் விழாவில் அச்சுதப்ப நாயக்கர் பட்டுகட்டிக் கொள்வதற்கு வரமுடியாத போது அவருக்குப் பதிலாக கோயில் கண்காணிப்பாளர் விருபாட்சய்யன் பட்டுகட்டிக் கொள்வதற்கு உரிய ஆணை வழங்கியதை அறியமுடிகிறது.[203] தஞ்சை ரகுநாத நாயக்கர் டென்மார்க் மன்னர் நான்காம் கிருஷ்டியன் என்பவர்க்கு எழுதிய நட்புறவுக் கடிதமான பொன்னோலையில் அரசர் நலம் விசாரித்ததோடு பரிசாக பீதாம்பரம், புருசூர் துப்பட்டி, படாங்க பச்சவடம், எழுத்துப்பட்டி, சமதாடு, தோப்பாகத்தி, சிங்க உருவம் உள்ள கட்டாரி, சூகக் கடாரி, சிங்கரம் ஆகிய பொருட்களை வழங்கியுள்ளார்.[204]

வாணவேடிக்கை

திருவிழாக் காலங்களில் வாணவேடிக்கை நிகழ்த்தும் வழக்கம் தமிழ்நாட்டில் இருந்துள்ளது. விழாக் காலங்களில் வெடிகளைத் தயாரிக்கவும் வெடிக்கவும் ஒரு குறிப்பிட்ட சமூகம் இயங்கிவந்துள்ளது. உப்பிலிய நாயக்கர் மடச் செப்பேடு, மதுரை விசயரங்க சொக்கநாத நாயக்கர் நவராத்திரிக் கொலுவில் வீற்றிருந்தபோது கற்பூர செட்டிகள் வாணவேடிக்கை நிகழ்த்தியதைக் கண்டு மகிழ்ந்து அச்செட்டிகளுக்கு நிலம் தானமாக வழங்கியதைக் குறிப்பிடுகிறது.[205]

நாயக்கர் காலத்தில் கோயில்கள் திருப்பணி செய்வதற்காகப் பொன், காசு, நிலம் ஆகியன கொடையாக வழங்கியதோடு மட்டுமல்லாமல் விழாக்கள், வழிபாடுகள், அன்னதானக் கட்டளை ஆகியன தொடர்ந்து நடை பெறுவதற்காகக் திருக் கோயில்களில் ஆட்சிக் குழுக்களை அமைந்து சிறந்தமுறையில் நிர்வகிக்கப்பட்டதைக் காணமுடிகிறது. பௌத்த சமயம், சமண சமயம், இசுலாமிய சமயம் ஆகியவற்றிற்கும் நாயக்க மன்னர்கள் சமயவேறுபாடு கருதாமல் ஆதரவு நல்கியுள்ளனர்.

குறிப்புகள்

1. சா.பாலுசாமி, நாயக்கர் காலக் கலைக்கோட்பாடுகள், ப.156.
2. அ.கி.பரந்தாமனார், மதுரை நாயக்கர் வரலாறு, ப.85.
3. A.R.E., 407 of 1907.
4. S.I.I., Vol.V, No:410.

5. A.R.E., 497 of 1916, 494 of 1916.

6. A.R.E., 84 of 1905, 10 of 1913, 13 of 1981, 36 of 1905, 177 of 1895, 470 of 1907.

7. சொ.சாந்தலிங்கம் மற்றும் பலர், தமிழ்நாட்டுக் கல்வெட்டுகள், தொகுதி—3, 195/2005.

8. அ.கி.பரந்தாமனார், மதுரை நாயக்கர் வரலாறு, ப.85.

9. S.I.I., Vol.XXIV, No:551, A.R.E., 104 of 1937-38.

10. P.R.Srinivasan, Tiruvannamalai a saiva sacred complex of South India, Inscription, No: 430, A.R.E., 421 of 1926.

11. S.I.I., Vol. IV, No:401, A.R.E., 76 of 1890.

12. P.R.Srinivasan, Tiruvannamalai a saiva sacred complex of South India, Inscription, No: 430. A.R.E., 421 of 1926.

13. A.R.E., 421 of 1926, Dated AD.1583 and 259 of 1913.

14. A.R.E., 362 of 1916.

15. A.R.E., 352 of 1913

16. S.I.I.,Vol. 24, No:544.

17. Epigraphia.Indica, Vol. IX, p.344.

18. A.R.E., 114 of 1930-31.

19. தென்னிந்தியக் கோயிற் சாசனங்கள், பாகம்—2, எண்.1066.

20. A.R.E., 35 of 1908.

21. தென்னிந்தியக் கோயிற் சாசனங்கள், பாகம்—2, எண்.808,

22. A.R.E., 101 of 1938-39.

23. A.R.E., 10 of 1936-37.

24. A.R.E., 49 of 1937-38.

25. A.R.E., 48 of 1937-38.

26. பொ.இராசேந்திரன் மற்றும் பலர், அழகர்கோயில் கல்வெட்டுகள், பக்.88—90.

27. S.I.I., Vol.24, No:565, A.R.E., 101 of 1938-39.

28. A.R.E., 280 of 1938-39.

29. A.R.E., 380 of 1919.

30. A.R.E., 286 of 1927.

31. A.R.E., 290 of 1927.

32. வை.சுந்தரேச வாண்டையார், தஞ்சாவூர் இராஜ ஜேஸ்வரக் கல்வெட்டு வரலாறு, ப.24.

33. P.R.Srinivasan, Tiruvannamalai a saiva sacred complex of South India, Inscription, No:436.

34. குடவாயில் பாலசுப்ரமணியன், கபிலக்கல், ப.56.

35. A.R.E., 97 of 1936-37.

36. A.R.E., 10A of 1921-22.

37. ஆவணம், இதழ்—17, ப.70.

38. சிதம்பரம் மயில்வாகனன், வரலாற்றில் சிதம்பரம் நடராஜர் கோயில், தொகுதி—1, ப.290.

39. A.R.E., 262 of 1941-42.

40. A.R.E., 293 of 1916.

41. அ.கிரிட்டினன், சேலம்—நாமக்கல் மாவட்டக் கல்வெட்டுகள், எண்.229.

42. P.R.Srinivasan, Tiruvannamalai a saiva sacred complex of South India, Inscription, No.445, 446.

43. சு.இராசகோபால், ச.கிருஷ்ணமூர்த்தி, கிருஷ்ணகிரி மாவட்டக் கல்வெட்டுகள், பக்.217—218.

44. A.R.E., 266 of 1916.

45. A.R.E., 256, 257, 264, 271, 273 of 1916.

46. S.I.I.,Vol. XXIII, No. 470.

47. A.R.E., 556 of 1911.

48. A.R.E., 221 of 1993-94.

49. P.R.Srinivasan, Tiruvannamalai a saiva sacred complex of South India, Inscription, No.426.

50. மேலது, எண்.431.

51. A.R.E., 78 of 1946-47.

52. தென்னிந்தியக் கோயிற் சாசனங்கள், பாகம்—2, எண்.720.

53. P.R.Srinivasan, Tiruvannamalai a saiva sacred complex of South India, Inscription,No. 432.

54. ஆ.பத்மாவதி, நன்னிலம் கல்வெட்டுகள், மூன்றாம் தொகுதி, எண்.*459 / 1978.*

55. அ.இராகவன், தமிழ்நாட்டுத் திருவிளக்குகள், ப.*44.*

56. தே.கோபாலன், திருநெல்வேலி மாவட்ட கையேடு, ப.*37.*

57. செ.இராசு, கொங்கு வேளாளர் கல்வெட்டும் காணிப்பாடலும், பக்.*139—140.*

58. A.R.E., 376 of 1912.

59. A.R.E., 460 of 1922.

60. அ.கி.பரந்தாமனார், மதுரை நாயக்கர் வரலாறு, பக்.*338—339.*

61. A.R.E., 287 of 1941-42.

62. A.R.E., 559 of 1911.

63. S.I.I., Vol.24, No. 544.

64. A.R.E., 428 of 1916.

65. ப.கருணானந்தன், வீரபாண்டி செப்பேடு, கல்வெட்டு, இதழ்—*21,* பக்.*6—13.*

66. A.R.E., 663 of 1916.

67. A.R.E., 87 of 1905.

68. தென்னிந்தியக் கல்வெட்டுகள், தொகுதி—*23,* எண்.*122,*

69. A.R.E., 122 of 1907.

70. நடன.காசிநாதன் மற்றும் பலர், திருமலை நாயக்கர் செப்பேடுகள், பக்.*13—17.*

71. மேலது, பக்.*42—45.*

72. ஆவணம், இதழ்—*10,* பக்.*72—74.*

73. ஆவணம், இதழ்—*10,* ப.*75.*

74. தென்னிந்தியக் கல்வெட்டுகள், தொகுதி—*23,* எண்.*122,* A.R.E., 122 of 1907.

75. S.I.I., Vol.XXIV, No.507, A.R.E, 336 of 1952-53.

76. A.R.E., 383 of 1912.

77. ஆ.பத்மாவதி, நன்னிலம் கல்வெட்டுகள், மூன்றாவது

தொகுதி, *458 / 1978.*

78. A.R.E., 72 of *1925.*

79. A.R.E., *239* of *1927.*

80. S.I.I., Vol.XXIV, No:507, A.R.E., 336 of 1952-53.

81. A.R.E., 40 of 1923.

82. A.R.E., 166 of 1925.

83. ஆவணம், இதழ்—*15,* ப.*101.*

84. தே.கோபாலன், நெல்லை மாவட்ட கையேடு, ப.*78.*

85. ஆவணம், இதழ்—*15,* ப.*101.*

86. சு.இராசகோபால், தமிழகச் செப்பேடுகள், தொகுதி—*1,* பக்.*27—28.*

87. தே.கோபாலன், நெல்லை மாவட்ட கையேடு, ப.*78.*

88. மா.செந்தில்செல்வக்குமரன் மற்றும் பலர், கன்னியாகுமரி மாவட்டக் கல்வெட்டுகள், தொகுதி—*6,* பக்.*45—48.*

89. தென்னியந்தியக் கல்வெட்டுகள், தொகுதி—*7,* எண்.*842.*

90. ஆவணம், இதழ்—*15,* ப.*101.*

91. A.R.E., 237 of 1967-68.

92. நடன.காசிநாதன் மற்றும் பலர், திருமலை நாயக்கர் செப்பேடுகள், பக்.*46—47.*

93. மேலது, பக்.*78—80.*

94. பொ.இராசேந்திரன் மற்றும் பலர், அழகர் கோயில் கல்வெட்டுகள், பக்.*198—199.*

95. சு.இராசகோபால், தமிழகச் செப்பேடுகள், தொகுதி—*1,* பக்.*101—104.*

96. A.R.E., 697 of 1909.

97. தென்னிந்தியக் கோயிற் சாசனங்கள், பாகம்—*2,* ப.*660,* எண்.*7041,* A.R.E., 137 of 1905.

98. குடவாயில் பாலசுப்ரமணியன், தஞ்சாவூர் நாயக்கர் வரலாறு, ப.*63.*

99. S.I.I., Vol.23, No.497.

100. A.R.E, 423 of 1918.

101. P.R.Srinivasan, Tiruvannamalai a saiva sacred complex of South India, Inscription, No:435.

102. தென்னிந்தியக் கோயிற் சாசனங்கள், பாகம்.மி. எண்.1066, பக்.995—996, A.R.E., 119 of 1931.

103. குடவாயில் பாலசுப்ரமணியன், தஞ்சாவூர் நாயக்கர் வரலாறு, ப.153.

104. குடவாயில் பாலசுப்ரமணியம், திருவாரூர்த் திருக்கோயில், பக்.317—318. 105.A.R.E., 166 of 1925.

106. கோ.கிருஷ்ணமூர்த்தி, செஞ்சிப் பகுதியில் சமணம், ப.233.

107. ஆவணம், இதழ்—20, பக்.30—31.

108. A.R.E., 262 of 1916.

109. A.R.E., 272 of 1916.

110. A.R.E., 94 of 1993.

111. ஆ.பா.திருஞானசம்பந்தன், காஞ்சி மாவட்ட வரலாறு, ப.252.

112. நடன.காசிநாதன், மா.சந்திரமூர்த்தி, வேலூர் மாவட்டத் தடயங்கள், தொகுதி—2, ப.113.

113. சு.இராசகோபால், ச.கிருஷ்ணமூர்த்தி, கிருஷ்ணகிரி மாவட்டக் கல்வெட்டுகள், பக்.217—218.

114. செ.இராசு, கொங்கு வேளாளர் கல்வெட்டும் காணிப்பாடலும், ப.182.

115. ஆவணம், இதழ்—17, பக்.90—91.

116. வே.மகாதேவன், ஸ்ரீசங்கர மடம் வரலாறு, பக்.209—210.

117. ச.கிருஷ்ணமூர்த்தி, திருவாவடுதுறைச் செப்பேடுகள், பக்.327—330.

118. மேலது, பக்.333—336.

119. A.R.E., 3 of 1930.

120. தா.குருசாமி தேசிகர், தமிழக ஊரும் பேரும், பக்.84—86.

121. தி.மு.நாராயணசாமி, திருவானைக்காவல், பக்.17—18.

122. A.R.E., 34 of 1939-40.

123. ச.கிருஷ்ணமூர்த்தி, திருவாவடுதுறைச் செப்பேடுகள பக்.308—317.

124. A.S.Ramanathayyar, Travancore Archaeological Series, Vol.V, Part.I, II, III, No.60.

125. ச.கிருஷ்ணமூர்த்தி, திருவாவடுதுறைச் செப்பேடுகள், பக்.303—307.

126. மேலது,பக்.317—327.

127. மேலது,பக்.330—332.

128. குடவாயில் பாலசுப்ரமணியன், தஞ்சாவூர் நாயக்கர் வரலாறு, ப.102.

129. A.R.E., 104 of 1911.

130. ஆவணம், இதழ்—20, ப.31.

131. A.R.E., 609 of 1916.

132. பொ.இராசேந்திரன் மற்றும் பலர், அழகர்கோயில் கல்வெட்டுகள், பக்.76—78, A.R.E., 310 of 1929-30.

133. மேலது, பக்.85—87, A.R.E., 309 of 1929-30.

134. தென்னிந்தியக் கோயிற் சாசனங்கள், பாகம்—2, எண்.769.

135. மா.செந்தில்செல்வக்குமரன் மற்றும் பலர், கன்னியாகுமரி மாவட்டக் கல்வெட்டுகள், தொகுதி—6, எண்.474 /2004.

136. S.I.I., Vol.24, No.544.

137. S.I.I., Vol.XXIV, No.507, A.R.E., 336 of 1952-53.

138. ஆவணம், இதழ்—15, பக்.95—96.

139. A.R.E., 122 of 1907.

140. அ.கிருட்டிணன், சேலம் - நாமக்கல் மாவட்டக் கல்வெட்டுகள், எண்.276.

141. சொ.சாந்தலிங்கம் மற்றும் பலர், தமிழ்நாட்டுக் கல்வெட்டுகள், தொகுதி—3, 195/2005. A.R.E., 444 of 1992—93.

142. A.R.E., 305 of 1963-64.

143. A.R.E., 441 of 1992-93.

144. A.R.E., 344 of 1929-30.

145. பொ.இராமசந்திரன் மற்றும் பலர், விருதுநகர் மாவட்டக் கல்வெட்டுகள், தொகுதி—1, எண்.195/2005.

146. தென்னிந்தியக் கோயிற் சாசனங்கள், பாகம்—2, பக்.1021—1022,எண்.1038,

147. A.R.E., 25 of 1905-06.

148. A.R.E., 245 of 1927.

149. குடவாயில் பாலசுப்ரமணியன், தஞ்சாவூர் நாயக்கர் வரலாறு, ப.81.

150. S.I.I., Vol.XXIV, No. 489, A.R.E., 350 of 1953-54.

151. .R.E., 285 of 1925.

152. A.R.E., 102 of 1946-47.

153. ஆவணம், இதழ்—19, ப.59. A.R.E., 465 ஷீயீ 1912.

154. A.R.E., 112 of 1929.

155. A.R.E., 100 of 1947-48.

156. A.R.E., 79, 80 of 1946-47.

157. A.R.E., 445 of 1938.

158. A.R.E., 593 of 1926.

159. தென்னிந்தியக் கோயிற் சாசனங்கள், பாகம்—2, எண்.770.

160. ஆவணம், இதழ்—7 பக்.68—70.

161. A.R.E., 10 of 1913.

162. தென்னிந்திய கோயிற் சாசனங்கள், பாகம்—1, எண்.770.

163. A.R.E., 7 of 1936-37.

164. தென்னிந்தியக் கோயிற் சாசனங்கள், பாகம்—2, எண்.883.

165. A.R.E., 259 of 1913.

166. A.R.E., 375 of 1925.

167. S.I.I., Vol.XXIV, No. 490, A.R.E., 289 of 1950-51.

168. A.R.E., 84 of 1905.

169. A.R.E., C. 245 of 1927.

170. ஆவணம் , இதழ்—7, பக்.64—65.

171. இரா.நாகசாமி, திருத்துறைப்பூண்டி வட்டக் கல்வெட்டுகள், 1995—96, பக்.66.

172. குடவாயில் பாலசுப்ரமணியன், திருவாரூர்த் திருக்கோயில், க.எண்.80.

173. A.R.E., 419 of 1937-38.

174. குடவாயில் பாலசுப்ரமணியன், கண்டுபிடிப்பு, தஞ்சாவூர் நாயக்கர் வரலாறு, ப.60.

175. A.R.E., 275 of 1968-69.

176. குடவாயில் பாலசுப்ரமணியன், திருவாரூர்த் திருக்கோயில், க.எண்.80.

177. தென்னிந்தியக் கோயிற் சாசனங்கள், பாகம்—2 எண்.1066, A.R.E., 119 of 1930-31.

178. A.R.E., 151 of 1928.

179. ஆபத்மாவதி, நன்னிலம் வட்டக் கல்வெட்டுகள், தொகுதி—2, எண்.5. 295/1978.

180. ய.மணிகண்டன், சரசுவதி மகால் நூலக ஆவணங்கள், தமிழில் ஆவணங்கள், ப.221.

181. A.R.E., 179 of 1941-42.

182. A.R.E., 277 of 1964-65.

183. S.I.I., Vol. XVII, No.766, A.R.E., 709 of 1904,

184. A.R.E., 292 of 1927.

185. தென்னிந்தியக் கோயிற் சாசனங்கள், பாகம்—1, எண்.29.

186. செ.இராசு, தமிழக இஸ்லாமிய வரலாற்று ஆவணங்கள், பக்.119—120.

187. A.R.E., 150 of 1974.

188. A.R.E., 157 of 1974.

189. மா.செந்தில்செல்வக்குமரன் மற்றும் பலர், திருநெல்வேலிமாவட்டக் கல்வெட்டுகள், தொகுதி—1,

பக்.289—290.

190. A.R.E., 19 of 1910.

191. A.R.E.,161 of 1936-37.

192. ஆவணம் , இதழ்—4, பக்.102—103.

193. செ.இராசு, (தொ.ஆ,) தமிழக இஸ்லாமிய ஆவணங்கள், ப.73.

194. A.R.E., 193 of 1933.

195. R.Nagasamy, South Indian Studies, p.116-117.

196. மேலது,

197. அ.கிருட்டிணன், கல்வெட்டில் வாழ்வியல், பக்.202.

198. Travancore Archeaological Series, Vol.V, part.I,II,III No.60.

199. சொ.சாந்தலிங்கம் மற்றும் பலர், தமிழ்நாட்டுக் கல்வெட்டுகள், தொகுதி—3, எண். 195/2005.

200. மா.செந்தில்செல்வக்குமரன் மற்றும் பலர், கன்னியாகுமரி மாவட்டக் கல்வெட்டுகள், தொகுதி—6, எண்.457/2004,

201. நடன.காசிநாதன் மற்றும் பலர், திருமலைநாயக்கர் செப்பேடுகள், பக்.24—25.

202. மேலது, பக்.26—27.

203. P.R.Srinivasan, Tiruvannamalai a saiva sacred complex of South India, Inscription, No.436.

204. R.Nagasamy. Tarangampadi, p.21.

205. ஆவணம், இதழ்—10, ப.75.

தொகுப்புரை

தமிழக வரலாற்றில் குறிப்பிடத்தக்கக் களங்களில் நாயக்கர் காலமும் ஒன்று. அக்காலக் கட்டத்தைப் பற்றிக் கவனம் செலுத்திய ஆய்வாளர்கள் கலைகள், இலக்கியங்கள், வரலாறுகள், சமூகம் என பல்வேறு பொருண்மைகளில் ஆய்வுகள் நிகழ்த்தியுள்ளனர். இருந்தாலும் இவ்வாய்வுகளில் நாயக்கர்கள் பற்றிய முழுத்தகவல்களையும் காண இயலவில்லை என்றே கூறலாம். நாயக்கர் காலத்தில் வெளியிடப்பட்ட கல்வெட்டுகள், செப்பேடுகள், காசுகள், ஓலைச்சுவடிகள், காகிதச்சுவடிகள் ஆகிய ஆவணங்களை முதன்மைத் தரவுகளாகக் கொண்டு ஆய்ந்ததன் மூலம் அரசியல், சமுதாயம், பொருளாதாரம், சமயம், பண்பாட்டு நிலைகள் ஆகியவற்றை இயன்றவரை முழுமைப்படுத்திச் சொல்ல இந்நூல் முயன்றுள்ளது.

மதுரையை ஆண்ட சுந்தரபாண்டியன் மகன்களான வீரபாண்டியன் சுந்தரபாண்டியன் இருவருக்கும் ஏற்பட்ட சண்டையின் காரணமாக மாலிக்காபூர், டெல்லி சுல்தான் அலாவுதீன் ஆகியோர் தமிழ்நாட்டின் மீது படையெடுத்தனர். இப்படையெடுப்பால் கி.பி.1335 முதல் கி.பி.1378 வரை மதுரையில் சுல்தான்களின் ஆட்சி நடைபெற்றது. கி.பி.14 ஆம் நூற்றாண்டில் விசயநகரப் பேரரசு தோற்றுவிக்கபட்டு அவ்வரசின் பிரதிநிதியான குமாரகம்பணன் கி.பி.1371 இல் முபாரக்ஷாவை வென்றதுடன் தமிழகத்தில் இசுலாமியர் ஆட்சியை முடிவுக்குக் கொண்டு வந்தார்.

தமிழகப் பகுதிகளை வென்ற குமாரகம்பணர் மதுரையைத் தலைநகராகக் கொண்டு ஆட்சி செய்துள்ளார். விசயநகரப் பேரரசின் தொடர்ந்த வெற்றிகளால் விஜயநகர ஆட்சி தென்னிந்தியா முழுவதும் பரவியதால் நிர்வாக வசதிக்காக நிலப்பரப்பு முழுவதும் பல பகுதிகளாகப் பிரிக்கப்பட்டது. அப்பகுதிகளை ஆள்வதற்காக நாயக் அல்லது அமரநாயக் என்பவர்களை நியமித்தனர். தங்கள் பகுதிக்கு முழு அதிகாரம் பெற்றவர்களாகவிருந்த இந்த அமர நாயக்கர்களே பின்னர் நாயக்கர்கள் என்ற பட்டத்துடன் முழுச்சுதந்திரம் பெற்று அரசாளத் தொடங்கினர்.

விசயநகரப் பேரரசின் நிர்வாக வசதிக்காகப் பிரிக்கப்பட்ட மதுரை, தஞ்சை, செஞ்சி, வேலூர் ஆகிய பகுதிகளை நாயக்கர்கள்

தங்கள் தலைநகரமாகக் கொண்டு ஆட்சிசெலுத்தியுள்ளனர். விசுவநாத நாயக்கர் தொடங்கி மீனாட்சி அரசி ஈறாகப் பதின்மூன்று பேர் மதுரையைத் தலைநகராகக் கொண்டு சிறப்பாக ஆட்சிசெலுத்தியுள்ளனர். விசுவநாத நாயக்கர் முதல் முதலாம் முத்துவீரப்ப நாயக்கர் ஈறாக அறுவர் விசயநகரப் பேரரசர்களுக்குக் கட்டுப்பட்டும் திருமலை நாயக்கர் காலம் தொடங்கி மீனாட்சி இறுதியாக அறுவர் மதுரை நாட்டை முழுவுரிமையோடும் ஆட்சி செலுத்தினர். இவர்கள் கி.பி.1529 முதல் கி.பி.1736 வரை ஏறத்தாழ 207 ஆண்டுகள் ஆட்சிசெய்த காலத்தில் கோயில் திருப்பணிகள், சமூகப்பணி, படையெடுப்புகள், போர்கள் என நிகழ்த்தியுள்ளனர்.

விசயநகரப் பேரரசின் கட்டுப்பாட்டின்கீழ் தஞ்சை நாயக்க மன்னர்களாகச் செவ்வப்ப நாயக்கர், அச்சுதப்ப நாயக்கர், இரகுநாத நாயக்கர், விசயரகுநாத நாயக்கர் ஆகியோர் தஞ்சையைத் தலைநகராகக் கொண்டு சுமார் 140 ஆண்டுகள் ஆட்சிசெலுத்தியுள்ளனர். தஞ்சை, மதுரை இவற்றில் நாயக்கர் மன்னர் ஆட்சி ஏற்படுவதற்கு முன்பே கி.பி.1464 இல் செஞ்சியில் நாயக்கர் ஆட்சி ஏற்பட்டு கி.பி.1648 வரையில் இருந்துள்ளதை அறியமுடிகிறது. விஜயநகரப் பேரரசு காலத்தில் ‘அடப்பம்’ எனும் பதவியில் இருந்த வையப்ப நாயக்கர் செஞ்சியின் முதல் அரசர் இவரைத் தொடர்ந்து துபாக்கி கிருஷ்ணப்ப நாயக்கர், இரண்டாம் கிருஷ்ணப்ப நாயக்கர் ஆகியோர் ஆண்டுள்ளனர்.

விசயநகரப் பேரரசின் கட்டுப்பாட்டில் வேலூர் இருந்தது. சின்னபொம்மு நாயக்கர், லிங்கம நாயக்கர் ஆகியோர் வேலூரைத் தலைநகரமாகக் கொண்டு ஆட்சி செய்தனர். செஞ்சி நாயக்கர்கள் வேலூர் ஆட்சியிலும் ஆதிக்கம் செலுத்தி வந்துள்ளனர்.

நாயக்கர் காலக் கல்வெட்டுகளில் மங்கலச்சொல், காலம், கல்வெட்டின் நோக்கம், கையெழுத்து, காப்புச்சொல் என ஐந்து பகுதிகளாக அமைந்துள்ளன. திருக்கோயில்களுக்குக் கொடை வழங்கிய செய்திகளையே பெரும்பான்மையான கல்வெட்டுகள் குறிப்பிடுகின்றன. கல்வெட்டு எழுத்துக்கள் பெரியதாகவும் வீச்செழுத்தாகவும் பிழைகளுடனும் காணப்படுகின்றன.

நாயக்கர் காலச் செப்பேடுகள் பல்லவர், பாண்டியர், சோழர், விசயநகரர் காலத்திய செப்பேடுகளைப் போல் அதிக இதழ்களைக் கொண்டதாக இல்லாமல் ஒரு சில இதழ்களைக்

கொண்டும், மெல்லிய தகடுகளும், எழுத்துக்கள் ஆழமாக வெட்டப்படாமலும் உள்ளதைக் காணமுடிகிறது. இக்காலச் செப்பேட்டுகள் தொடக்கம், காலம், நோக்கம், உரிமையின் எல்லை, சாட்சி, கையெழுத்து, ஓம்படைக்கிளவி, பட்டயம் செய்தவர், முடிவுஎன ஒன்பது கூறுகளைக் கொண்டுள்ளன. நாயக்கர் காலச் செப்பேடுகள் அரசியல் வரலாற்றை விடச் சமூக வரலாற்றுச் செய்திகளையே மிகுதியாகக் குறிப்பிடப்படுகின்றன. தனி நபர், சமூகத் தலைவர்கள் ஆகியோர் அரசனிடமிருந்து செப்பேடுகளைப் பெற்றுள்ளனர்.

நாயக்கர் மன்னர்கள் செம்பு, வெள்ளி, பொன் ஆகிய உலோகங்களால் செய்யப்பட்ட காசுகள் வெளியிட்டுள்ளனர். இவற்றில் செப்புக் காசுகளே மிகுதியாகும். மதுரை நாயக்கர், தஞ்சை நாயக்கர், செஞ்சி நாயக்கர் ஆகியோர் வெளியிட்ட காசுகள் மட்டுமே இதுவரை கிடைத்துள்ளன. வேலூர் நாயக்கரால் வெளியிடப்பட்ட காசுகள் இதுவரை கிடைக்கவில்லை. காசுகளில் ஒருபுறம் அரசனின் பெயரும், மறுபுறம் தெய்வம், அரசர் அரசியர், உயிரின உருவங்களும் பொறிக்கப்பட்டுள்ளதைக் காணமுடிகிறது. இவற்றில் எழுத்துப் பொறிப்புகளாகத் தமிழ், தெலுங்கு, கன்னடம், நந்தி நாகரி, நாகரி ஆகிய மொழிகளில் காணப்படுகின்றன. ஒரு சில காசுகளில் இரு மொழிகள் கலந்தும் கூட்டெழுத்துக்களாகவும் எழுதப்பட்டுள்ளன. இரகுநாத நாயக்கர் இராஜகோபாலச் சக்கரப் பொன், இராஜகோபாலன் மாடை, இராஜகோபாலி பணம் ஆகிய பெயர்களில் காசுகள் வெளியிட்டுள்ளதைக் காணமுடிகிறது. இவர் காலத்தில் தரங்கம்பாடியிலிருந்த டேனிஷ்காரர்களும் காசுகளை வெளியிட்டுள்ளனர். காசுகளின் காணப்படும் சிவன், திருமால் முதலிய தெய்வ உருவங்களைக் கொண்டு நாயக்க மன்னர்கள் சைவ— வைணவ சமய வேறுபாடு கருதாமல் இருந்துள்ளதை அறியமுடிகிறது.

எல்லா வகைச் செய்தியையும் எழுதுவதற்கு ஓலைகள் பயன்பட்டன. சில குறிப்பிட்ட பதிவுகளைத் தொடங்கி அனைத்தையும் எழுதிவைத்தனர். ஓலை ஆவணத்தில் அரசர் ஆணை, அலுவலர் கட்டளை, ஊர்ச் சபைகளின் முடிவுகள், உடன்பாடுகள் போன்றவை எழுதப்பட்டுள்ளன. நாயக்கர் காலத்தில் ஓலை எழுதும் பணியை மேற்கொண்டவருக்கு இராயசம் என்று பெயர். நாயக்கர் கால ஓலை ஆவணங்கள் திருக்கோயில்களுக்கு வழங்கப்பட்ட கொடைகள், நாயக்கர் மரபுப் பட்டியல், அடிமை விற்பனை முறை, திருக்கோயில்

திருப்பணி, நாட்டார்களிடையே ஏற்பட்ட ஒப்பந்தம், வெளிநாட்டுத் தொடர்பு ஆகிய தகவல்களைப் பெறமுடிகிறது. நாயக்கர் காலத்தில் கிறித்துவ சமயத்தைப் பரப்புவதற்குத் தமிழகம் வந்த ஏசு கழகச் சமயத் தொண்டர்கள் மதுரை நாயக்கர்களைப் பற்றி ரோம்நகரப் பாதிரிமார்களுக்கு எழுதிய கடிதங்கள், தஞ்சை இரகுநாத நாயக்கர் கால கோபன்ஹேகன் (ஹாலந்து) காகித ஆவணங்கள், மெக்கன்சி குறிப்புகள், வரைபடங்கள் போன்றவை காகித ஆவணங்களாகத் திகழ்கின்றன. அவை, நிர்வாகம், சமுதாய நிலை, பண்பாடுத் தகவல்கள் ஆகியவற்றை வெளிப்படுத்துகின்றன.

நாயக்கர் காலக் கல்வெட்டுகள், செப்பேடுகள், காசுகள், ஓலைச்சுவடிகள், காகிதச்சுவடிகள் என மதுரை நாயக்கர்களும் தஞ்சை நாயக்கர்களும் மிகுதியான ஆவணங்களை வெளியிட்டுள்ளதைக் காணமுடிகிறது. செஞ்சி நாயக்கர், வேலூர் நாயக்கர் கால ஆவணங்கள் குறைந்த அளவில் கிடைத்துள்ளன.

ஆவணங்களில் நில அளவை, தானிய அளவை, நாணய வகை, எண்கள் ஆகியன குறியீடுகளாக எழுதப்பட்டுள்ளதை அறியமுடிகிறது. நாயக்கர் கால ஆவணங்கள் தமிழ், தெலுங்கு, கன்னடம், சமஸ்கிருதம் ஆங்கிலம் எனப் பல மொழிகளில் எழுதப்பட்டுள்ளன. கிரந்தம், நாகரி ஆகிய லிபிகளிலும் எழுதியுள்ளனர். ஆவணங்களில் மிகுதியான எழுத்துப்பிழைகளும், ஒற்றுப்பிழைகளும், கொச்சைச் சொற்களும், பேச்சு நடையும் வட்டார வழக்குச் சொற்களும், குறியீட்டுச் சொற்களும் பல கலந்து காணப்படுகின்றன.

நாயக்க மன்னர்களே அரசின் தலைவராக விளங்கியுள்ளனர். இவர்களுக்கு உதவிட தளவாய்கள், பிரதானிகள்,இராயசம்,அரசப்பிரதிநிதிகள் என பலரும் நிர்வாகத் துறையில் பங்குபெற்றனர். நாயக்கர் ஆட்சிமுறையில் நடுவண் அமைப்பு, உள்ளாட்சியமைப்பு, கிராம நிர்வாக அமைப்பு என்ற அமைப்புகளின் மூலம் சட்டம் ஒழுங்கு, நீதிமுறை, வருவாய் ஆகியவை சிறந்தமுறையில் நிர்வகிக்கப்பட்டுள்ளன.

மதுரை, செஞ்சி நாயக்கர்கள் காசிப கோத்திரத்தையும் தஞ்சை நாயக்கர்கள் சதுர்த்த கோத்திரத்தையும் வேலூர் நாயக்கர்கள் அநுகூல கோத்திரத்தையும் சார்ந்தவர்களாகக் குறிப்பிடப்பட்டுள்ளனர்.

பல்லவ, பாண்டிய, சோழர் காலத்தில் கோட்டம், வளநாடு, நாடு என்று பிரிக்கப்பட்ட பகுதிகள் நாயக்கர் காலத்தில் உசாவடி, சீர்மை, கூற்றம், பற்று, ஊர் எனப் பல பெயர்களில் நிர்வாக வசதிக்காகப் பிரிக்கப்பட்டிருந்ததைக் காணமுடிகிறது. நாயக்கர் காலத்தில் 'பாளையம்' என்னும் உள்ளாட்சி அமைப்புகள் இருந்தன. இவர்கள் பாளையக்காரர் என்றழைக்கப்பட்டனர். பாளையக்காரர்களுக்குக் குறிப்பிட்ட பகுதியில் நிலம் வழங்கியதோடு அப்பகுதியில் வரிதண்டல், காவல், நீதி நிர்வாகம், நீர்ப்பாசனம், படை பராமரிப்பு ஆகிய பணிகள் வழங்கப்பட்டன. மேலும், நடுவண் அரசுக்குப் படையுதவி செய்தல், நிலவருவாயைத் திரட்டுதல், வட்டார ஆட்சிமுறை ஒழுங்கமைத்தல், கோட்டை, கோயில், அரண்மனை காவல் காத்தல் போன்றவை பாளையக்காரர்களின் பணிகளாகக் கருதப்பட்டுள்ளன. சிற்றூர்களில் கர்ணம், மணியக்காரர், தலையாரி முதலிய பன்னிருவர் அடங்கிய குழுக்கள் கிராமங்களில் வரி வசூலித்தல், நிலப்பரப்பையும் இறையிலி நிலங்களையும் கண்காணித்தல், ஊர்க்காவல் எனப் பல பொதுப்பணிகளைச் செய்துவந்துள்ளனர். ஊர் நாட்டாண்மையை நியமிக்கும் பொறுப்பு மன்னருக்கும் பாளையக்காருக்கும் இருந்துள்ளது. நாட்டாண்மைக்கு உதவியாக கணக்கர் ஒருவரும் பணியில் அமர்த்தப்பட்டார்.

அரசுக்குப் பல்வேறு வழிகளில் வருவாய் பெறப்பட்டது. இதில் நில வருவாயே முதன்மையானதாகும். மேலும் சொத்து வரி, வணிக வரி, தொழில் வரி, கைத்தொழில் வரி, படைக் கொடை, சமூக — இன வரிகள் எனப் பல நிலைகளில் வரிகள் வசூலிக்கப்பட்டுள்ளன. வரிவிதிப்பால் எதிர்ப்பு ஏற்பட்டபோது அதன் காரணத்தை ஆராய்ந்து மன்னனால் வரி விலக்கு அளிக்கப்பட்டுள்ளது. வரிச்சுமையால் தற்கொலைகளும் நடைபெற்றுள்ளன.

நாயக்கர் காலத்தில் நீதியை நிலைநிறுத்த நீதிமுறை சிறந்தமுறையில் செயல்பட்டுள்ளது. இக்காலத்தில் நடைபெற்ற பூசை வழக்கு, சமூகத்தில் ஏற்பட்ட வழக்குகள், குடியேற்றம் தொடர்பான வழக்கு, சௌராட்டிரர்களுக்கும் செட்டியார்களும் முதல் மரியாதை வழங்குதல் தொடர்பான வழக்குகள் ஆகியவை தீர்த்துவைக்கப்பட்டுள்ளன.

நாயக்கர் காலப் படைகளுக்குத் தலைவராக அரசரே இருந்துள்ளார். இக்காலத்தில் காலாட் படை, குதிரைப் படை, யானைப் படை, தேர்ப் படை என நால்வகை

பிரிவுகள் இருந்துள்ளன. படைவீரர்கள் கத்தி, அம்பு, குத்துவாள், சிங்கமுகவேல், வளைதடி, கல்வெடி, துப்பாக்கி, ஈட்டி ஆகிய ஆயுதங்களைப் பயன்படுத்தியுள்ளனர். இக்காலத்தில் தலைக்கோட்டைப் போர், முதல் மைசூர்ப் போர், சேதுபதியுடன் போர், மூக்கறுப்புப் போர் அல்லது இரண்டாம் மைசூர்ப் போர் வல்ல பிரகாரப்போர் ஆகிய பல போர்கள் நடைபெற்றுள்ளன.

நாயக்கர் காலத்தில் தமிழகத்தின் பல இடங்களில் கோட்டைகள் அமைத்து அவற்றில் சிறுபடையும் ஒரு தலைவனும் இருந்துள்ளதை அறியமுடிகிறது. நாயக்க அரசர்கள் பன்றி (வராகம்) கட்டாரி, காளை, சூரிய சந்திர வட்டங்களை குலச்சின்னமாகவும் கருடக்கொடி, மகரக்கொடி ஆகியவற்றைக் குலக்கொடியாகவும் கொண்டிருந்தனர். இவர்கள் வெளிநாட்டுடன் நட்புறவு கொண்டிருந்ததைப் பொன்னோலை, வெள்ளிப்பட்டயம், போர்த்துகீசிய ஆவணம், டச்சு ஆவணம் ஆகிய ஆவணங்கள் தெரிவிக்கின்றன.

நாயக்கர் கால ஆவணங்களில் பிராமணர், முதலியார், பஞ்ச கம்மாளர், தச்சர், வேட்டுவர், செட்டியார், கவுண்டர், பிள்ளை, வெள்ளாளர், ஓதுவார், சேர்வைக்காரர், சௌராட்டிரர், கள்ளர் ஆகிய சமூகங்களைப் பற்றிய தகவல்கள் இடம்பெற்றுள்ளன. பிராமணர்கள் அரசியல், அலுவலகம், சமயம் ஆகிய துறைகளில் ஈடுபட்டுள்ளனர். இவர்களுக்குக் குடியிருப்புகள், நிலங்கள் ஆகியன தானமாகக் கொடுக்கப்பட்டுள்ளன. இவர்கள் திருக்கோயில்களில் பல்வேறு பணிகளில் ஈடுபட்டுள்ளனர். முதலியார்கள் படை பிரிவுகளிலும் அரசுப் பணிகளிலும், கோயில் நிர்வாகப் பொறுப்புகளிலும் இருந்துள்ளனர். தளவாய் அரியநாத முதலியார் காலத்தில் தொண்டை மண்டலப் பகுதியிலிருந்து முதலியார்கள் பாண்டிய நாட்டில் உள்ள சோழவந்தான், திருநெல்வேலி ஆகிய இடங்களுக்குக் குடியேறியுள்ளனர். இவர்கள் திருக்கோயில்களுக்குப் பல வகையான தானங்களை வழங்கியதோடு திருக்கோயில் நிர்வாகத்திலும் ஈடுபட்டுள்ளனர்.

பஞ்ச கம்மாளர்களான தட்டார், கன்னர், கொல்லர், சிற்பி, தச்சர் ஆகியோர் பொன், வெண்கலம், இரும்பு, கல், மரம் ஆகியவற்றால் பொருள்களைச் செய்யும் பணிகளில் ஈடுபட்டுள்ளனர். ஆசாரிகள் செப்பேடுகளை உருவாக்கும் பணிகளிலும் கோயில் சார்ந்த பணிகளிலும் இருந்துள்ளனர். இப்பணிகளுக்காக நிலம், பொன் ஆகியன அரசனால்

வழங்கப்பட்டதோடு சில வரிகளும் நீக்கப்பட்டுள்ளன. போயர்கள் பல்லாக்குத் தூக்கும் பணியில் ஈடுபட்டுள்ளனர். இவர்களுக்கு மீன் பிடிக்கும் உரிமை வழங்கப்பட்டுள்ளது. பிள்ளைச் சமூகத்தினர் அரசு அதிகாரிகளாகவும் கிராமக் கணக்கர்களாகவும் இருந்துள்ளதோடு திருக்கோயில் திருப்பணிகளும் அறப்பணிகளும் செய்துள்ளனர்.

வெள்ளாளர்கள், படைத் தலைவர், அமைச்சர், அதிகாரிகள் ஆகிய பதவிகளில் இருந்துள்ளனர்; திருக்கோயில் பணிகளில் ஈடுபட்டுள்ளனர். பல ஊர்களில் வாழ்ந்த வெள்ளாளர்கள் ஒன்றிணைந்து தகுதிக்கேற்ப வரி வசூலித்து அறப்பணி செய்துள்ளனர். ஓதுவார்களால் திருக்கோயில்களில் தேவார, திருவாசகங்கள் பாடப்பட்டுள்ளன. இவர்களுக்கு அரசால் காணியாட்சி நிலங்கள் தானமாகக் கொடுக்கப்பட்டுள்ளன. சேர்வைக்காரர் சமூகத்தினர் வசதிபடைத்தவர்களாக இருந்துள்ளனர். இவர்கள் தாழ்ந்த இனத்தவர்களை அடிமைகளாக விலைக்கு வாங்கியுள்ளனர். விசயநகரத்திலிருந்து தமிழகத்திற்குக் குடியேறிய சௌராட்டிரர்கள் பல தொழில்களைச் செய்து வந்துள்ளனர். சௌராட்டிரர்களுக்கும் பிராமணர்களுக்கும் ஒத்த பழக்க வழக்கங்கள் இருந்துள்ளன. திருமணங்களின் போது சௌராட்டிரர்களுக்கு முதல் மரியாதை வழங்கப்பட்டுள்ளது. வேட்டுவர்கள் ஒன்றுகூடி திருக்கோயில் பணிகளுக்குக் கொடையாக நிலம் வழங்கியுள்ளனர்.

செட்டியார்களும் திருக்கோயில் பணிகளில் அதிக கவனம் செலுத்தி வந்துள்ளனர். திருக்கோயில்களில் கட்டளை அமைத்து நிலம், பொன் வழங்கியுள்ளனர். இவர்கள் குற்றச் சட்டம் நிர்வகிக்கும் உரிமையும் பெற்றிருந்தனர். வணிகத்தில் ஈடுபட்டுவந்ததோடு சில நிலங்களையும் விலைக்கு வாங்கியுள்ளனர். கோனார்கள் கம்பிளி அதிகாரம், பாதக்குறடு, காளாஞ்சி முதலிய சிறப்புகளைப் பெற்றிருந்தனர். அரண்மனையிலிருந்து பணமுடிப்புகள் இவர்களுக்கு வழங்கப்பட்டுள்ளன. அரசன் மீது கொண்ட பற்றால் ‘திருமலை புண்ணியக்கா’ என்ற பட்டத்தைத் தங்கள் பெயர்களுடன் இணைத்துக் கொண்டுள்ளனர். பதினெட்டுப்பட்டிக் கோனார்கள் செய்ய வேண்டிய சிறப்புகள் கூறப்பட்டுள்ளன. இவர்களுக்கு வீட்டுமனை, கிடைவருமானத்தில் ஒரு பங்கு ஆகியன வழங்கப்பட்டுள்ளன. கவுண்டர்கள், கம்பிளி, காளாஞ்சி, பிடிசெம்பு போன்ற அதிகாரங்களைப்

பெற்றிருந்தனர். இவர்கள் இனவரி வசூலித்துள்ளனர். திருமணத்தின் போது பணம் வழங்கப்பட்டுள்ளது. இவர்களில் சிலர் நாட்டாண்மை, குடித்தலைவர், பாளையக்காரர் ஆகிய பணிகளில் ஈடுபட்டுள்ளனர். ரெட்டியார்கள் அரசின் முக்கியப் பொறுப்புகளில் பணியாற்றியுள்ளனர். ரெட்டியார் இனத்தில் பல பிரிவுகள் இருந்துள்ளன. கள்ளர்கள் நாட்டுத் தலைவர்களாகவும் கம்பளி பெறும் உரிமையும் பெற்றிருந்தனர். தங்கள் சமூகத்தில் ஏற்படும் பிரச்சனைகளைத் தீர்த்துவைத்துள்ளனர். இசுலாமியப் பள்ளிவாசலுக்கு நிலம் வழங்கியுள்ளனர். இவை தவிர வண்ணார், நாவிதர், குடும்பன், வைத்தியர், பொற்கொல்லர் ஆகியோரும் இருந்துள்ளனர்.

திருக்கோயில்களில் பணிபுரிந்த தேவரடியார்களுக்கு நிலம், வீடு, பொன், பணம், பட்டம், வரிவிலக்கு ஆகியவை அளிக்கப்பட்டுள்ளன. நாயக்கர் காலத்தில் கட்டப்பட்ட பெரிய மண்டபங்கள் நாட்டிய அரங்குகளாக இருந்துள்ளன. இதில் நாடகங்கள், நாட்டியங்கள் நிகழ்ந்துள்ளன. ஆடற்கலையில் தேர்ச்சிபெற்றவர்களுக்கு 'மாணிக்கம்' என்ற பட்டம் வழங்கப்பட்டுள்ளது. விழாக்காலங்களில் கலைஞர்களால் கலை நிகழ்ச்சிகள் நடத்தப்பெற்றுள்ளன.

நாயக்கர் காலத்தில் அன்னதானச் சத்திரங்களும் பயணிகள் தங்கும் சத்திரங்களும் சிறப்புற்று விளங்கின. முதலியார், கவுண்டர், மன்றாடிகள் ஆகிய சமூகத்தினர் இணைந்து உணவு வழங்குவதற்கு நிலம் வழங்கியுள்ளனர். கொண்டங்கி கீரனூர், திருப்பரங்குன்றம், மூவலூர் போன்ற இடங்களில் சத்திரங்கள் இருந்துள்ளதைக் காணமுடிகிறது. இவற்றை நிர்வாகம் செய்வதற்காக நிலம், காசு, ஊர் ஆகியன வழங்கப்பெற்றுள்ளன.

குழி, மா, காணி, வேலி, முந்திரிகை போன்ற நில அளவைகளும் ஆழாக்கு, உழக்கு, உரி, நாழி, குறுணி, பதக்கு, தூணி, கோட்டை ஆகிய முகத்ததல் அளவைகளும் இருந்துள்ளன. திருக்கோயில் திருப்பணிகள், வழிபாடுகள், சமூகப் பணிகள் ஆகியன சிறப்பாகச் செய்வதற்கு காசு, பொன், பணம் ஆகியன வழங்கப்பட்டுள்ளன. டென்மார்க் மன்னன் நான்காம் கிருஷ்டியன் என்பவர் ஈயம், செம்பு, வெள்ளி போன்ற காசுகளை வெளியிட்டுள்ளார். நாயக்கர் மன்னர்களால் விதிக்கப்பட்ட மிகுதியான வரியால் குடிமக்கள் பெரிதும் துன்புற்றுள்ளனர். வரிச்சுமையால் வசித்த ஊரிலிருந்து வேறொரு ஊரிற்குச் குடிபெயர்ந்துள்ளனர். சில அதிகாரிகள் வரி விலக்கு வழங்கி அவரவர் வசித்த

இடத்தில் இருக்கவும் வகை செய்துள்ளனர். திருக்கோயில் பணியாளர்களுக்குச் சர்வமான்யமாக வழங்கப்பட்ட நிலத்திற்கு வரி விதித்தமையால் அவர்கள் வரிச்சுமை தாங்காமல் கோபுர உச்சியிலிருந்து வீழ்ந்து தற்கொலை செய்துகொண்ட நிகழ்வும் பதிவுசெய்யப்பட்டுள்ளது.

வணிகர்கள் கோயில் பணிகளுக்காகப் பல கொடைகளை வழங்கியுள்ளனர். அவர்கள் சில கோயில்களில் இறைவனைப் பிரதிட்டை செய்துள்ளனர். வணிகர்கள் வைத்திருக்கும் கடைகளுக்கு ஏற்றாற்போல் பணமும் கொடுத்துள்ளனர். குலசேகரன்பட்டினம், காயல்பட்டினம் ஆகியன நாயக்கர் காலத்தில் துறைமுகங்களாகத் திகழ்ந்துள்ளன. இதில் செட்டியார், மரக்காயர் ஆகியோர் ஈடுபட்டுள்ளனர். ஏலத்தின் மூலம் தாழ்ந்த இனத்தவரை அடிமைகளாக விலைக்கு வாங்கியுள்ளமையைக் காணமுடிகிறது. திருக்கோயில் பணிகளிலும் அடிமைகள் இருந்துள்ளனர்.

நாயக்கர் காலத்தில் வைத்தியம் செய்வதற்காக மருத்துவர்களை நியமித்து அவர்களுக்கு ஊதியமாகப் பணம், நிலம், வீட்டுமனை, கிணறு ஆகியன வழங்கப்பட்டுள்ளன. திருக்கோயில்களுக்குக் கொடையாக வழங்கப்பட்ட நிலங்களின் எல்லைகளை அறிந்துகொள்வதற்காகச் சைவக் கோயில் நிலங்களில் திரிசூலக்கல்லும் வைணவக் கோயில் நில எல்லையில் திருவாழிக்கல்லும் நடப்பெற்றுள்ளதை அறியமுடிகிறது.

கைவினைஞர்களான தச்சர், கொல்லர், சிற்பி, குயவர், பொற்கொல்லர் ஆகியோருக்கு நிலமும் பொருளும் கொடையாக வழங்கியதோடு அவர்களுக்கு விதிக்கப்பட்டிருந்த வரியிலிருந்து விலக்கும் அளிக்கப்பட்டுள்ளதைக் காணமுடிகிறது. போரில் இறந்த வீரர்களின் வாரிசுதாரர்களுக்கு உதிரப்பட்டிகை எனும் பெயரில் நிலம் வழங்கப்பட்டதையும் பெண்ணின் மானத்தைக் காக்க உயிர்விட்ட இசுலாமியருக்கு நினைவு சின்னம் அமைப்பதற்கு நிலம் வழங்கப்பட்டதையும் அறியமுடிகிறது. வரிகளின் மூலம் வந்த பொருள்களை வைப்பதற்கு என்று பண்டாரம் என்ற அமைப்பு இருந்துள்ளது. பண்டாரத்தில் முதலீடாகப் பொன் வைத்து அவற்றின் மூலம் வரும் வட்டியை பயன்படுத்தியுள்ளனர்.

நாயக்கர் காலத்தில் நஞ்சை, புஞ்சை, நத்தம், படுகை, திட்டு, திடல், காடு, தரிசு ஆகிய பெயர்களில் நிலங்கள்

அழைக்கப்பட்டுள்ளன. நீர்பாசன வசதியினை மேம்படுத்து வதற்காக ஏரி, குளம், கண்மாய்,வாய்க்கால் ஆகியவற்றை வெட்டியதோடு அணைகளையும் சீர்படுத்தியுள்ளனர். குளத்தைச் சுற்றியிருந்த மரங்களை வெட்டுவதற்குத் தடை விதிக்கப்பட்டுள்ளது.

திருக்கோயில்களுக்குச் சொந்தமான விலையுயர்ந்த அணிகலன்களைப் பாதுகாப்பதற்காக திருவாபரணப் பெட்டியை முத்திரையிட்டுப் பாதுகாத்து வந்துள்ளதைக் காணமுடிகிறது. சிறுதொழில் செய்யும் பெண்கள், இடையர்கள், நாடார் ஆகியோருக்கு வரி விலக்கு அளிக்கப்பட்டுள்ளது.

நாயக்கர் காலத்தில் சைவம், வைணவம், சமணம், பௌத்தம், கிறித்துவம், இசுலாம் போன்ற சமயங்கள் வளர்ச்சியுற்றதைக் காணமுடிகிறது. சிவன் திருக்கோயில், திருமால் திருக்கோயில், சமணப் பள்ளிகள், பௌத்த ஆலயங்கள், நாட்டுப்புறத் தெய்வக் கோயில்கள் என அனைத்திற்கும் முக்கியத்துவம் கொடுக்கப்பட்டுள்ளன.

திருக்கோயில்களில் திருப்பணி செய்தல், திருவிழாக்கள் நடத்துதல், தடையின்றிப் பூசை செய்தல், சமய மற்றும் சமூக வளர்ச்சிக்கு உதவுதல் போன்ற பணிகள் நடைபெற்றுள்ளன. இப்பணிகளுக்காக மன்னர்கள், அரசு அதிகாரிகள், பொது மக்கள் என பலரும் கொடையாக நிலம், பொன், பணம், வரி போன்றவற்றைத் தானமாகக் கொடுத்துள்ளனர்.

நாயக்கர் காலத்தில் கலையழகுமிக்க சிற்பங்களும் ஓவியங்களும் நிறைந்த புதிய மண்டபங்கள் பல கட்டப்பட்டன. இம்மண்டபங்கள் அமைக்கப்பட்டதற்கு இக்காலத்தில் மிகுதியாக இருந்த சடங்குகளையும் விழாக்களையும் காரணமாகக் கருதலாம். கருவறை, அர்த்த மண்டபம் இவற்றோடு இணைத்துப் புதிய மகா மண்டபங்களும் கட்டப்பட்டுள்ளன. திருக்கோயில்களில் முக மண்டபம், சுற்றுமதில், சன்னிதி மண்டபங்கள், கைபிடிச்சுவர், நினைவு மண்டபங்கள், மண்டபத் தூண்களில் புராணச் சிற்பங்களும் இடம்பெற்றுள்ளதைக் காணமுடிகிறது.

விசயநகர மன்னர்களின் அரசப்பிரதிநிதிகளாக வந்த நாயக்க மன்னர்களும் மிக உயர்ந்த கோபுரங்களை எழுப்பியுள்ளனர். திருப்பரங்குன்றம் சுப்பிரமணியர் திருக்கோயில் கோபுரம், திருச்செங்கோடு கைலாசநாதர் கோயில் கோபுரம், திருவண்ணாமலை அண்ணாமலையார் திருக்கோயில்

பதினொரு நிலைக் கோபுரம், தருமபுரி உதயப் பெருமாள் கோயில் கோபுரம் ஆகியன புதியதாகக் கட்டப்பட்டுள்ளன. ஆளதியூர் சொக்கநாத சுவாமி திருக்கோயில் பெரிய கோபுரம் பழுதுபார்த்துப் புனரமைக்கப்பட்டுள்ளது. குளமும் குட்டையும் வெட்டப்பட்டுள்ளன. இராணி மங்கம்மாள் காலத்தில் 'மங்கம்மாள் கிணறு' என்ற பெயரில் கிணறு வெட்டப்பட்டுள்ளது.

திருவண்ணாமலை அண்ணாமலையார் திருக்கோயில் திருக்கோபுர கும்பாபிஷேகமும் திருக்கண்ணமங்கை பக்தவச்சல பெருமாள் கோயில் மகா சம்ரோக்ஷணமும் (கடவுள் மங்கலம்) தஞ்சை நாயக்கர் மன்னர்களால் செய்யப்பட்டுள்ளன. தெய்வ வழிபாட்டிற்கும் மக்கள் பயன்பாட்டிற்கும் நந்தவனங்கள் உருவாக்கப்பட்டன. அவ்வனத்தில் செண்பக மலர்கள் இருந்தமையும் உதிரப்பட்டிகை நிலம் மானியமாகப் பெற்றவர்கள் நந்தவனத்தைப் பராமரிக்க வேண்டும் என்னும் செய்தியும் தெரியவருகிறது. திருக்கோயில்களுக்கு மன்னர்களும் மக்களும் விளக்குகளைத் தானமாக அளித்துள்ளனர். இவ்விளக்குகள் சந்திவிளக்கு, நந்தாவிளக்கு என்று அழைக்கப்பட்டன. திருவிளக்கிற்கு நெய்யிடச் சில இடையர்கள் நிவந்தம் வழங்கியுள்ளனர்.

நாயக்க அரசர்கள் தங்கள் பிறந்த நாளிலும் தாங்கள் பெற்ற வெற்றியின் பெயரிலும் அடையாளமாகத் திருவிழாக்கள் நடத்தியுள்ளனர். மாத விழாக்களாக, சித்திரை விழா, ஆடித் திருவிழா, ஆடிப்பூரத் தேர் விழா, திருக்கார்த்திகை திருவிழா, மார்கழித் திருவிழா, தைத் திருநாள் மாசித் திருவிழா, பங்குனி உத்திரத் திருநாள் ஆகியவற்றைக் குறிப்பிடலாம். மன்னர்கள், அரசப்பிரதிநிதி பெயர்களிலும் பூபதியுடையார் திருநாள், பிரம்ம திருநாள், வீரப்ப நாயக்கர் திருநாள், விருப்பண்ண உடையார் திருநாள், அச்சுத நாயக்கர் திருநாள், திருமலை திருநாள், திருபாவரணத் திருநாள், இரதசப்தமி விழா எனத் திருவிழாக்கள் நடைபெற்றுள்ளன. திருவிளையாடல், எட்டாம் நாள் திருவிழா, நவராத்திரிக் கொலு விழா, திருமங்கையாழ்வார் திருவிழா போன்ற விழாக்கள் நடைபெற்றுள்ளதைக் காணமுடிகிறது. இவ்விழாக்களில் தீர்த்தம், திருமாலை, பட்டுப் பரிவட்டம் முதலிய மரியாதைகள் அரசர்கள், அரசப் பிரதிநிதிகள், பாளையக்காரர்கள் ஆகியோருக்குக் கொடுக்கப்பட்டுள்ளன. திருக்கோயில்களில் நடைபெறும் வழிபாடுகளாக, நித்ய பூசை (கால சந்தி), உச்சிகாலப் பூசை, அர்த்த சாமப் பூசை, அபிஷேகக்

கட்டளை, நெய்வேத்தியம், சிறுகாலைச் சந்தி கட்டளை, சுக்கிர வாரக் கட்டளை, திருவிளக்கிடல் , பள்ளியறைக் பல்லக்குச் சேவை, நறுமணப் பூசை, நித்ய நைமித்திக பூசை, வில்வார்ச்சினை ஆகியன சிறப்பாக நடைபெற்றுள்ளன. அரசர் அரசியர் தங்கள் விருப்பத்திற்காக, நாயக்கர் 'அய்யன் நிருபம்' 'அரிய நயினார்' என்ற பெயர்களில் கட்டளை ஏற்படுத்தியுள்ளதை அறியமுடிகிறது. அரண்மனை அந்தப்புரப் பெண்கள் இறைவனுக்குச் சாத்த இருமாலைகளைக் கொடுப்பதற்கு நிலத்தைத் தானமாக வழங்கியுள்ளனர். கொண்டரங்கிக்கீரனூர், இலுப்பைக்குடி, திருவானைக்காவல், திருவாவடுதுறை ஆதீனம் கிளை மடங்கள், திருப்பரங்குன்றம் ஆகிய இடங்களில் அன்னதானக் கட்டளைகளை ஏற்படுத்தியதையும் இப்பணிக்காக நிலம், வரி, கிராமங்கள் ஆகியன தானமாக வழங்கப்பட்டதையும் அறியமுடிகிறது.

திருமடங்கள் சைவ சமயத்திற்குப் பெரும்பங்காற்றியுள்ளன. திருவானைக்காவல் ஏக வீரம்மாள் மடம், கன்னியாகுமரி திருஞானசம்பந்த பண்டார மடம், கும்பகோணம் மத்வ மடம், தேவிகாபுரம் ஈசான சிவாசாரியார் சேபாதநியன மடம், சங்கரன்கோயில், புளியங்குடி, வாசுதேவ நல்லூர் ஆகிய ஊர்களில் திருவாவடுதுறைக் கிளைமடங்கள் ஆகிய மடங்கள் அறியப்படுகின்றன. இம்மடங்களில் வழிபாட்டிற்காக அரசர், அரசு அதிகாரிகள், பொதுமக்கள் எனப் பலரும் கொடையாக நிலம், பொருள், ஊர் போன்றவற்றை வழங்கியுள்ளனர்.

திருக்கோயில்களில் இறைவனுக்காகப் படைக்கப் பெறும் அமுதுக்காக மன்னர்கள், அதிகாரிகள், தனிப்பட்டவர்கள், வணிகர்கள் என பலரும் நிலம், காசு, பொன், பொருள் ஆகியவற்றைத் தானமாகக் கொடுத்துள்ளனர். திருஅமுதாக, அரிசி , தோசை, தயிர், நெய், கறி, வடைப்பருப்பு, தேங்காய், சர்க்கரை, பானகம், இளநீர், மஞ்சள், பொரி, வெல்லம், மிளகு, சீரகம், வாழைப்பழம், அதிரசம், அடைக்காய், அப்பம் போன்றவை படைக்கப்பட்டுள்ளன. இவ்வமுதிற்காக வரிகள், நிலங்கள், கிராமங்கள், நெல் எனப் பல்வகைப் பொருட்களை வழங்கியுள்ளனர்.

அரசர், அரசியர், அதிகாரிகள், தனிப்பட்டவர்கள் எனப் பலரும் கொடையாக நிலம், பொன், பொருள், காசு, வரி ஆகியன அளித்துள்ளனர். இக்கொடையைப் பயன்படுத்தித் திருக்கோயிலில் திருப்பணிகள், வழிபாடுகள், திருவிழாக்கள் எனப் பல பணிகள் நடைபெற்றுள்ளன. கோயிலுக்கு நிலத்தைக்

கொடையாக வழங்கியபோது நிலத்தின் உரிமையினைப் பல்வேறு பெயர்களில் உரிமையாக்கியுள்ளனர். தேவதான இறையிலி, ஊரமை இறையிலிப் பட்டயம், தேவதானம், திருவிடையாட்ட இறையிலி, திருநாமத்துக் காணி, சர்வமான்யம், காணியாட்சி சாசனப் பட்டயம், உதிரப்பட்டி ஆகிய பெயர்களில் நிலங்கள் உரிமையாக்கப்பட்டுள்ளன. நாயக்க மன்னர்கள், தளவாய்கள் நலத்திற்காகவும், புண்ணியத்திற்காகவும் பல கோயில்களில் அறக்கொடைகளை அரசப் பிரதிநிதிகளும் மக்களும் அளித்துள்ளனர்.

எலந்துறை புத்தர் கோயிலுக்கும் சிற்றாமூர் சிம்மபுரிநாத சுவாமி திருக்கோயிலுக்கும் பல கொடைகளை வழங்கியுள்ளதை காணமுடிகியது. நாயக்க மன்னர்களிடம் இசுலாமியர்கள் பலர் படைத் தளபதிகளாகவும் உயர் அதிகாரிகளாகவும் இருந்துள்ளனர். அவர்கள் மதுரை — கோரிபாளையம் பள்ளிவாசல், தஞ்சாவூர் — சமசுப்ரு பள்ளிவாசல், நாகூர் — தர்கா உள்மினார் ஆகியவற்றிற்குக் கொடை வழங்கப்பட்டுள்ளதை அறியமுடிகிறது.

நாயக்க மன்னர்கள் செம்பு, வெள்ளி போன்ற உலோகங்களில் வெளியிட்ட காசுகளில் தெய்வ உருவங்கள், குறியீடுகள், விலங்குகள், பறவைகள் எனப் பல்வேறு உருவங்களைச் சமய வேறுபாடு கருதாமல் பொறித்துள்ளனர். இறைவன், இறைவிக்குச் செப்புத் திருமேனிகள் அமைக்கப்பட்டு வழிபாடுகள் செய்யப்பட்டன. அவற்றின் பீடத்தில் எழுத்துப்பொறிப்புகள் காணப்படுகின்றன.

திருக்கோயில்களுக்குக் கொடையாக வழங்கப்பட்ட நிலம், பொருள், பணம், வரி ஆகியவற்றைச் சிறந்தமுறையில் நிர்வாகம் செய்வதற்கென்று ஆட்சிக் குழுக்கள் இருந்தன. பல்லவர், பாண்டியர், சோழர் ஆட்சிக்காலத்தில் பதி, பாதமூலம், பட்டுடை, மூலப்படை, தேவகன்மிகன், சபை, நகரம், வாரியம், கணம், கணப்பெருமக்கள் போன்ற பெயர்களில் இருந்த கோயில் ஆட்சிக் குழுக்கள் நாயக்கர் காலத்தில் ஸ்ரீகாரியம் செய்வோர், ஸ்ரீபண்டாரம் ஆகிய பெயர்களில் செயல்பட்டன. இக்குழுக்கள் கோயில்களில் நடைபெறும் கட்டளை, வழிபாடு, திருவிழா, திருப்பணி ஆகிய பணிகளிலும் தம்மை ஈடுபடுத்திக் கொண்டுள்ளன.

மன்னர்களை மரியாதை நிமித்தமாகச் சந்திக்கும்பொழுது பாதகாணிக்கையாக பணம், அரிசி, ஆடு, பசு, தங்கப்பூ,

வெள்ளிப்பூ ஆகிய பொருள்களை முன்வைத்து மரியாதை செலுத்தியுள்ளனர். இறைவனுக்கு நடைபெற்ற விழாக்களில் பட்டு கட்டிக் கொள்வதற்கும் அரசனுக்கு உரிமையிருந்துள்ளது. வெளிநாட்டாருடன் நட்புறவாகப் பழகும்போது அவர்களுக்குப் பரிசாகப் பல பொருட்களை வழங்கியுள்ளதையும் காணமுடிகிறது. திருவிழாக் காலங்களில் வாணவேடிக்கை நிகழ்த்தப்பட்டதை அறியமுடிகிறது. வெடிகளைத் தயாரிக்கும் பணியையும் விழாக் காலங்களில் வெடிக்கச் செய்யவும் செட்டியார் சமூகத்தினர் ஈடுபட்டுள்ளதை அறியமுடிகிறது.

நாயக்கர் ஆட்சியில் மேற்கூறிய அனைத்து நடைமுறைகளும் இருந்து வந்துள்ளமையை அவர்கள் கால ஆவணங்கள் நமக்கு உணர்த்தி அக்காலச் சமூகத்தினை ஆழ்ந்துணரப் பெருந்துணைபுரிகின்றன.

துணை நூற்பட்டியல்

தமிழ் நூல்கள் அர்த்தநாரீசுவரன், பெ.2009 வரலாற்றில் திருச்செங்கோடு, கொங்குவேள் பதிப்பகம், சென்னை.

அறிவுடைநம்பி, ம.சா.,2000 காகிதச் சுவடி ஆய்வுகள், இலட்சுமணன், சி., (பதி.ஆ) தமிழ்ப் பல்கலைக்கழகம், தஞ்சாவூர்.

ஆறுமுகசீதாராமன், 2002 மதுரை நாயக்கர் காசுகள், சங்கரன்ராமன், தனலட்சுமி பதிப்பகம், தஞ்சாவூர்.

ஆறுமுகசீதாராமன், அளக்குடி, 2002 தஞ்சாவூர் நாயக்கர் காசுகள், தனலட்சுமி பதிப்பகம், தஞ்சாவூர்.

ஆறுமுகசீதாராமன், 2005செஞ்சி நாயக்கர் காசுகள், தனலட்சுமி பதிப்பகம், தஞ்சாவூர்.

இராசகோபால், சு., (பதி.ஆ.2005 தமிழகச் செப்பேடுகள், தொகுதி —1,

தமிழ்நாடு அரசு தொல்லியல் துறை, சென்னை.

இராசகோபாலன், சு., 2008 கிருஷ்ணகிரி மாவட்டக் கல்வெட்டுகள், கிருஷ்ணமூர்த்தி, ச., தமிழ்நாடு அரசு தொல்லியல் துறை, சென்னை.

இராசமாணிக்கனார், மா., 2007 தமிழக வரலாறு, ஸ்ரீஅருண் பதிப்பகம் நாகர்கோயில்.

இராசமாணிக்கனார், மா., 2008 கல்வெட்டுக்களும் தமிழ்ச் சமூக வரலாறும், நியூ செஞ்சுரி புக் ஹவுஸ், சென்னை.

இராசு.செ., 2007 தமிழக இஸ்லாமிய வரலாற்று ஆவணங்கள், கே.கே.எஸ்.கே. கல்வி அறக்கட்டளை, ஈரோடு

இராசு,செ. 2007 கொங்கு வேளாளர் கல்வெட்டும் காணிப்பாடலும், கொங்கு ஆய்வு மையம், ஈரோடு.

இராசு, செ., 2007 ஈரோடு மாவட்டக் கல்வெட்டுகள், தமிழ்நாடு அரசு தொல்லியல் துறை, சென்னை

இராசு, செ., 2008 வேட்டுவர் சமூக ஆவணங்கள், ஸ்ரீகண்ணப்பர் கல்வி அறக்கட்டளை, பவானி வட்டம், ஈரோடு.

இராசு, செ., 2009 செங்குந்தர் வரலாற்று ஆவணங்கள், தென்னிந்திய செங்குந்த மகாசன சங்க வெளியீடு, சென்னை.

இராசேந்திரன் 2010 அழகர்கோயில் கல்வெட்டுகள், சாந்தலிங்கம், சொ, (ஆ—ள்) தமிழ்நாடு அரசு தொல்லியல் துறை, சந்திரவாணன், சொ, சென்னை.

இராசேந்திரன், பொ., 2000 திருவாரூர் மாவட்ட தொல்லியல் வேதாசலம், வெ., வரலாறு, சாந்தலிங்கம், சொ., தமிழ்நாடு அரசு தொல்லியல் துறை, சென்னை.

இராமச்சந்திரன், சி., 2008 விருதுநகர் மாவட்டக் கல்வெட்டுகள் சாந்தலிங்கம், சொ., தொகுதி—1),

தமிழ்நாடு அரசு தொல்லியல் துறை சென்னை.

இளமுருகன், மு., 2003 கலையும் கல்வெட்டும், (தமிழியல் கட்டுரைகள்) கலையகம், தஞ்சை.

எத்திராஜ், தஞ்சை., 2001 தமிழக நாயக்க மன்னர்களின் வரலாறு, ஃபீனிக்ஸ் வெளியீடு, தஞ்சாவூர்.

காசிநாதன், நடன., 1981 களப்பிரர், தமிழ்நாடு அரசு தொல்பொருள் ஆய்வுத்துறை, சென்னை.

காசிநாதன், நடன., (பதி.ஆ), 1988 அருண்மொழி (ஆய்வுத் தொகுதி), தமிழ்நாடு அரசு தொல்பொருள் ஆய்வுத்துறை, சென்னை.

காசிநாதன், நடன, 1994 திருமலை நாயக்கர் செப்பேடுகள், இராசகோபால்,ச., வேதாசலம்,தெ., தமிழ்நாடு அரசு தொல்பொருள் ஆய்வுத்துறை, சென்னை.

காசிநாதன், நடன., 2002 வேலூர் மாவட்டத் தடயங்கள்,

சந்திரமூர்த்தி, (பதி.ஆ.) (இரு தொகுதிகள்) மணிவாசகர் பதிப்பகம், சென்னை.

காசிநாதன், நடன., 2003 தமிழர் காசு இயல், உலகத் தமிழாராய்ச்சி நிறுவனம், சென்னை.

காசிநாதன், நடன., 2003 தொன்மைத் தடயம், வீரராகவன், (பதி.ஆ)., திருக்குறள் பதிப்பகம் சென்னை.

காசிநாதன், நடன., 2009 கல்லெழுத்துக்கலை, மணிவாசகர் பதிப்பகம், சென்னை.

கிரிட்டிணன், அ., 2001 சேலம் — நாமக்கல் மாவட்டக் கல்வெட்டுகள், தமிழ்ப் பல்கலைக்கழகம் தஞ்சாவூர்.

கிருட்டினன், அ., 1991 கல்வெட்டில் வாழ்வியல், மணிவாசகர் பதிப்பகம், சென்னை.

கிருஷ்ணமூர்த்தி, ச., 2000 திருவாவடுதுறை ஆதீனச் செப்பேடுகள், ஆ.உண்ணாமலை வெளியீடு, சிதம்பரம்.

கிருஷ்ணமூர்த்தி, கோ., 2005 செஞ்சிப் பகுதியில் சமணம், மலையமான் பதிப்பகம், கடலூர்.

குருசாமி தேசிகர், 2007 தமிழக ஊரும் பெயரும், பதிப்பு விவரம் இல்லை.

கோபால், தெ., 1997 நெல்லை மாவட்ட கையேடு, தமிழ்நாடு அரசு தொல்பொருள் ஆய்வுத்துறை, சென்னை.

கோமதிநாயகம், பி., — தமிழக வரலாறு, (பகுதி—2) அனுசூயா, ஆர்., (கி.பி.1336 முதல் 1800 வரை) ஸ்ரீவிநாயகா பதிப்பகம், இராஜபாளையம்.

கோவிந்தராசன், சி., 1987 கல்வெட்டுக் கலைச் சொல் அகரமுதலி, மதுரை காமராசர் பல்கலைக்கழகம், மதுரை.

சதாசிவபண்டாரத்தார், 1974 பிற்காலச் சொழர் வரலாறு, அண்ணாமலைப் பல்கலைக்கழகம், அண்ணாமலை நகர்.

சாந்தலிங்கம், சொ.,(ஆ.கள்)., 2006 தமிழ்நாட்டுக் கல்வெட்டுகள் கணேசன், சா., தொகுதி— 3,

ஜெயராமன், இரா., தமிழ்நாடு அரசு தொல்லியல் துறை, சென்னை. சாம்பசிவனார், ச., 1974 மாநகர் மதுரை, வளவன் வெளியீடு மதுரை.

சீதாராம் குருமூர்த்தி,(பதி.ஆ. 2007 கோயம்புத்தூர் மாவட்டக் கல்வெட்டுகள், தொகுதி —2 தமிழ்நாடு அரசு தொல்லியல் துறை, சென்னை.

சிவசுப்பிரமணியன் 2005 தமிழகத்தில் அடிமை முறை, காலச் சுவடு நாகர்கோயில்.

சுப்பராயலு, ஏ., (பதி.ஆ.) 2001 தமிழ்க் கல்வெட்டியலும் வரலாறும், இராசு, செ.,தமிழ்ப் பல்கலைக்கழகம்,தஞ்சாவூர்.

சுப்பிரமணியன், டி.என்., 1954 தென்னிந்தியக் கோயிற் சாசனங்கள், மெட்ராஸ் கவர்ன்மெண்ட் ஓரியண்டல் சீரிஸ், சென்னை.

செந்தில் செல்வக்குமரன், மா., 2009 திருநெல்வேலி மாவட்டக் கல்வெட்டுகள், தமிழ்நாடு அரசு தொல்லியல் துறை, சென்னை.

செந்தில் செல்வக்குமரன், மா., 2008 கன்னியாகுமரி மாவட்டக் கல்வெட்டுகள், இராமச்சந்திரன், எஸ், தொகுதி—6,

கோபால்,தே., (பதி.ஆ)., தமிழ்நாடு அரசு தொல்லியல் துறை, சென்னை.

செல்வராஸ்,கா., 2005 ஐம்பை ஸ்ரீ ஓர் ஆய்வு தமிழ்நாடு அரசு தொல்லியல் துறை, சென்னை.

சேதுராமன், கே. ஆர்., 1999 தமிழ்நாட்டில் சௌராஷ்டிரர் வரலாறு, திருமதி கே.எஸ். மீரா கோவை.

சேதுராமன், ஜி., 2001 தமிழ்நாட்டு சமுதாய பண்பாட்டுக் கலை வரலாறு, ஜெ.ஜெ.பப்ளிகேஷன்ஸ், மதுரை.

சேஷாத்திரி, ஏ.கே., 1994 செஞ்சிக் கோட்டை, சேகர் பதிப்பகம், சென்னை.

தங்கவேலு, கோ., 2002 தமிழகச் சமூகப் பண்பாடு வரலாறு, இரண்டாம் பாகம் அமிழ்தம் பதிப்பகம், சென்னை.

தமிழண்ணல், பலர் (பதி.ஆ.,) 1998 ஆய்வுக்கோவை தொகுதி—1, திருநெல்வேலி. சென்னை.

திருஞானசம்பந்தன், ஆ.பா., 2002 காஞ்சிபுரம் மாவட்ட வரலாறு, தேன்மொழி பதிப்பகம், சென்னை.

திருஞானசம்பந்தன், பெ., — அருள்மிகு பூவராக சுவாமி திருக்கோயில், ஸ்ரீமுஷ்ணம் தலவரலாறு.

நளினி, மு., 2009 பாதைகளைப் தேடிய பயணங்கள், சேகர் பதிப்பகம், சென்னை

நாகசாமி, இரா., 1979 ஓவியப் பாவை, தமிழ்நாடு அரசு தொல்பொருள் ஆய்வுத் துறை, சென்னை.

நாச்சிமுத்து, சி., 2007 கல்வெட்டுகளும் சுவடிகளும், சேகர் பதிப்பகம், சென்னை.

நாராயணசாமி, தி.மு. 1976 திருவானைக்கா கோயில், சென்னைப் பல்கலைக்கழகம், சென்னை.

பத்மாவதி, அ., 1980 நன்னிலம்வட்டக்கல்வெட்டுகள்,(மூன்று தொகுதிகள்), தமிழ்நாடு அரசு தொல்பொருள் ஆய்வுத்துறை, சென்னை.

பத்மாவதி, ஆ., (பதி.ஆ.) — தொல்லியல் கருத்தரங்கு தமிழக வரலாற்றுப் பேரவை, சென்னை.

பரந்தாமனார், அ.கி., 1995 திருமலை நாயக்கர் வரலாறு, பாரி நிலையம், சென்னை.

பரந்தாமனார், அ.கி., 2004 மதுரை நாயக்கர் வரலாறு, பாரி நிலையம், சென்னை.

பவானி, மா., 2006 தமிழகத்தில் நாணயச் செலாவணி முறை(கி.பி.600 — 1600) மனோ பதிப்பகம், தஞ்சாவூர்.

பாலசுப்ரமணியன், 1978 குடவாயில் கோட்டம் குடவாயில் எம்., வரலாற்றுப் பேரவை, சென்னை.

பாலசுப்ரமணியன், குடவாயில் 1987 சோழ மண்டலத்து வரலாற்று நாயகர்களின் சிற்பங்களும் ஓவியங்களும்,தமிழ்ப் பல்கலைக்கழகம்,தஞ்சாவூர்.

பாலசுப்ரமணியன், குடவாயில், 1988 திருவாரூர்த் திருக்கோயில், அருள்மிகு தியாகராஜசுவாமி திருக்கோயில் வெளியீடு, திருவாரூர்.

பாலசுப்பிரமணியன், குடவாயில், 1999 தஞ்சாவூர் நாயக்கர் வரலாறு, தஞ்சாவூர் மகாராஜா சரபோஜியின் சரசுவதி மகால் நூலகம், தஞ்சாவூர்.

பாலசுப்ரமணியன், குடவாயில், 2004 கபிலக்கல் பிரபு பதிப்பகம், பட்டுக்கோட்டை, தஞ்சாவூர்.

பாலுசாமி, நா., (பதி.ஆ.), 1991 வாழ்வியல் களஞ்சியம், தொகுதி — 7, தமிழ்ப்பல்கலைக்கழகம், தஞ்சாவூர்.

பிள்ளை, கே.கே., 1981 தமிழக வரலாறும் மக்களும் பண்பாடும், தமிழ்நாட்டுப் பாடநூல் நிறுவனம், சென்னை.

பிள்ளை, கே.கே., 1984 தென்னிந்திய வரலாறு, (தொகுதி—1,2), பழனியப்பா பிரதர்ஸ், சென்னை.

மாக்சிய காந்தி, 2000 ஸ்ரீமுஷ்ணம் ஸ்ரீவராகப் பெருமாள் கோயில் வரலாறு, பவத்ரோத் சவத் கைங்கர்யக் கமிட்டி, ஸ்ரீமுஷ்ணம்.

மகாதேவன், வே., 2009 ஸ்ரீசங்கர மடம் வரலாறு (ஆழ்வியல் ஆய்வு) அருள் பதிப்பகம், சென்னை.

மகாலட்சுமி, தி. 1998 தமிழில் ஆவணங்கள், தசரதன், அ., மற்றும் பலர், உலகத் தமிழாராய்ச்சி நிறுவனம், சென்னை.

மகாலட்சுமி, தி., 2001 சுவடிச் சுடர், நிர்மலாதேவி, சூ., உலகத் தமிழாராய்ச்சி நிறுவனம், சென்னை.

மகாலிங்கம், தே.வே., 1990 விஜயநகரப் பேரரசில் நிலைபெற்றிருந்த பொருளாதார வாழ்க்கை வரலாறு

நியூ செஞ்சுரி புக் ஹவுஸ் பிடைவேட் லிமிடெட், சென்னை.

மெய்யப்பன், ச., 2009 மதுரை மீனாட்சி, காசிநாதன், நடன., மணிவாசகர் பதிப்பகம், சென்னை.

ராமசாமி, அ., 2009 நாயக்கர் காலம் வரலாறும் இலக்கியமும் உயிர்மை பதிப்பகம், சென்னை.

ராஜய்யன், கு., 1980 தமிழக வரலாறு 1565—1967. மதுரை தமிழாலஜி பப்ளிஷர்ஸ், மதுரை.

ராஜன், கா., 2006 கல்வெட்டியல், மனோ பதிப்பகம், தஞ் சாவூர்.

வெங்கடேசன், க., 1996 வரலாற்று வரைவியல், ஜெ.ஜெ. பப்ளிகேஷன்ஸ் மதுரை.

ஸ்ரீதர், தி.ஸ்ரீ., (பதி.ஆ). 2006 கோயம்புத்தூர் மாவட்டக் கல்வெட்டுகள், தொகுதி —1, தமிழ்நாடு அரசு தொல்லியல் துறை, சென்னை.

ஸ்ரீதர், தி.ஸ்ரீ., (பதி.ஆ). 2006 மதுரை மாவட்டக் கல்வெட்டுகள் தொகுதி —1, தமிழ்நாடு அரசு தொல்லியல் துறை, சென்னை.

ஜெயக்குமார், பா., 2001 தமிழகத் துறைமுகங்கள், அன்பு வெளியீட்டகம், தஞ்சாவூர்.

ஜெயதேவன், வ., (பதி.ஆ.),—சட்டச் சொல் அகராதி, சென்னைப் பல்கலைக்கழகம், சென்னை.

— 2005 கொங்கு களஞ்சியம், தொகுதி—1, மெய்யப்பன் பதிப்பகம், சிதம்பரம்.

ஆய்வேடு பாலுசாமி, சா., 1996 நாயக்கர் காலக் கலைக்கோட்பாடுகள், சென்னைப் பல்கலைக்கழகத்திற்கு அளிக்கப்பட்ட முனைவர் பட்ட ஆய்வேடு, (நூல் வடிவம் பெறாதது).

இதழ்கள்

கல்வெட்டு, காலாண்டிதழ், (இதழ்—1 முதல் 80 வரை) தமிழ்நாடு அரசு தொல்லியல் துறை, சென்னை.

ஆவணம், (இதழ் 1 முதல் 21 வரை) தமிழகத் தொல்லியல்கழகம், தஞ்சாவூர்.

வரலாறு, (இதழ் — 1 முதல் 15 வரை) மா.இராசமாணிக்கனார் வரலாற்று மையம், திருச்சிராப்பள்ளி.

ஆங்கில நூல்கள்

Devakunjari, D.,1979 Madurai Through the ages, From the Earliest Times To 1801 A.D. Society for Archaeological, Historical and Epigraphical Research, Madras.

Karashima, Noboru, 1984 South Indian History and Society (Studies From Inscriptions A.D.850-1800), Oxford University Press, Delhi.

Krishnaswami, A.,1964 The Tamil Country Under Vijayanagar, Annamalai University, Annamalai Nagar.

Lalitha, P.M.,2009 Palayagars as Feudatories under the Nayaks of Madurai. Nanganalllur, Chennai.

Mahadevan, Iravatham, 2003 Early Tamil Epigraphy, From Earliest Time to the Sixth Century A.D., Harvard University, Harvard. U.S.A.,

Mahalingam, T.V., 1969 Administration and Social life under Vijayanagar, Part-I, University of Madras, Madras.

Nagaswamy, R., 1978 Studies in Ancent Tamil Law and Society Department of Archaeology, Madras.

Nagaswamy, R.,1987 Tarangampadi, Department of Archaeology, Madras.

Neelakand Sastri, K.A., 1958 A History of South India: From Prihistoric Time to the Fall of Vijayanagar, Oxford University Press, Oxford.

Rajaram, K., 1982 History of Thirumalai Nayak, Ennes Publications, Madurai.

Ramanathayyar, A.S., 1999 Travancore Archaeologival Series, Vol.V. Part I.II and III, Department of Cultural Publication, Thiruvananthapuram.

Rangacharya, V.A., 1917 A Topographical List of the Inscriptions of the Madras Presidency, Collected till 1915 with Notes and references, 3 vols, Madras.

Robert Sewell, 1884 List of Inscriptions and Sketch on the Dynasties of Southern India, Madras.

Sathiyanatha Ayyar,R., 1956 Tamilaham in the 17th Century, University of Madras,Madras.

Sathyanatha Aiyar, R.,1991 History of the Nayaks of Madura,Asian Educational Service,New Delhi.

Srinivasachari, C.S., 1943 The History of Gengee and its RulersAnnamalai University, Annamalai Nagar.

Srinivasan, P.R 1990 Tiruvannamalai a saiva sacred complex of South India, Inscription, (1-1, 1-2),Institut Francais De pondichery, Pondichery.

Velcheru shulman, 1992 Symbols of substance Court and David Shulmam State in Nayaka Peried Tamil Nadu,Sanjay Subrahmanyam Oxford University Press, Delhi.

Vridhagirisan, V., 1992 The Nayaks of Tanjore, Annamalai University, Annamalai Nagar. South Indian Inscriptions, Vol.1-24.Archaeological Survey of India,New Delhi.

Annual Report on Epigraphy, 1887-1990.Archaeological Survey of India, New Delhi.

நாயக்கர் காலக் கல்வெட்டுகளின் பட்டியல்

மன்னர்	ஊர்	மாவட்டம்	சான்றாதாரம்
மதுரை நாயக்கர்			
விசுவநாதர் நாயக்கர்	அன்னியூர்	விழுப்புரம்	Sewell I.P. 209
	அன்னியூர்	விழுப்புரம்	622 of 1915
	அழகர்கோயில்	மதுரை	A.R.E., 88 of 1929
	ஆழ்வார்குறிச்சி	திருநெல்வேலி	119 of 1907
	கள்ளக்குறிச்சி	கடலூர்	99 of 1918
	கூகையூர்	கடலூர்	-
	கொண்டரங்கி	மதுரை	தெ.இ.கோ.சா.பா.2 எண்-
	கீரனூர்		904
	சங்கிலிபுத்தூர்	திருநெல்வேலி	652 of 1917-18
	திருவானைக்காவல்	திருச்சிராப்பள்ளி	136 of 1936-37
	திருப்பத்தூர்	சிவகங்கை	திருப்பத்தூர்
	திருமங்கலம்	மதுரை	255 of 1929-30
	திருவரங்கம்	திருச்சிராப்பள்ளி	102 of 1937-38
	திருவரங்கம்	திருச்சிராப்பள்ளி	31 of 1938-39
	திருவில்லிபுத்தூர்	விருதுநகர்	593 of 1926
	பனையடிப்பட்டி	மதுரை	344 of 1929-30
	மண்டித்தோப்பு	திருநெல்வேலி	288 of 1927-28
	மதுரை	மதுரை	269 of 1941-42
	மதுரை	மதுரை	284 of 1941-42
	மதுரை	மதுரை	287 of 1941-42
	மதுரை	மதுரை	288 of 1941-42
	மதுரை	மதுரை	559 of 1911
	மன்னார்கோயில்	திருநெல்வேலி	385 of1916
	மேலச்சேவல்	திருநெல்வேலி	திருநெல்.மா.கல்.எண் 213-2005
	மேலச்சேவல்	திருநெல்வேலி	திருநெல்.மா.கல்.எண் 217-2005
	வீரவநல்லூர்	திருநெல்வேலி	721 of 1916
கிருஷ்ணப்ப நாயக்கர்	ஆத்தூர்	திண்டுக்கல்	ஆவணம்-15, 31-1
	இடைக்கால்	திருநெல்வேலி	494 of 1916
	இடைக்கால்	திருநெல்வேலி	497 of 1916
	காரக்குறிச்சி	திருநெல்வேலி	530 of 1916

	சிந்துபூந்துறை	-	தெ.இ.கல்.தொ.5 எண் 410
	சேரன்மாதேவி	திருநெல்வேலி	717 of 1916
	திருக்குறுங்குடி	திருநெல்வேலி	-
	திருத்தவத்துறை	இலால்குடி	வரலாறு, இதழ் -12,13
	திருநெல்வேலி	திருநெல்வேலி	தெ.இ.கல்.தொ.5 எண் 410
	திருநெல்வேலி	திருநெல்வேலி	திருநெல்.மா.கல். எண்.155-2005
	திருநெல்வேலி	திருநெல்வேலி	திருநெல்.மா.கல். எண்.174-2005
	திருநெல்வேலி	திருநெல்வேலி	121 of 1894
	திருமங்கலம்	திருச்சிராப்பள்ளி	255 of 1929-30
	தேவிகாபுரம்	திருவண்ணாமலை	403 of 1912
	நாங்குநெரி	திருநெல்வேலி	Sewell I.P. 316
	பிடாரியூர்	ஈரோடு	225 of 1967-68
	பெரம்பலூர்	பெரம்பலூர்	10 of 1913
	பெருங்கருணை	இராமநாதபுரம்	தெ.இ.கல்.தொ. 13 எண் 404
	முக்கண்ணாக்குறுச்சி	கரூர்	தெ.இ.கோ.சா.எண் 1-720
	மேலப்பழூர்	திருச்சிராப்பள்ளி	தெ.இ.கோ.சா.எண் 2-769
	வழுவூர்	வடஆற்காடு	64 of 1908
	வெள்ளான்குடி	-	452 of 1916
வீரப்ப நாயக்கர்	அம்பாசமுத்திரம்	திருநெல்வேலி	309 of 1916
	அரமனை சிறுவாயில்	திருப்பத்தூர்	42 of 1924
	இராமேசுவரம்	இராமநாதபுரம்	97 of 1903
	ஈரோடு	ஈரோடு	தெ.இ.கல்.தொ. 4 எண் 414
	கல்லிடைக்குறிச்சி	திருநெல்வேலி	தெ.இ.கல்.தொ.23 எண் 113
	கல்லிடைக்குறிச்சி	திருநெல்வேலி	113 of 1907
	குலசேகரபட்டணம்	தூத்துக்குடி	307 of 1963-64
	கோரிபாளையம்	கோயம்புத்தூர்	113 of 1907
	சேரன்மாதேவி	திருநெல்வேலி	187 of 1895
	சேரன்மாதேவி	திருநெல்வேலி	663 of 1916
	தாராபுரம்	கோயம்புத்தூர்	147 of 1920
	திண்டிவனம்	விழுப்புரம்	30 of 1905
	திருக்கோயிலூர்	விழுப்புரம்	366 of 1909
	திருச்சிராப்பள்ளி	திருச்சிராப்பள்ளி	134 of 1905
	திருப்பரங்குன்றம்	மதுரை	262 of 1941-42
	திருவானைக்காவல்	திருச்சிராப்பள்ளி	திருவானைக்கா கோயில்
	திருவானைக்காவல்	திருச்சிராப்பள்ளி	திருவானைக்கா கோயில்
	திருவானைக்காவல்	திருச்சிராப்பள்ளி	திருவானைக்கா கோயில்

	திருவரங்கம்	திருச்சிராப்பள்ளி	A.R. 6 of 1938-39, S.I.I., Vol.24, No.543
	திருவில்லிபுத்தூர்	விருதுநகர்	விருது.மா.தொ.வ.
	திருவில்லிபுத்தூர்	விருதுநகர்	582 of 1926
	திருவில்லிபுத்தூர்	விருதுநகர்	586 of 1926
	பாப்பாக்குடி	திருநெல்வேலி	478 of 1916
	பிரம்மதேசம்	திருநெல்வேலி	378 of 1916
	பெரியகோட்டை	பழனி	தெ.இ.கல்.தொ.23 எண் 470
	பெருங்கருணை	முதுகளத்தூர்	தெ.இ.கல்.தொ.23 எண் 404
	மடவார்வளாகம்	விருதுநகர்	விருது.மா.தொ.வ.
	மதுரை	மதுரை	35 of 1908
	மதுரை	மதுரை	282 of 1941-42
	மதுரை	மதுரை	283 of 1941-42
	மதுரை	மதுரை	340 of 1918
	வேம்பத்தூர் மடம்	தஞ்சாவூர்	34 of 1939-40
முத்துகிருஷ்ணப்பர்	பனையவரம்	விழுப்புரம்	326 of 1917
	பனையவரம்	விழுப்புரம்	329 of 1917
திருமலை நாயக்கர்	அலகுமலை	திருப்பூர்	செ.வ.ஆ ப. 64
	ஆழடியூர்	-	293 of 1916
	ஆறகளூர்	சேலம்	சே.நா.வ.கல்.எண். 62
	இராமநாதபுரம்	இராமநாதபுரம்	41 of 1946-47
	இராமாநாதபுரம்	இராமநாதபுரம்	43 of 1946 -47
	இலவம்பட்டி	சேலம்	சே.நா.வ.கல்.எண். 76
	ஊஞ்சலூர்	ஈரோடு	கொ.வே.க.கா.பா.பக்.99-100
	கபிலமலை	நாமக்கல்	-
	காந்தீசுவரம்	-	-
	குதிரைமொழி	-	306 of 1963-64
	குளக்கானத்தூர்	திருச்சிராப்பள்ளி	தெ.இ.கோ.சா.பா.1, எண்-688
	கூனியூர்	-	M.E.R 1891 p.6
	கொளக்கநத்தம்	-	444/1992, ஆவணம்-17,13-37
	சிவசமுத்திரம்	கோயம்புத்தூர்	356 of 1901
	சிவசைலம்	திருநெல்வேலி	521 of 1916
	செக்கடிப்பட்டி	ஆத்தூர்	சே.நா.வ.க.எண் 335
	திருச்செங்கோடு	நாமக்கல்	650 of 1905
	திருச்செந்தூர்	தூத்துக்குடி	267 of 1975-76
	திருப்பாலதுறை	திருச்சி	290 of 1903
	திருமுருகன்பூண்டி	கோயம்புத்தூர்	I.M.P.p.560
	பராக்கிரமபாண்டிபுரம்	-	-

	பருத்திப்பள்ளி	நாமக்கல்	சே.நா.வ.கல்.எண் 276
	பள்ளிமடம்	இராமநாதபுரம்	M.E.R 1911 p.89
	பாபநாசம்	திருநெல்வேலி	தெ.இ.கோ.சா.எண் 1-808
	பாப்பாங்குளம்	-	519 of 1916
	பாலையகாயல்	-	305 of 1963-64
	பூதூர்	மதுரை	395 of 1914
	பெருமாநல்லூர்	கோயம்புத்தூர்	கொ.வே.க.கா.பா.பக்.139-140
	மண்டித்தோப்பு	திருநெல்வேலி	289 of 1927 -28
	மேலாம்பூர் பூலாங்குறிச்சி	-	519 of 1916
	வேம்பங்குடி	இராமநாதபுரம்	120 of 1910
	வைராவிகுளம்	திருநெல்வேலி	285 of 1916
முத்துவீரப்பர் நாயக்கர்	அடைச்சாணி	திருநெல்வேலி	556 of 1911
	அரும்பாவூர்	திருச்சிராப்பள்ளி	-
	ஆழ்வார்குறிச்சி	திருநெல்வேலி	தெ.இ.கல்.தொ.23 எண்122
	உத்தரகோசமங்கை	இராமநாதபுரம்	87 of 1905
	கன்னியாகுமரி	கன்னியாகுமரி	கன். மா. கல். தொ.6, 474-2004
	கோல்வார்பட்டி	விருதுநகர்	விருது.மா.கல்.தொ.1, 291-2005
	திருநெல்வேலி	திருநெல்வேலி	-
	திருவரங்கம்	திருச்சிராப்பள்ளி	தெ.இ.கோ.சா. எண் 2-770, S.I.I., Vol.24, No.557
	திருவரங்கம்	திருச்சிராப்பள்ளி	A.R. 106 of 1937-38, S.I.I., Vol.24, No.560
	திருவில்லிபுத்தூர்	விருதுநகர்	594 of 1926
	பேட்டைவாய்த்தலை	திருச்சிராப்பள்ளி	தெ.இ.கோ.சா.பா.1, எண் -760
	மதுரை	மதுரை	9 of 1906
சொக்கநாதர்	அம்பாசமுத்திரம்	திருநெல்வேலி	1 of 1919
	இராஜாகிரி (அ) எலங்காடு	-	414 of 1961-61
	இலுப்பைக்குடி	பெரம்பலூர்	ஆவணம்-17, 13, 38
	இலுப்பைக்குடி	பெரம்பலூர்	441 of 1992-93
	கன்னியாகுமரி	கன்னியாகுமரி	கன். மா.கல். தொ.6 457-2004
	தஞ்சாவூர்	தஞ்சாவூர்	6 of 1923-24
	திண்டுக்கல்	திண்டுக்கல்	I.M.P ii p.992

	திருச்சிராப்பள்ளி	திருச்சிராப்பள்ளி	தெ.இ.கோ.சா.எண் 1-748
	திருச்சிராப்பள்ளி	திருச்சிராப்பள்ளி	1 of 1911
	திருச்சுழி திருச்சுழியல்	இராமநாதபுரம் விருதுநகர்	192 of 1935-36 விருது.மா.கல்.தொ.1, 190-2005
	திருச்செங்கோடு	நாமக்கல்	சே.நா.வ.கல்.எண் 229
	திருச்செங்கோடு	நாமக்கல்	சே.நா.வ.கல்.எண் 230
	திருச்செந்தூர்	தூத்துக்குடி	1 of 1948-49
	திருநெடுங்குளம்	திருச்சிராப்பள்ளி	697/1909, செ.வ.ஆ பக்.111
	திருவரங்கம்	திருச்சிராப்பள்ளி	தெ.இ.கோ.சா.எண் 2-777
	திருவரங்கம்	திருச்சிராப்பள்ளி	தெ.இ.கோ.சா.எண் 2-776
	திருவரங்கம்	திருச்சிராப்பள்ளி	தெ.இ.கோ.சா. எண் 2-779
	திருவரங்கம்	திருச்சிராப்பள்ளி	தெ.இ.கோ.சா.எண் 2-782
	திருவரங்கம்	திருச்சிராப்பள்ளி	தெ.இ.கோ.சா.எண் 2-788
	திருவரங்கம்	திருச்சிராப்பள்ளி	தெ.இ.கோ.சா.எண் 2-781
	திருவரங்கம்	திருச்சிராப்பள்ளி	தெ.இ.கோ.சா.எண் 2-780
	திருவரங்கம்	திருச்சிராப்பள்ளி	12 of 1888
	திருவரங்கம்	திருச்சிராப்பள்ளி	10 of 1936-37
	திருவரங்கம்	திருச்சிராப்பள்ளி	345 of 1952-53
	திருவரங்கம்	திருச்சிராப்பள்ளி	346 of 1952-53
	திருவானைக்காவல்	திருச்சிராப்பள்ளி	42 of 1937-38
	திருவானைக்காவல்	திருச்சிராப்பள்ளி	48 of 1937-38
	திருவானைக்காவல்	திருச்சிராப்பள்ளி	49 of 1937-38
	திருவானைக்காவல்	திருச்சிராப்பள்ளி	திருவானைக்கா கோயில்
	நாலூர்	விருதுநகர்	விருது.மா.கல்.தொ.1 227-2005
	நென்மேனி	விருதுநகர்	விருது.மா.தொ.வ.
	பனையடிப்பட்டி	விருதுநகர்	விருது.மா.தொ.வ.
	பிரான்மலை	இராமநாதபுரம்	235 of 1924
	மதுரை	மதுரை	3 of 1911
	மதுரை	மதுரை	6 of 1915
	மறையூர்	விருதுநகர்	விருது.மா.கல்.தொ.1, 222-2005
	மேட்டுப்பட்டி	விருதுநகர்	விருது.மா.தொ.வ.
	வெஞ்கம்பூர்	கரூர்	237 of 1967-68
மங்கம்மாள்	இனுங்கூர்	குளித்தலை	த.நா.கல்.தொ.3
	உத்தமப்பாளையம்	மதுரை	733 of 1905
	உய்யக்கொண்டான்	-	71 of 1890
	திருச்சிராப்பள்ளி	திருச்சிராப்பள்ளி	

	திருவரங்கம்	திருச்சிராப்பள்ளி	101 of 1938-39
	திருவரங்கம்	திருச்சிராப்பள்ளி	25 of 1905-6
	திருவரங்கம்	திருச்சிராப்பள்ளி	A.R. 2 of 1936-37, S.I.I., Vol.24, No.553
	திருவரங்கம்	திருச்சிராப்பள்ளி	A.R. 1 of 1936-37, S.I.I., Vol.24, No.569
	திருவரங்கம்	திருச்சிராப்பள்ளி	A.R. 109 of 1937-38, S.I.I., Vol.24, No.578
	பத்மநாபபுரம்	திருவனந்தபுரம்	221 of 1993-94
	மருத்துவக்குடி	தஞ்சாவூர்	தெ.இ.கல்.தொ.23 எண்-394
விசயரங்க சொக்கநாதர்	திருநெடுங்களம்	-	697 of 1909
	திருவரங்கம்	திருச்சிராப்பள்ளி	A.R. 10 of 1936-37, S.I.I., Vol.24, No.570
	திருவரங்கம்	திருச்சிராப்பள்ளி	A.R. 346 of 1952-53, S.I.I., Vol.24, No.572
	திருவரங்கம்	திருச்சிராப்பள்ளி	A.R. 347 of 1950-51, S.I.I., Vol.24, No.573
	திருவரங்கம்	திருச்சிராப்பள்ளி	A.R. 353 of 1950-51, S.I.I., Vol.24, No.574
	திருவரங்கம்	திருச்சிராப்பள்ளி	A.R. 351 of 1950-51, S.I.I., Vol.24, No.562
	திருவரங்கம்	திருச்சிராப்பள்ளி	A.R. 348 of 1950-51, S.I.I., Vol.24, No.564
	விஜயநாராயணம்	திருநெல்வேலி	திருநெல்.மா.கல்.எண் 211-2005
மீனாட்சி	கரூர்	கரூர்	தெ.இ.கோ.சா. எண் 1-704
	கன்னனூர்	திருச்சிராப்பள்ளி	161 of 1936-37
	திருவரங்கம்	திருச்சிராப்பள்ளி	A.R. 101 of 1938-39, S.I.I., Vol.24, No.565
	திருவரங்கம்	திருச்சிராப்பள்ளி	A.R. 349 of 1950-51, S.I.I., Vol.24, No.566
	திருவரங்கம்	திருச்சிராப்பள்ளி	A.R. 350 of 1950-51, S.I.I., Vol.24, No.567
லிங்க நாயக்கர்	ஊராலிப்பட்டி	திண்டுக்கல்	210 of 1993-94
லிங்கைய நாயக்கர்	கருங்காலக்குடி	மதுரை	ம.மா.கல். 80-2003
	கருங்காலக்குடி	மதுரை	ம.மா.கல். 81-2003
வாசப்ப நாயக்கர்	இடைக்கால்	திருநெல்வேலி	495 of 1916
	திருவாதவூர்	மதுரை	ம.மா.கல். 42-2003
	திருவாதவூர்	மதுரை	ம.மா.கல். 44-2003
	திருமோகூர்	மதுரை	ம.மா.கல். 140-2003
	கஞ்சப்பள்ளி	கோயம்புத்தூர்	கோயம்.மா.கல்.845-2003
	பேரூர்	கோயம்புத்தூர்	கோயம்.மா.கல்.109-2003
	மதுரை	மதுரை	161 of 1937-38
நாகம நாயக்கர்	திருக்கச்சூர்	காஞ்சிபுரம்	318 of 1909

	சிவபுரி	இராமநாதபுரம்	36 of 1928-29
முத்துலிங்க நாயக்கர்	கோவில்பட்டி	-	207 of 1993-94
ஸ்ரீரங்கராஜன்	முதுகுளம்	திருச்சிராப்பள்ளி	482 of 1993-94
	திருமுருகன்பூண்டி	கோயம்புத்தூர்	-
தஞ்சை நாயக்கர்			
செவ்வப்ப நாயக்கர்	கருவேலி	தஞ்சாவூர்	235 of 1976-77
	காப்பலூர்	திருவண்ணாமலை	280 of 1938-39
	குடவாசல்	தஞ்சாவூர்	கு. பால.கண்டு.
	குடவாசல்	தஞ்சாவூர்	கு. பால.கண்டு.
	கும்பகோணம்	தஞ்சாவூர்	292 of 1927
	கொடுங்களூர்	வேலூர்	146 of 1924
	கோவிந்தகுடி	தஞ்சாவூர்	கு. பால. கண்டு.
	சித்தாய்மூர்	தஞ்சாவூர்	தி.து.க. 95 of 1996
	சுவாமிமலை	தஞ்சாவூர்	தெ.இ.கல்தொகுதி 23- எண் - 427
	தஞ்சாவூர்	தஞ்சாவூர்	425 of 1924
	தஞ்சாவூர்	தஞ்சாவூர்	294 of 1963-64
	திருஉத்தரகோசமங்கை	இராமநாதபுரம்	84 of 1905
	திருப்பாலைப்பந்தல்	காஞ்சிபுரம்	419 of 1937-38
	திருவண்ணாமலை	திருவண்ணாமலை	472 of 1928-29
	திருவண்ணாமலை	திருவண்ணாமலை	421 of 1923
	திருவண்ணாமலை	திருவண்ணாமலை	19 of 1928-29
	திருவண்ணாமலை	திருவண்ணாமலை	திருவண்.கல்.எண் 431
	திருவண்ணாமலை	திருவண்ணாமலை	திருவண்.கல்.எண் 432
	திருவண்ணாமலை	திருவண்ணாமலை	திருவண்.கல்.எண்கள் 445-460, 16 கல்வெட்டுகள்
	திருவண்ணாமலை	திருவண்ணாமலை	திருவண்.கல் எண் 440
	திருவாரூர்	திருவாரூர்	கு. பால.கண்டு.
	தேவிகாபுரம்	திருவண்ணாமலை	376 of 1912
	தேவிகாபுரம்	திருவண்ணாமலை	383 of 1912
	நாகத்தி	தஞ்சாவூர்	275 of 1968-69
	நார்த்தாம்பூண்டி.	திருவண்ணாமலை	375 of 1925
	பாப்புராஜபுரம்	தஞ்சாவூர்	245 of 1927
	மாந்தை	தஞ்சாவூர்	72 of 1925
	மூவலூர்	தஞ்சாவூர்	27 of 1925
	வல்லம்	தஞ்சாவூர்	263 of 1975-76
	விருத்தாச்சலம்	கடலூர்	தெ.இ.கோ.சா.பா.1. எண் 91
அச்சுதப்ப நாயக்கர்	எலந்துறை	தஞ்சாவூர்	239 of 1927
	சக்கரசாமம்	தஞ்சாவூர்	கு. பால.கண்டு.

	சித்திரக்குடி	தஞ்சாவூர்	102 of 1946-47
	சிற்றாமூர்	விழுப்புரம்	தெ.இ.கோ.சா.பா 1-29
	தஞ்சாவூர்	தஞ்சாவூர்	தெ.இ.சா.தொ 2-97
	திருச்சத்துறை		தெ.இ.கோ.சா.பகுதி.2 எண் 1066
	திருபூந்துருத்தி	தஞ்சாவூர்	119 of 1930-31
	திருவண்ணாமலை	திருவண்ணாமலை	தெ.இ.கல்.தொ. 8-158
	திருவண்ணாமலை	திருவண்ணாமலை	425 of 1929
	திருவண்ணாமலை	திருவண்ணாமலை	திருவண்.கல்.எண் 435
	திருவண்ணாமலை	திருவண்ணாமலை	திருவண்.கல்.எண் 436
	திருவண்ணாமலை	திருவண்ணாமலை	திருவண்.கல்.எண் 437
	திருவண்ணாமலை	திருவண்ணாமலை	426 of 1929
	திருவரங்கம்	திருச்சிராப்பள்ளி	தெ.இ.கல்.தொ. 24, எண் - 489
	திருவரங்கம்	திருச்சிராப்பள்ளி	தெ.இ.கல்..தொ. 24, எண்- 490
	திருவரங்கம்	திருச்சிராப்பள்ளி	தெ.இ.கல்.தொ. 24-507
	திருவரங்கம்	திருச்சிராப்பள்ளி	97 of 1936-37
	திருவாமாத்தூர்	திருவண்ணாமலை	9 of 1922
	திருவாரூர்	திருவாரூர்	தி.தி.எண் 80
	திருவேட்களம்	கடலூர்	259 of 1913
	திருவையாறு	தஞ்சாவூர்	426 of 1924
	நெடுங்குன்றம்	திருவண்ணாமலை	710 of 1904
	பனப்பாக்கம்	திருவண்ணாமலை	389 of 1928-29
	பாபநாசம்	தஞ்சாவூர்	461 of 1922
	பெருமங்கலம்	-	420 of 1937-38
	பெருமங்கலம்	தஞ்சாவூர்	416 of 1918
	மன்னார்குடி	தஞ்சாவூர்	தெ.இ.கல்.தொ 6-61
	மூவலூர்	தஞ்சாவூர்	28 of 1925
	விளநகர்	-	163 of 1925
	வைத்தீசுவரன்கோயில்	நாகப்பட்டினம்	423 of 1918
இரகுநாத நாயக்கர்	அச்சுதமங்கலம்	தஞ்சாவூர்	412 of 1925
	கும்பகோணம்	தஞ்சாவூர்	290 of 1927
	கும்பகோணம்	தஞ்சாவூர்	320 of 1955-56
	கும்பகோணம்	தஞ்சாவூர்	277 of 1964-65
	கோட்டூர்	தஞ்சாவூர்	465 of 1912
	கோவிந்தவாடி	காஞ்சிபுரம்	40 of 1923
	சித்தாமூர்	விழுப்புரம்	தெ.இ.கோ.சா.1-31
	செய்யனேந்தல்	திருவண்ணாமலை	154 of 1941-42

	திருக்கண்ணமங்கை	தஞ்சாவூர்	78 of 1946-47
	திருக்கோஷ்டியூர்	இராமநாதபுரம்	308 of 1923
	திருக்கோஷ்டியூர்	இராமநாதபுரம்	331 of 1923
	திருவாஞ்சியம்	தஞ்சாவூர்	77 of 1911
	தென்பள்ளிப்பட்டு	வேலூர்	179 of 1941-42
	நத்தமாங்குடி	திருச்சிராப்பள்ளி	151 of 1928
	நாச்சியார்கோயில்	தஞ்சாவூர்	286 of 1927
	நாத்தாம்பூண்டி	திருவண்ணாமலை	381 of 1925
	நார்த்தம்பூண்டி	திருவண்ணாமலை	379 of 1925
	நெடுங்குன்றம்	திருவண்ணாமலை	707 of 1904
	நெடுங்குன்றம்	திருவண்ணாமலை	தெ.இ.கல்.17-763
	நெடுங்குன்றம்	திருவண்ணாமலை	154 of 1924
	நொடியூர்	தஞ்சாவூர்	194 of 1932-33
	பட்டீச்சரம்	தஞ்சாவூர்	257 of 1927
	பாபநாசம்	தஞ்சாவூர்	460 of 1922
	புழலூர்	காஞ்சிபுரம்	57 of 1923
	வீரமாநல்லூர்	-	546 of 1993-94
விஜயராகவ நாயக்கர்	ஓலையாம்புத்தூர்	தஞ்சாவூர்	543 of 1921
	கள்ளப்பெரம்பூர்		கு. பால.கண்டு
	திருக்கண்ணமங்கை	தஞ்சாவூர்	79 of 1946-47
	திருக்கண்ணமங்கை	தஞ்சாவூர்	80 of 1946-47
	திருக்கோஷ்டியூர்	இராமநாதபுரம்	309 of 1923
	திருச்சேறை	தஞ்சாவூர்	614 of 1909
	திருவடி	-	100 of 1947-48
	திருவாரூர்	திருவாரூர்	கு. பால.கண்டு.
	திருவையாறு	தஞ்சாவூர்	100 of 1947-48
	நெடுங்குன்றம்	திருவண்ணாமலை	709 of 1904
	பாபநாசம்	தஞ்சாவூர்	461 of 1922
	முடிகொண்டசோழநல் லூர்	தஞ்சாவூர்	166 of 1925
செஞ்சி நாயக்கர்			
கிருஷ்ணம நாயக்கர்	திருநாவலூர்	விழுப்புரம்	193 of 1940-41
கொண்டம நாயக்கர்	அன்னமங்கலம்	விழுப்புரம்	353 of 1984-85
	சிதம்பரம்	கடலூர்	333 of 1913
	சிதம்பரம்	கடலூர்	349 of 1913
	சிதம்பரம்	கடலூர்	369 of 1913
	சிதம்பரம்	கடலூர்	352 of 1913
	சூரத்தூர்	-	356 of 1984-85
	சூரத்தூர்	-	357 of 1984-85
	திருமுட்டணம்	கடலூர்	256 of 1916

	திருமுட்டணம்	கடலூர்	257 of 1916
	திருமுட்டணம்	கடலூர்	264 of 1916
	திருமுட்டணம்	கடலூர்	271 of 1916
	திருமுட்டணம்	கடலூர்	273 of 1916
	திருமுட்டணம்	கடலூர்	266 of 1916
	திருமுட்டணம்	கடலூர்	367 of 1916
	பெரியவெண்மணி	-	468/1992-93
சூரப்ப நாயக்கர்	தேவிகாபுரம்	திருவண்ணாமலை	391 of 1912
கிருஷ்ணப்ப	தேவிகாபுரம்	திருவண்ணாமலை	388 of 1912
நாயக்கர்			
துப்பாக்கி	கங்கைகொண்ட	கடலூர்	வரலாறு இதழ் -4
கிருஷ்ணப்ப	சோழபுரம்		
நாயக்கர்			
முத்துவேங்கடப்ப	செங்கம்	திருவண்ணாமலை	ஓவியப்பாவை, ப.134
நாயக்கர்			
வையப்ப	திருமுட்டம்	கடலூர்	272 of 1916
கிருஷ்ணப்ப நாயக்க			
-	ஜம்பை	விழுப்புரம்	445 of 1938
வேலூர் நாயக்கர்			
லிங்கம நாயக்கர்	திண்டிவனம்	விழுப்புரம்	31 of 1905
	விரிஞ்சிபுரம்	வேலூர்	211 of 1939-40
திம்மைய நாயக்கர்	தர்மபுரி	தர்மபுரி	கி.மா.கல். 108-1974
	தர்மபுரி	தர்மபுரி	கி.மா.கல். 169-1974
பொம்மு நாயக்கர்	உத்திரமேரூர்	காஞ்சிபுரம்	ஆவணம்-20
	காஞ்சிபுரம்	காஞ்சிபுரம்	வே.மா.த., பக்.112/114
	குடிமல்லூர்	வேலூர்	
	துவரனந்தல்	திருவண்ணாமலை	வே.மா.தட., பக்.112/114
	பள்ளிடையன்பட்டி	வேலூர்	ஆவணம்-20
	பெருமுக்கல்	விழுப்புரம்	36 /1905
	முருகனந்தல்	திருவண்ணாமலை	வே.மா.த., பக்.112/114
	விளாப்பாக்கம்	-	வே.மா.த., பக்.112/114

நாயக்கர் காலச் செப்பேடுகளின் பட்டியல்

மன்னர்	ஊர்	சான்றாதாரம்
விசுவநாத நாயக்கர்	கண்ணாடிப்புத்தூர் செப்பேடு	
கிருஷ்ணப்ப நாயக்கர்	கிருஷ்ணாபுரம் செப்பேடு	E.I.9
	வெள்ளான்குடி செப்பேடு	M.E.R. 1917, p.76
வீரப்ப நாயக்கர்	தளவாய் அக்ரகாரம் செப்பேடு	E.I.XII pp.159, 187
	வெண்பக்கோட்டை செப்பேடு	கல்வெட்டு, இதழ்-29
முத்துவீரப்ப நாயக்கர்	சங்கரன்கோயில் செப்பேடு	திரு.ஆ.செப்., பக்.308-317
	சிவந்திபுரம் செப்பேடு	திரு.ஆ.செப்.பக்.305-307
	தூரன்குலச் செப்பேடு	ஆவணம்-12, பக்.87-89.
	நெல்லை ஈசான மடச்செப்பேடு	திரு.ஆ.செப்., பக்.324-326
திருமலை நாயக்கர்	உத்தமப்பாளையம் செப்பேடு	தெ.இ.கோ.சா. தொ.2-1039
	அம்மையநாயக்கனூர்செப்பேடு	திருமலை.நா.செப்., பக்.9
	அரசப்பட்டி செப்பேடு	திருமலை.நா.செப்., பக்.26
	இராமநாதபுரம் செப்பேடு-1	திருமலை.நா.செப்., பக்.39
	இராமநாதபுரம் செப்பேடு-2	திருமலை.நா.செப்., பக்.42
	இராமநாதபுரம் செப்பேடு-3	திருமலை.நா.செப்., பக்.46
	இராமநாதபுரம் செப்பேடு-4	திருமலை.நா.செப்., பக்.48
	இராமநாதபுரம் செப்பேடு-5	திருமலை.நா.செப்., பக்.61
	இராஜாக்காபட்டி செப்பேடு	திருமலை.நா.செப்., பக்.23
	இலந்தைக்குளம் செப்பேடு	திருமலை.நா.செப்., பக்.1
	ஒ.கோயில்ப்பட்டிச் செப்பேடு	திருமலை.நா.செப்., பக்.90
	சித்தரேவுச் செப்பேடு	திருமலை.நா.செப்., பக்.88
	சிந்துமேட்டுப்பட்டிச் செப்பேடு	திருமலை.நா.செப்., பக்.6
	சிறுவாலை ஜமீன் செப்பேடு	திருமலை.நா.செப்., பக்.18
	சென்னை அருங்காட்சியகச் செப்பேடு	திருமலை.நா.செப்., பக்.76
	தருமத்துப்பட்டி செப்பேடு-1	திருமலை.நா.செப்., பக்.28
	தருமத்துப்பட்டி செப்பேடு-2	திருமலை.நா.செப்., பக்.31
	தருமத்துப்பட்டி செப்பேடு-3	திருமலை.நா.செப்., பக்.34
	திருகாந்தீசுவரம் செப்பேடு	திருமலை.நா.செப்., பக்.78
	திருநெல்வேலி செப்பேடு	19 of 1925
	திருமுருகன்பூண்டிச் செப்பேடு	திருமலை.நா.செப்., பக்.81
	தொட்டிப்பட்டிச் செப்பேடு	-
	பழனிமலைச் செப்பேடு	-
	பாலக்கோம்பை செப்பேடு	கல்வெட்டு இதழ்-42
	பொம்மையக்கவுண்டன் பட்டிச் செப்பேடு-1	திருமலை.நா.செப்., பக்.65

	பொம்மையக்கவுண்டன் பட்டிச் செப்பேடு-2	திருமலை.நா.செப்., பக்.68
	பொம்மையக்கவுண்டன் பட்டிச் செப்பேடு-3	திருமலை.நா.செப்., பக்.70
	பொம்மையக்கவுண்டன் பட்டிச் செப்பேடு-4	திருமலை.நா.செப்., பக்.73
	மங்கலரேவுச் செப்பேடு	திருமலை.நா.செப்., பக்.36
	மதுரை செப்பேடு	5 of 1910
	மதுரை செப்பேடு	6 of 1910
	மதுரைத்தலத்து ஓதுவார் செப்பேடு	திருமலை.நா.செப்., பக்.65
	வெள்ளியக்குன்றம் செப்பேடு	திருமலை.நா.செப்., பக்.13
சொக்கநாத நாயக்கர்	ஆதனூர்-சாத்தனூர் பட்டயம்	வரலாறு, இதழ்-1
	உப்பிலிய நாயக்கர் மடச்செப்பேடு	ஆவணம், 10, 32
	திண்டுக்கல் செப்பேடு	தெ.இ.கோ.சா. தொ.1-883
	திருப்புடைமருதூர் செப்பேடு	S.C.P. No. 202
	திருவரங்கம் செப்பேடு	7/1936-37
	திருவரங்கம் செப்பேடு	351 /1950-51
	திருவரங்கம் செப்பேடு	352 /1950-51
	திருவரங்கம் செப்பேடு	353 /1950-51
	திருவில்லிபுத்தூர் செப்பேடு	2/1936-37
	நத்தம் செப்பேடு	தமிழகச் செப்பேடுகள்-1
	மும்முடிச்சோழப்பேட்டை செப்பேடு	ஆவணம் 19, 41
	ஜம்புகேசுவரம் செப்பேடு	சங்கர மடம் வரலாறு
மங்கம்மாள்	அம்பாசமுத்திரம் செப்பேடு	திரு.ஆ.செப். பக்.331-332
	இலத்துப்பிள்ளையார் பட்டயம்	தமிழக ஊரும் பேரும்
	சித்தார்சத்திரம் பருத்திக்குளம் செப்பேடு	3/1926?27
	திருக்குற்றாலம் செப்பேடு	குற்றாலம் கோயில் வரலாறு
	மதுரை செப்பேடு	3 of 1910
மீனாட்சி	திருவரங்கம் செப்பேடு	340 /1950-51
	திருவரங்கம் செப்பேடு	350/ 1950-51
விஜயரங்க சொக்கநாதர் நாயக்கர்	நெல்லை ஈசான மடச் செப்பேடு- 2	திரு.ஆ.செப். பக்.328-330
	சாத்தாங்குளம் செப்பேடு	திரு.ஆ.செப்.பக்.334-336
தஞ்சை நாயக்கர் செவ்வப்ப நாயக்கர்	நஞ்சன் கூடுசெப்பேடு	E.C., தொ 3-116

	நஞ்சன் கூடுசெப்பேடு	E.C.,தொ 3-117
	நஞ்சன் கூடுசெப்பேடு	E.C.,தொ. 3-118
அச்சுதப்ப நாயக்கர்	அருவிழிமங்கலம் செப்பேடு	E.I. 12-38
	முடிகொண்டான் செப்பேடு	9 of 1951-52
இரகுநாத நாயக்கர்	அரித்துவாரமங்கலம் செப்பேடு	கு.பால. கண்டு
	சிவபுரம் செப்பேடு	கு.பால. கண்டு
	தஞ்சாவூர் செப்பேடு	கு. பால. கண்டு
	திருக்கண்ணமங்கை செப்பேடு	கு.பால கண்டு
	திருவாரூர் செப்பேடு	தி.தி.எண் 6
	திருவாவடுதுறை ஆதீனம்	. திரு.ஆ.செப்.
	செப்பேடு	
	போபன்ஹேகன்	தங்க ஓலை
	போபன்ஹேகன்	காகித ஆவணம்
விஜயராகவ நாயக்கர்	சென்னை அருங்காட்சியகச் செப்பேடு	10அ of 1921-22
	படேவியா	வெள்ளியேடு
	புதுக்கோட்டைச் செப்பேடு	29 of 1949-50
	புதுக்கோட்டைச் செப்பேடு	30 of 1949-50
செஞ்சி நாயக்கர்	ரெட்டணைச் செப்பேடு	தொன்மைத் தடயம்

மதுரை நாயக்கர் காசுகள்						
மன்னர்	**முன்பக்கம்**	**பின்பக்கம்**	**உலோகம்**	**எடை**	**மொழி**	**ஊர்**
விசுவநாத நாயக்கர்	பாண்டியன் என்ற வாசகத்தின் கீழ் இரு மீன்கள்	பிறையின் கீழ் விஸ்வநாதன் என்ற வாசகம்	செப்பு	2.5 கிராம்	தமிழ்	மதுரை
	பாண்டியன் என்ற வாசகத்தின் கீழ் இரு மீன்கள்	பிறையின் கீழ் ***விஸ்வநாதன்*** என்ற வாசகம்	செப்பு	2.5 கிராம்	தமிழ்	காவேரிபாக்கம், (தருமபுரி)
	இரண்டு மீன்களின் நடுவே செண்டு	பிறையின் கீழ் ***விஸ்வநாதன்*** என்ற வாசகம்	செப்பு	2.5 கிராம்	தமிழ்	மதுரை
	இரண்டு மீன்களின் நடுவே செண்டு	பிறையின் கீழ் மான்	செப்பு	2.5 கிராம்	-	கரூர்
	மனிதன் உருவம்	இரண்டு மீன்கள் நடுவில் செண்டு ***விஸ்வநாதன்*** என்ற வாசகம்	செப்பு	4.1 கிராம்	தமிழ்	மதுரை
	மனிதன் உருவம்	இரண்டு மீன்கள் நடுவில் செண்டு ***விஸ்வநாதன்*** என்ற வாசகம்	செப்பு	3.1 கிராம்	தமிழ்	மதுரை
	அமர்ந்த நிலையில் காளை, சூரியன்	***விசிவ*** என்ற வாசகம்	செப்பு	5.3 கிராம்	தமிழ், தெலுங்கு	மதுரை

	வி என்ற எழுத்தைச் சுற்றிலும் புள்ளிகள்	***ஸ்ரீவீர*** என்ற வாசகம்	செப்பு	2.3 கிராம்	தெலுங்கு	மதுரை
முதலாம் கிருஷ்ணப்ப நாயக்கர்	அமர்ந்த நிலையில் பாலகிருஷ்ணன்	***கிட்டணபநாய(க்கர்)*** என்ற வாசகம்	செப்பு	3.2 கிராம்	தமிழ்	கரூர்
வீரப்ப நாயக்கர்	மனித உருவம் பக்கத்தில் சூலம்	நின்ற காளை உருவம் பிறை ***வீ*** என்ற எழுத்து	செப்பு	3 கிராம்	நாகரி	மதுரை
	மனித உருவம்	நின்ற நிலையில் காளை வீ என்ற எழுத்து	செப்பு	2.2 கிராம்	தெலுங்கு	மதுரை
	மனித உருவம்	நின்ற நிலையில் காளை சங்கு சக்கரம் ***வீ*** என்ற எழுத்து	செப்பு	2.7 கிராம்	தெலுங்கு	திருநெல்வேலி
	மனித உருவம்	நின்ற நிலையில் காளை சக்கரம், குத்துவாள் ***வீ*** என்ற எழுத்து	செப்பு	2.6 கிராம்	தெலுங்கு	திருநெல்வேலி
இரண்டாம் கிருஷ்ணப்பநாயக்கர்	நின்ற நிலையில் யானை	***ஸ்ரீகிருஷ்ண*** என்ற வாசகம்	செப்பு	2 கிராம்	தெலுங்கு	அம்பாசமுத்திரம்
முத்துகிருஷ்ணப்பா நாயக்கர்	நின்ற நிலையில் காளை	***முத்துகிருஷ்ண*** என்ற வாசகம்	செப்பு	3.4 கிராம்	தெலுங்கு	மதுரை
	முத்துகிருஷ்ண என்ற வாசகம்	சங்கு, சக்கரம் ***வராஹ*** என்ற வாசகம்	செப்பு	5.2 கிராம்	தெலுங்கு , நாகரி	மதுரை
	முத்துகிருஷ்ண என்ற வாசகம்	***திருவேங்கட*** என்ற வாசகம்	செப்பு	5.2 கிராம்	தெலுங்கு	மதுரை
முதலாம் முத்துவீரப்ப நாயக்கர்	நின்ற நிலையில் திருமால்	வீ என்ற எழுத்து	செப்பு	1 கிராம்	தெலுங்கு	மதுரை
	சந்திரன், சூரியன்	***வீ*** என்ற எழுத்து	செப்பு	1 கிராம்	தெலுங்கு	மதுரை

	மனித உருவம் ***தி*** என்ற எழுத்து	நிற்கும் காளை, பிறை, சங்கு	செப்பு	3.4 கிராம்	தெலுங்கு	மதுரை
	மனிதன் உருவம் ***தி*** என்ற எழுத்து	நிற்கும் காளை பிறை, குத்துவாள்	செப்பு	3.4 கிராம்	தெலுங்கு	மதுரை
	மனிதன் உருவம்	காளை, ***நா*** என்ற எழுத்து	செப்பு	3.7 கிராம்	கன்னடம்	மதுரை
	மனிதன் உருவம்	நிற்கும் காளை, பிறை, சங்கு	செப்பு	3 கிராம்	-	தஞ்சாவூர்
சொக்கநாத நாயக்கர்	மனித உருவம்	நிற்கும் காளை, சங்கு, ***சொ*** என்ற எழுத்து	செப்பு	3.350 கிராம்	தெலுங்கு	மதுரை
முத்துவீரப்ப நாயக்கர்	அனுமன் ***ம*** என்ற எழுத்து	***ஸ்ரீரங்க*** என்ற வாசகம்	செப்பு	2. கிராம்	தமிழ் தெலுங்கு	மதுரை
	கருடன்	***ஸ்ரீரங்க*** என்ற வாசகம்	செப்பு	2.05 கிராம்	தெலுங்கு	மதுரை
	வில் அம்புடன் நின்ற நிலையில் இராமன்	***ஸ்ரீரங்க*** என்ற வாசகம்	செப்பு	1.5 கிராம்	தெலுங்கு	கரூர்
	நின்றநிலையில் திருமால்	***ஸ்ரீரங்க*** என்ற வாசகம்	செப்பு	2.1 கிராம்	தெலுங்கு	மதுரை
	படுக்கை வாட்டில் மீன்	***ஸ்ரீரங்க*** என்ற வாசகம்	செப்பு	1.8 கிராம்	தெலுங்கு	மதுரை
	மயில், வேல் மயில்வாயில் பாம்பு	***ஸ்ரீரங்க*** என்ற வாசகம்	செப்பு	1.7 கிராம்	தெலுங்கு	மதுரை
	திருமாலின் கூர்ம அவதாரம்	***ஸ்ரீரங்க*** என்ற வாசகம்	செப்பு	1.6 கிராம்	தெலுங்கு	கரூர்
	ஒட்டகம் உருவம்	***ஸ்ரீரங்க*** என்ற வாசகம்	செப்பு	1.8 கிராம்	தெலுங்கு	வேலூர்
இராணி மங்கம்மாள்	மனிதன் உருவம்	காளை, சங்கு, ம என்ற எழுத்து	செப்பு	-	தெலுங்கு	மதுரை

	மனித உருவம், சூலம்	நின்ற நிலையில் அனுமன் *ம* என்ற எழுத்து	செப்பு	-	தெலுங்கு	மதுரை
	மனித உருவம், சூலம்	நின்றநிலையில் அனுமன் *ம* என்ற எழுத்து சூரியன்	செப்பு	2 கிராம்	தெலுங்கு	கரூர்
	அனுமன்	***ஸ்ரீமங்கம்மா*** என்ற வாசகம்	செப்பு	2 கிராம்	தெலுங்கு	திருநெல்வேலி
	அமர்ந்த நிலையில் இலட்சுமி நரசிம்மர்	ஸ்ரீம(ங்)கமா என்ற வாசகம்	செப்பு	3.25 கிராம்	தெலுங்கு	மதுரை
	நரசிம்மர் இரணியனைக் கொல்லும் காட்சி	***ஸ்ரீம(ங்)கமா*** என்ற வாசகம்	செப்பு	2.5 கிராம்	தெலுங்கு	மதுரை
	சங்கு, சக்கரம் ஏந்திய நிலையில் நரசிம்மர்	***ஸ்ரீம(ங்)கமா*** என்ற வாசகம்	செப்பு	3 கிராம்	தெலுங்கு	திருநெல்வேலி
	நரசிம்மர் நின்றநிலை	மங்கமா என்ற வாசகம்	செப்பு	2.5 கிராம்	தெலுங்கு	கரூர்
	அமர்ந்த நிலையில் நரசிம்மர்	***ஸ்ரீம(ங்)கமா*** என்ற வாசகம்	செப்பு	2.2 கிராம்	தெலுங்கு	மதுரை
	அமர்ந்த நிலையில் நரசிம்மர்	***மங்கமா*** என்ற வாசகம்	செப்பு	2.2 கிராம்	தெலுங்கு	கரூர்
	அமர்ந்த நிலையில் சரசுவதி	***மங்கமா*** என்ற வாசகம்	செப்பு	2.1 கிராம்	தெலுங்கு	திண்டுக்கல்
	மயிலின் மீது வீணையுடன் சரசுவதி	***மங்கமா*** என்ற வாசகம்	செப்பு	1.8 கிராம்	தெலுங்கு	திண்டுக்கல்
	அமர்ந்தநிலையில் வீணையுடன் சரசுவதி	***மங்கமா*** என்ற வாசகம்	செப்பு	2.7 கிராம்	தெலுங்கு	மதுரை

	நின்றநிலையில் கருடன்	***ஸ்ரீமங்கமா*** என்ற வாசகம்	செப்பு	2.5 கிராம்	தெலுங்கு	மதுரை
	அமர்ந்தநிலையில் கருடன்	***ஸ்ரீம(ங்)கமா*** என்ற வாசகம்	செப்பு	2.5 கிராம்	தெலுங்கு	மதுரை
	நின்றநிலையில் கொக்கு	***ஸ்ரீமங்கம்மா*** என்ற வாசகம்	செப்பு	1.8 கிராம்	தெலுங்கு	மதுரை
	நின்றநிலையில் காளை	***ஸ்ரீமங்கமா*** என்ற வாசகம்	செப்பு	2 கிராம்	தெலுங்கு	மதுரை
	அமர்ந்தநிலையில் கணபதி	ஸ்ரீமங்கமா என்ற வாசகம்	செப்பு	1.2 கிராம்	தெலுங்கு	திருநெல்வேலி
	மயிலின்மேல் அமர்ந்த முருகன்	***ஸ்ரீமங்கம்மா*** என்ற வாசகம்	செப்பு	1.8 கிராம்	தெலுங்கு	மதுரை
	மயிலின் மேல் அமர்ந்த முருகன்	மங்கம்மா என்ற வாசகம்	செப்பு	2.5 கிராம்	தெலுங்கு	மதுரை
	அமர்ந்தநிலையில் கஜலட்சுமி	***மங்கமா*** என்ற வாசகம்	செப்பு	2.5 கிராம்	தெலுங்கு	மதுரை
	அமர்ந்தநிலையில் நந்தி	***மங்கமா*** என்ற வாசகம்	செப்பு	2.2 கிராம்	தெலுங்கு	திருச்சி
	நின்றநிலையில் யானை	***ஸ்ரீமங்கம்மா*** என்ற வாசகம்	செப்பு	2.2 கிராம்	தெலுங்கு	கரூர்
	நின்றநிலையில் வில்லேந்தி இராமர்	ஸ்ரீமங்கம்மா என்ற வாசகம்	செப்பு	1.7 கிராம்	தெலுங்கு	மதுரை
	நின்றநிலையில் திருமால்	***மங்கமா*** என்ற வாசகம்	செப்பு	1.4 கிராம்	தெலுங்கு	மதுரை
	அமர்ந்த நிலையில் திருமால்	***ஸ்ரீமங்கம்மா*** என்ற வாசகம்	செப்பு	1.9 கிராம்	தெலுங்கு	மதுரை
	நாயக்கர் அரசியுடன் அமர்ந்த நிலை	மங்கம்மா என்ற வாசகம்	செப்பு	2.8 கிராம்	தெலுங்கு	மதுரை

	நாட்டியப் பெண்	***ஸ்ரீமங்கம்மா*** என்ற வாசகம்	செப்பு	2.3 கிராம்	தெலுங்கு	மதுரை
	நர்த்தனகிருஷ்ணன்	***ஸ்ரீம(ங்)கமா*** என்ற வாசகம்	செப்பு	2.5 கிராம்	தெலுங்கு	மதுரை
	நின்றநிலையில் திருமால்	மங்கமா என்ற வாசகம்	செப்பு	2.7 கிராம்	தெலுங்கு	மதுரை
	நின்றநிலையில் திருமால்	***ஸ்ரீமங்கமா*** என்ற வாசகம்	செப்பு	2.5 கிராம்	தெலுங்கு	கரூர்
	நின்றநிலையில் யானை, காளை	மங்கமா என்ற வாசகம்	செப்பு	2.3 கிராம்	தெலுங்கு	மதுரை
	படுக்கை வாட்டில் மீன்	***ஸ்ரீமங்கம்மா*** என்ற வாசகம்	செப்பு	1.9 கிராம்	தெலுங்கு	மதுரை
	புருசாமிருகம்	***மங்கமா*** என்ற வாசகம்	செப்பு	2.5 கிராம்	தெலுங்கு	கரூர்
	திருமாலின் மச்சவவதாரம்	***ஸ்ரீமங்கம்மா*** என்ற வாசகம்	செப்பு	2.5 கிராம்	தெலுங்கு	மதுரை
	காலிங்கநர்த்தன கிருஷ்ணன்	***ஸ்ரீமங்கம்மா*** என்ற வாசகம்	செப்பு	1.7 கிராம்	தெலுங்கு	மதுரை
	நர்த்தனகிருஷ்ணன்	***ஸ்ரீமங்கம்மா*** என்ற வாசகம்	செப்பு	1.8 கிராம்	தெலுங்கு	மதுரை
	திருவாசிக்குள் சிவலிங்கம்	***ஸ்ரீமங்கம்மா*** என்ற வாசகம்	செப்பு	2.2 கிராம்	தெலுங்கு	மதுரை
	தலவிருட்சம்	***ஸ்ரீம(ங்)கமா*** என்ற வாசகம்	செப்பு	1.7 கிராம்	தெலுங்கு	மதுரை
	இரண்டுதலை உள்ள பறவை	***ஸ்ரீமங்கம்மா*** என்ற வாசகம்	செப்பு	1.2 கிராம்	தெலுங்கு	மதுரை
	பன்றி (வராகம்)	***ஸ்ரீம(ங்)கமா*** என்ற வாசகம்	செப்பு	1.4 கிராம்	தெலுங்கு	கரூர்

	பன்றி (வராகம்)	***ஸ்ரீம(ங்)கமா*** என்ற வாசகம்	செப்பு	1.4 கிராம்	தெலுங்கு	கரூர்
	மயில், வேல்	***ஸ்ரீமங்கம்மா*** என்ற வாசகம்	செப்பு	2.7 கிராம்	தெலுங்கு	மதுரை
	மயில்	***ஸ்ரீமங்கம்மா*** என்ற வாசகம்	செப்பு	1.9 கிராம்	தெலுங்கு	கரூர்
விசயரங்கசொக்கநாதர் நாயக்கர்	அமர்ந்தநிலையில் இராமர், சீதை, அனுமன்	***ஸ்ரீரங்கராய*** என்ற வாசகம்	செப்பு	3.1 கிராம்	தெலுங்கு	மதுரை
மீனாட்சி	சிங்கம்	***மீனாட்சி*** என்ற வாசகம்	செப்பு	2.6 கிராம்	தமிழ்	மதுரை

தஞ்சை நாயக்கர் காசுகள்

மன்னர்	முன்பக்கம்	பின்பக்கம்	உலோகம்	எடை	மொழி	ஊர்
செவ்வப்பநாயக்கர்	காளை, சந்திரன், சூரியன்	***சிவாபராய்*** என்ற வாசகம்	செப்பு	3.5 கிராம்	நாகரி	தஞ்சாவூர்
	காளை, சந்திரன், சூரியன்	***சிவ(ப)நாய(க்கர்)*** என்ற வாசகம்	செப்பு	1.8 கிராம்	நாகரி	தஞ்சாவூர்
	மன்னரின் உருவம், சங்கு	***(சி)வபராய*** என்ற வாசகம்	செப்பு	2.7 கிராம்	நாகரி	தஞ்சாவூர்
	ஆண் யானை, பிறை *ச* என்ற எழுத்து	மனித உருவம், திரிசூலம், சங்கு, சூரியன், சந்திரன்	செப்பு	3.6 கிராம்	நந்தி நாகரி	தஞ்சாவூர்
	அமர்ந்தநிலையில் சிவன், பார்வதி	நட்சத்திரத்தின் நடுவே *சி* என்ற எழுத்து	செப்பு	2.5 கிராம்	தமிழ்	கும்பகோணம்
அச்சுதப்ப நாயக்கர்	ஒரே தலையில் யானை காளை உருவங்கள்	***அச்சுபரய*** என்ற வாசகம்	செப்பு	3 கிராம்	நாகரி	கும்பகோணம்
	கையில் அம்பு வில்லுடன் இராமன்	***அச்சுதப*** என்ற வாசகம்	செப்பு	3.3 கிராம்	தெலுங்கு	திருவையாறு
	இரண்டு தலையுள்ள பறவை	***அச்த(ப)*** என்ற வாசகம், சக்கர உருவம்	செப்பு	3.1 கிராம்	தெலுங்கு	தஞ்சாவூர்
	அன்னம்	அச்தப என்ற வாசகம்	செப்பு	3.1 கிராம்	தெலுங்கு	பாபநாசம்
	அமர்ந்தநிலையில் சிவன், பார்வதி	***அச்த*** என்ற வாசகம்	செப்பு	2.6 கிராம்	தெலுங்கு	தஞ்சாவூர்

	சிவலிங்கத்திற்கு பால் சொழியும் பசு	***ஸ்ரீஅச்த*** என்ற வாசகம்	செப்பு	700 மில்லி கிராம்	தெலுங்கு	மன்னார்குடி
	காளை உருவம்	***அச்த*** என்ற வாசகம்	செப்பு	2.6 கிராம்	தெலுங்கு	தஞ்சாவூர்
	மயிலின் மேல் அமர்ந்தநிலையில் முருகன்	***அச்த*** என்ற வாசகம்	செப்பு	1.2 கிராம்	தெலுங்கு	கும்பகோணம்
இரகுநாத நாயக்கர்	அமர்ந்தநிலையில் சிவன், பார்வதி	***ரகுநாத*** என்ற வாசகம்	செப்பு	3.2 கிராம்	நாகரி	கும்பகோணம்
	அமர்ந்தநிலையில் பெண் தெய்வம்	***ரகுநாத*** என்ற வாசகம்	செப்பு	1 கிராம்	நாகரி	கும்பகோணம்
	அமர்ந்தநிலையில் இலக்குமி நாராயணன்	***ரகுணாத*** என்ற வாசகம்	செப்பு	3.5 கிராம்	தெலுங்கு	தஞ்சாவூர்
	அமர்ந்தநிலையில் வைணவ குரு	***ரகுநாத*** என்ற வாசகம்	செப்பு	3.5 கிராம்	தெலுங்கு	ஆரணி
	சஞ்சீவி மலையைத் தூக்கி செல்லும் அனுமன்	***ரகுநாத*** என்ற வாசகம்	செப்பு	3.4 கிராம்	தெலுங்கு	தஞ்சாவூர்
	சக்கரம்	***ஸ்ரீரகுணாத*** என்ற வாசகம்	செப்பு	3.3 கிராம்	தெலுங்கு	திருவையாறு
	வணங்கும் கருடன்	***ஸ்ரீரகுணாத*** என்ற வாசகம்	செப்பு	3 கிராம்	தெலுங்கு	அய்யம்பேட்டை
	துர்க்கை (சிம்மவாகினி)	***ஸ்ரீரகுணாத*** என்ற வாசகம்	செப்பு	3.1 கிராம்	தெலுங்கு	மன்னார்குடி

	அமர்ந்தநிலையில் கணபதி	***ரகுணாத*** என்ற வாசகம்	செப்பு	2.4 கிராம்	தெலுங்கு	கும்பகோணம்
	நின்றநிலையில் முருகன்	***ஸ்ரீரகுணாத*** என்ற வாசகம்	செப்பு	2.7 கிராம்	தெலுங்கு	தஞ்சாவூர்
	யானை உருவம்	***ரகுநாத*** என்ற வாசகம்	செப்பு	3 கிராம்	தெலுங்கு	தஞ்சாவூர்
	கண்டபேருண்ட பறவை	***ஸ்ரீரகுணாத*** என்ற வாசகம்	செப்பு	2.9 கிராம்	தெலுங்கு	தஞ்சாவூர்
	அன்னம்	***ஸ்ரீரகு(ணாத)*** என்ற வாசகம்	செப்பு	2.8 கிராம்	தெலுங்கு	திருவையாறு
	சிவலிங்கம்	***ராயரகுணாதன்*** என்ற வாசகம்	செப்பு	3 கிராம்	தமிழ்	கும்பகோணம்
	அனுமன் உருவம்	***ராயரகுநா(த)ன்*** என்ற வாசகம்	செப்பு	3 கிராம்	தமிழ்	நாகப்பட்டினம்
	நிற்கும் காளையின் மேல் சிவன்	***ராயரகுனாதன்*** என்ற வாசகம்	செப்பு	2.7 கிராம்	தமிழ்	திருவாரூர்
	சிவலிங்கத்திற்கு பால்சொரியும் பசு	***ராயரகுனாதன்*** என்ற வாசகம்	செப்பு	2.8 கிராம்	தமிழ்	கும்பகோணம்
	சிவலிங்கம், மாலை	***ராய(ர)குனாதன்*** என்ற வாசகம்	செப்பு	3.2 கிராம்	தமிழ்	ஆடுதுறை
	சிவலிங்கம்	***விசயரகு(னாத)ன்*** என்ற வாசகம்	செப்பு	2.3 கிராம்	தமிழ்	பாபநாசம்
	சிவலிங்கம், மாலை வணங்கும் மன்னர்	***விசையரகுனாதன்*** என்ற வாசகம்	செப்பு	2.9 கிராம்	தமிழ்	தரங்கம்பாடி
	இலிங்கத்திற்கு பால்பொழியும் பசு	விசையரகுனாத என்ற வாசகம்	செப்பு	3 கிராம்	தமிழ்	மன்னார்குடி

	மயிலின்மேல் அமர்ந்த முருகன்	***விசை(சய) ராய*** ரகுனாதன் என்ற வாசகம்	செப்பு	3 கிராம்	தமிழ்	தஞ்சாவூர்
	ஆண் தெய்வம்	***(வி) சையராயரகு நாதன்*** என்ற வாசகம்	செப்பு	3.4 கிராம்	தமிழ்	மன்னார்குடி
	நின்றநிலையில் முருகன்	***விசையராயரகுனாதன்*** என்ற வாசகம்	செப்பு	2.5 கிராம்	தமிழ்	திருவாரூர்
	பீடத்தில் அமர்ந்த திருமகள்	***விசையராயரகுனாதன்*** என்ற வாசகம்	செப்பு	2.8 கிராம்	தமிழ்	பாபநாசம்
	நின்றநிலையில் திருமகள்	விசையரகுநாத என்ற வாசகம்	செப்பு	2.7 கிராம்	தமிழ்	அரியலூர்
	அமர்ந்தநிலையில் திருமகள்	***விசையரகுனாதன்*** என்ற வாசகம்	செப்பு	2.7 கிராம்	தமிழ்	திருவையாறு
	அமர்ந்தநிலையில் சிவன், பார்வதி	***விசையரகுனாத*** என்ற வாசகம்	செப்பு	2.4 கிராம்	தமிழ்	ஆடுதுறை
	அமர்ந்தநிலையில் அம்மன்	***விசையரகுனாத*** என்ற வாசகம்	செப்பு	2.9 கிராம்	தமிழ்	மயிலாடுதுறை
கோவிந்த தீட்சிதர்	அரசர் உருவம்	***கோவிந்தய்ய*** என்ற வாசகம்	செப்பு	2.5 கிராம்	தமிழ்	கும்பகோணம்
விசயராக நாயக்கர்	மயில், பாம்பு, மலை	***விஜயராகவ*** என்ற வாசகம்	செப்பு	6.5 கிராம்	தெலுங்கு	கும்பகோணம்
	அமர்ந்தநிலையில் நரசிம்மன், இலட்சுமி	***ஸ்ரீவிஜயராகவ*** என்ற வாசகம்	செப்பு	5.7 கிராம்	தெலுங்கு	தஞ்சாவூர்
	சங்கு, சக்கரம், செண்டு	***ஸ்ரீராகவ*** என்ற வாசகம்	செப்பு	1.7 கிராம்	நாகரி	மன்னார்குடி

	அமர்ந்தநிலையில் கருடன்	***ஸ்ரீராகவ*** என்ற வாசகம்	செப்பு	1.6 கிராம்	நாகரி	தஞ்சாவூர்
அளகிரி நாயக்கர்	அமர்ந்தநிலையில் சிவன், பார்வதி	***ஸ்ரீஅலகரி*** என்ற வாசகம்	செப்பு	3.6 கிராம்	தெலுங்கு கன்னடம்	தஞ்சாவூர்
எழுத்துப் பொறிப்பு இல்லாத காசுகள்	அனுமன் இராமனைத் தூக்கிச்செல்லுதல்	சக்கரம்	செப்பு	3.4 கிராம்	-	தஞ்சாவூர்
	இராமனை முதுகில் தூக்கிச்செல்லும் அனுமன்	இராமன், வில் அம்பு	செப்பு	1.5 கிராம்	-	கும்பகோணம்
	அரசர், கேடயம், கத்தி	மீன்	செப்பு	2.5 கிராம்	-	கும்பகோணம்
	இரகுநாத நாயக்கர் நின்ற நிலை	மகரம் (யாளி)	செப்பு	1.8 கிராம்	-	தஞ்சாவூர்
	தாராகசுர சுப்பிரமணியன், மயில்	நடனமங்கை	செப்பு	3.3 கிராம்	-	கும்பகோணம்
	இரகுநாத நாயக்கர் குதிரையில் செல்லும் காட்சி	சங்கு, சக்கரம்	செப்பு	3.3 கிராம்	-	தஞ்சாவூர்
	கத்தி கேடயத்துடன் அரசர்	தேர் உருவம்	செப்பு	2.2 கிராம்	-	திருவாரூர்
	சிங்கம்	தேர் உருவம்	செப்பு	2.850 கிராம்	-	மன்னார்குடி
	கருடன்	கூர்ம அவதாரம்	செப்பு	3.350 கிராம்	-	பாபநாசம்

விசயராகவ நாயக்கர்	சக்கரத்திற்குள் நின்றநிலையில் இராஜகோபால சுவாமி	வாளேந்தி நிற்கும் அரசன்	செப்பு	1.8 கிராம்	-	மன்னார்குடி
	நின்றநிலையில் இராஜகோபால சுவாமி	அமர்ந்தகோலத்தில் அரசன், அரசி	செப்பு	2.4 கிராம்	-	மன்னார்குடி
	நின்றநிலையில் இராஜகோபால சுவாமியை வணங்கும் விஜயராகவநாயக்கர்	சங்கு, தலவிருட்சம்	செப்பு	3 கிராம்	-	மன்னார்குடி
	நின்றநிலையில் இராஜகோபால சுவாமி	அமர்ந்தநிலையில் விஜயராகவ நாயக்கர்	செப்பு	3.5 கிராம்	-	தஞ்சாவூர்
	இராஜகோபால சுவாமியை வணங்கும் விசயராகவநாயக்கர்	இரகுநாதநாயக்கனை வணங்கும் விசயராகவநாயக்கர்	செப்பு	3.850 கிராம்	-	மன்னார்குடி
	அமர்ந்தநிலையில் ஸ்ரீதேவி ஸ்ரீபூதேவி திருமால்	அச்சுதப்ப நாயக்கரை மூர்த்திமாம்பா வணங்கும் கோலம்	செப்பு	3.7 கிராம்	-	தஞ்சாவூர்
	அமர்ந்தநிலையில் இரகுநாதநாயக்கர்	நவநீத கிருஷ்ணன்	செப்பு	2.4 கிராம்	-	தஞ்சாவூர்
	அமர்ந்தநிலையில் இரகுநாதநாயக்கர்	கருடன்	செப்பு	2 கிராம்	-	தஞ்சாவூர்
	அமர்ந்தநிலையில் இரகுநாத நாயக்கர்	யானையின் மேல் இராஜகோபாலசுவாமி	செப்பு	2.3 கிராம்	-	மன்னார்குடி
	அமர்ந்தநிலையில் விஜயராகவ நாயக்கர்	இராஜகோபாலசுவாமி மனைவியுடன்	செப்பு	2.3 கிராம்	-	மன்னார்குடி
	அமர்ந்தநிலையில் இரகுநாதநாயக்கர்	வணங்கும் இரகுநாத நாயக்கர்	செப்பு	2.4 கிராம்	-	தஞ்சாவூர்

	அமர்ந்தநிலையில் இரகுநாதநாயக்கர்	வணங்கும் இரகுநாத நாயக்கர்	செப்பு	2.4 கிராம்	-	தஞ்சாவூர்
	சிம்மாசனத்தில் இரகுநாதநாயக்கர்	பெண்தெய்வம் செங்கமலத்தாயார்	செப்பு	2.3 கிராம்	-	மன்னார்குடி
	சிம்மாசனத்தில் இரகுநாதநாயக்கர்	நவக்கிரகம்	செப்பு	2.7 கிராம்	-	தஞ்சாவூர்
	இராஜகோபாலசுவாமி இரு மனைவியுடன்	இராஜகோபாலசுவாமி சங்கு சக்கரம்	செப்பு	2.5 கிராம்	-	தஞ்சாவூர்
வணிகக்காசு	கப்பல் (இரகுநாத நாயக்கர் ஆட்சி)	பூர்ணகும்பம்	செப்பு	2.7 கிராம்	-	தரங்கம்பாடி
இராஜகோபாலச் சக்கரப்பொன்	இராஜகோபாலன் உருவம்	சங்கும் சக்கரமும்	செப்பு	-	-	-
தஞ்சை நாயக்கர் முத்திரை	புவனச்வஸ்தச்ரி என்ற வாசகம் இரு குத்து விளக்கு	-	செப்பு	11 கிராம்	-	கும்பகோணம்

செஞ்சி நாயக்கர் காசுகள்

மன்னர்	முன்பக்கம்	பின்பக்கம்	உலோகம்	எடை	மொழி	ஊர்
வையப்ப நாயக்கர்	வட்டத்தைச் சுற்றிப் புள்ளிகள்	***வையப்ப*** என்ற வாசகம்	செப்பு	1.4 கிராம்	தமிழ்	செஞ்சி
	வட்டத்தைச் சுற்றிப் புள்ளிகள்	***வையப்ப*** என்ற வாசகம்	செப்பு	1.3 கிராம்	தமிழ்	திருவண்ணாமலை
கிருஷ்ணப்ப நாயக்கர்	காளை உருவம்	***கிட்டிணப்ப நாயக்கர்*** என்ற வாசகம்	செப்பு	3.2 கிராம்	தமிழ்	போரூர்
	காளை உருவம்	***கிட்டிணப்ப நாயக்கர்*** என்ற வாசகம்	செப்பு	2.7 கிராம்	தமிழ்	செஞ்சி
	வில், அம்பு ஏந்திய இராமர்	ஸ்ரீகிருஷ்ண என்ற வாசகம்	செப்பு	1.4 கிராம்	தெலுங்கு	திருவண்ணாமலை
	சூரியன், சந்திரன்	ஏணி	செப்பு	2.9 கிராம்	-	ஆரணி
கொண்டம நாயக்கர்	பீடத்தின் மேல் கருடஸ்தம்பம், சங்கு, சக்கரம்	***கொண்டப்ப*** என்ற வாசகம்	செப்பு	1.750 கிராம்	தமிழ்	செஞ்சி
	வருணன் (மச்சேந்திரன்)	***கொண்டப்ப*** என்ற வாசகம்	செப்பு	2.2 கிராம்	தமிழ்	திருவண்ணாமலை
வெங்கடப்ப நாயக்கர்	அமர்ந்தநிலையில் பெண்தெய்வம்	வெங்கடப என்ற வாசகம்	செப்பு	2.8 கிராம்	தமிழ்	கள்ளக்குறிச்சி
வெங்கடப்ப நாயக்கர்	நின்றநிலையில் வேணுகோபாலர்	***வெங்கடப*** என்ற வாசகம்	செப்பு	2.2 கிராம்	நாகரி	திருக்கோவிலூர்
	நின்றநிலையில் திருமால், அனுமன்	***வெங்கடப*** என்ற வாசகம்	செப்பு	1.5 கிராம்	தெலுங்கு, நாகரி, தமிழ்	திருவண்ணாமலை

தடாகம் வெளியீடு 239

நின்றநிலையில் திருமால்	***வெங்கடப*** என்ற வாசகம்	செப்பு	2.8 கிராம் தெலுங்கு, நாகரி	திருக்கோவிலூர்
வில் அம்புடன் இராமர்	***வெங்கடப*** என்ற வாசகம்	செப்பு	3.7 கிராம் தெலுங்கு	கள்ளக்குறிச்சி
வில் அம்புடன் இராமர்	வெங்கடப என்ற வாசகம்	செப்பு	3 கிராம் தெலுங்கு	திருக்கோவிலூர்
அமர்ந்தநிலையில் கணபதி	***வெங்கடப*** என்ற வாசகம்	செப்பு	2.8 கிராம் தெலுங்கு	செஞ்சி
அமர்ந்தநிலையில் கணபதி	வெங்கடப என்ற வாசகம்	செப்பு	3.2 கிராம் தெலுங்கு	கள்ளக்குறிச்சி
நின்றநிலையில் வேணுகோபாலர்	***வெங்கடப*** என்ற வாசகம்	செப்பு	2.8 கிராம் தெலுங்கு	திருக்கோவிலூர்
நின்றநிலையில் திருமால் இருபுறமும் குத்துவிளக்கு	வெங்கடப என்ற வாசகம்	செப்பு	2.4 கிராம் தெலுங்கு	பண்ருட்டி
அமர்ந்தநிலையில் உமாசகிதமூர்த்தி	***வெங்கடப*** என்ற வாசகம்	செப்பு	3.4 கிராம் தெலுங்கு	செஞ்சி
கங்காதர மூர்த்தி உருவம்	***வெங்கடப*** என்ற வாசகம்	செப்பு	3.6 கிராம் தெலுங்கு	திருக்கோவிலூர்
மனித உருவம்	***வெ(ங்)கடப*** என்ற வாசகம்	செப்பு	1.8 கிராம் தெலுங்கு	காஞ்சிபுரம்
பாலகிருஷ்ணன்	***வெ(ங்)கடப*** என்ற வாசகம்	செப்பு	1.6 கிராம் தெலுங்கு	கரூர்
நின்றநிலையில் விஷ்ணு	***வெங்கடப*** என்ற வாசகம்	செப்பு	3 கிராம் தெலுங்கு	கும்பகோணம்
நின்றநிலையில் வீரபத்திரர்	***வெங்கடப*** என்ற வாசகம்	செப்பு	3.2 கிராம் தெலுங்கு	திருக்கோவிலூர்

ஸ்ரீதேவி பூதேவியுடன் விஷ்ணு	***வெங்கடப நாயுடு*** என்ற வாசகம்	செப்பு	6.3 கிராம்	தெலுங்கு	செஞ்சி
ஸ்ரீதேவி பூதேவியுடன் விஷ்ணு	வெங்கடப நாயுடு என்ற வாசகம்	செப்பு	4.8 கிராம்	தெலுங்கு	கும்பகோணம்
கண்டபேருண்ட பறவை	நாமம், சங்கு, சக்கரம் உருவமும் ***(வெங்)கடப)*** என்ற வாசகம்	செப்பு	3.4 கிராம்	தெலுங்கு	திருக்கோவிலூர்
நாமம்	வெ *என்ற* எழுத்து	செப்பு	2.1 கிராம்	தெலுங்கு	திருவண்ணாமலை